कथा सावलीची

माधवी देसाई

मेहता पब्लिशिंग हाऊस

Email : production@mehtapublishinghouse.com

Website : www.mehtapublishinghouse.com

KATHA SAWALICHI by MADHAVI DESAI

कथा सावलीची : माधवी देसाई / कथासंग्रह

Email : author@mehtapublishinghouse.com

© सुरक्षित

मराठी पुस्तक प्रकाशनाचे हक्क, मेहता पब्लिशिंग हाऊस, पुणे.

प्रकाशक : सुनील अनिल मेहता, मेहता पब्लिशिंग हाऊस,
१९४१, सदाशिव पेठ, माडीवाले कॉलनी, पुणे - ४११०३०.

मुखपृष्ठ : चंद्रमोहन कुलकर्णी

प्रथमावृत्ती : फेब्रुवारी, १९९४ / मे, २०१५ / पुनर्मुद्रण : मार्च, २०१८

P Book ISBN 9788171613243
E Book ISBN 9788184987348
E Books available on : play.google.com/store/books
www.amazon.in
https://books.apple.com

श्री. विश्राम बेडेकर
व
सौ. मालतीबाई बेडेकर
यांना -
सादर अर्पण -

— माधवी देसाई

मनोगत

'कथा सावलीची' हा माझा चौथा कथासंग्रह आज मेहता पब्लिशिंग हाऊस, पुणे यांच्या सौजन्याने प्रकाशित होतो आहे.

गेली चार वर्षं, गोमंतकातल्या निसर्गरम्य गावी वास्तव्य झाले व याच कालखंडातील या कथांचा जन्म! यामधल्या तेराही कथा स्त्री-जीवनकथा आहेत. कथेमधली प्रत्येक स्त्री, ही मला पडलेल्या स्त्री-जीवनाचे कोडे सोडवणारी स्त्री बनली. सर्व पात्रे काल्पनिक आहेत पण त्यांचं जीवन व प्रश्न मात्र वास्तव आहेत.

काही स्त्रिया विलक्षण समजूतदारपणाने जीवनाला सामोऱ्या जातात. त्यांच्या जीवनाला आलेले वाईट वळण समंजसपणाने त्यांनी ओलांडलेले असते. याचे कारण त्यांच्या विचारांची मूळ बैठकच प्रौढ, समंजस असावी, असे मला वाटते. 'लेडी डायना' आणि 'जास्वंदी' या खास गोमंतकीय स्त्रिया. प्रेमावर अतूट विश्वास बाळगणाऱ्या. तर 'आसावरी', 'पूर्वा', 'रेशमा' या कथानायिका अगर 'मोकळं झाड' किंवा 'लेकुरवाळा', 'हरवलेला चंद्र'मधल्या कथानायिका यांनी स्वत:समोरची प्रश्नचिन्हे स्वत:च सोडवून त्या पूर्णविरामाला पोहोचल्या आहेत. 'कथा सावलीची' ही एक सावलीची भूमिका स्वीकारणाऱ्या स्त्रीची कथा! आपण सावलीची भूमिका स्वीकारावी की स्वत:ची स्वतंत्र सावली निर्माण करावी, हा पुन्हा जिचा तिचा स्वतंत्र प्रश्न आहे. माझ्या मगदुराप्रमाणे मी त्यांना व्यक्त करण्याचा प्रयत्न केला आहे.

आधुनिक कथेचा साहित्यिक दृष्टीने अभ्यास करून त्या चौकटीत आपले लेखन

बसवावे, असे मला कधीच वाटले नाही. माझ्या भटकंतीत, अनेक जीवने माझ्या समोर येतात. अस्वस्थ करतात. त्या अस्वस्थ प्रश्नांतूनच एक कथानक समोर येते. माझ्या शैलीने मी तिला शब्दबद्ध करते, इतकेच. समीक्षा, समीक्षक यांपेक्षा वाचकच योग्य न्याय देतात, हा माझा आजवरचा अनुभव व त्या वाचकांच्या प्रेमापोटीच हे लेखन होत गेले, म्हणून माझ्या वाचकांची मी कृतज्ञ आहे.

मराठी साहित्यामधले दोन मानबिंदू : श्री. विश्राम बेडेकर व सौ. मालतीबाई बेडेकर यांना मी 'कथा सावलीची' हा कथासंग्रह अर्पण करते आहे. त्यांना मी प्रत्यक्ष अशी एकदाच, अगदी थोडा वेळच भेटलेली आहे, पण त्या भेटीचा ओलावा मनभर पसरून राहिलेला आहे. 'बळी', 'हिंदोळ्यावर' ते 'खरे मास्तर' आणि 'रणांगण' ते 'एक झाड : दोन पक्षी' यांनी मनात घर केलेले आहे.

या कथासंग्रहात 'लेकुरवाळा' या कथेची नायिका उर्वशी आणि तिच्या घरालगतचा पुराणवृक्ष - यांचे एक अतूट नाते असते. पती, आई, मुले सारे उर्वशीला सोडून जातात. पण ती स्त्री त्या वृक्षाच्या सोबतीने एकाकी जीवन जगत राहते. तो वृक्ष तिला अनेक परींनी जपत असतो. जगण्याचे बळ देत राहतो आणि असे होत असताना वृक्षच 'लेकुरवाळा' बनतो. उर्वशी म्हणते,

या वृक्षाचं आणि माझं नातं जन्मजन्मांतरीचं, म्हणूनच स्थिर आहे. ना तो बदलला; ना मी! म्हणूनच त्या नात्याचे संदर्भही स्थिर आहेत.

'हा वृक्ष आणि मी!'

'आमची मुळं या मातीत घट्ट रुतलेली आहेत.'

श्री. विश्राम बेडेकर व सौ. मालतीबाई या दोघांबद्दलच्या माझ्या आदरभावना काहीशा याच स्वरूपाच्या आहेत. त्या व्यक्त करण्याची संधी या कथासंग्रहाने दिली, म्हणून मला धन्यता वाटते.

माझे स्नेही श्री. विलास मोहिते यांनी प्रत्येक कथा कौतुकाने वाचून पत्रातून तीवर चर्चा केली. त्यामुळे एक/दोन कथांना चांगले स्वरूप आले. श्री. विलास मोहिते यांचे आभार मानणे हे माझे कर्तव्य आहे.

प्रकाशक श्री. सुनील व अनिल मेहता यांनी त्यांच्या शैलीचे देखणे व सुबक पुस्तक प्रकाशित करून सहकार्य दिले आहे. या स्नेहाबद्दलही धन्यवाद.

– माधवी देसाई

अनुक्रमणिका

कथा सावलीची

पहाटेच्या गार वाऱ्याची थंडगार झुळूक मोरपिसागत अंगावरून लहरत निघून गेली, तसे झोपेने जडावलेले आपले डोळे किंचित किलकिले करून त्याने आजूबाजूला पाहिले. पहाट व्हायला आली होती. मध्यान्हीचा गडद रंग कोवळ्या पहाटेत वितळत होता. असा तो गडद रंग, कोवळ्या रंगात वितळतो तेव्हा...

तेव्हा मध्यान्ह कोमल होते की
पहाट अधिक गडद?

हा प्रश्न अनेकदा त्याने स्वत:ला केलेला होता. पण इतर अनेक प्रश्न जे अनुत्तरित होते... तसाच हा प्रश्नही! त्या प्रश्नाचे उत्तर न मिळताही, त्याला ही ओली पहाट खूपच आवडायची. पहाट संपून दिवस सुरू झाला की, तो उदास होऊन जायचा. त्यापेक्षा रात्र किती सुंदर असायची!

कधी काळाभोर अंधार अन् मध्यावर नक्षत्रांचे लखलखते झुंबर! तारे उघडमीट करत, रात्रभर त्याला सोबत देत असत; तर कधी सारा परिसर मोत्यांसारख्या शुभ्र चांदण्याने भारून गेलेला असे. त्या माळरानावर काळोखाच्या, चांदण्यांच्या सोबतीने रात्र केव्हा संपत असे, हेच त्याला समजत नव्हते. त्याला रात्र खूप आवडे आणि दिवस सरत नसे. रात्रभर ताऱ्यांच्या सोबत केलेल्या गुजगोष्टींची झिंग दिवसा प्रकाश दिसला की एका क्षणात उतरत असे. रात्री ते माळरान किती सुंदर दिसायचे! दिवसा मात्र ते शुष्क, उघडेबोडके माळरान आणि त्यावरचे ते राकट, करपट खडक बघून त्याला खूप उदास वाटायचे. दिवसभर अजगरासारखे सुस्त पडून असणारे ते माळरान पाहत राहण्याचा त्याला

कथा सावलीची । १

मनस्वी कंटाळा आला होता. त्या फटंग माळरानाच्या दोन्ही बाजूंना हिरवीकंच जंगले होती. त्या जंगलातील झाडांचे शेंडे कधीमधी अस्पष्ट दिसत, कधीतरी त्या जंगलातून या जंगलात जाणारा प्रमत्त वारा त्याच्या अंगावरून जात असे. त्या वाऱ्यात, केवढे गंध भरलेले असत! केवढी शीतल असे ती हवा!

कधी आभाळात काळे मेघ दाटून येत. अशा उदास वेळी त्या दूरच्या जंगलामधून मोरांचे आर्त आवाज कानावर पडत व मन अधिकच उदासीन करीत. त्या जंगलाच्या सीमेवर पाखरांचा थवा येई...

पण समोरचे उघडे माळरान बघून मागच्या मागेच जंगलाच्या झाडीत अदृश्य होऊन जाई. कधी कधी चकचकीत अंगाचे हरणांचे कळप त्या जंगलातून डोकावून पाहत. पण ते निष्पर्ण, करपट माळरान बघून माघारी वळत. भरदुपारी काळ्या मेघांची सावली झरझरत या माळावरून जाई. तेवढीच सोबत! उंच आभाळात एखादी घार पंख पसरून संथ तरंगत असे, पण ते माळरान बघून, ती पंखांची वेगाने हालचाल करीत पलीकडच्या जंगलाकडे झेप घेई. झाडे, पाने, पशू, पक्षी कुणालाच दोन जंगलांच्या मधले हे उजाड माळरान आवडत नसे. दोन्ही बाजूला गच्च जंगल होते. त्या जंगलात अनेक वृक्ष दाटीवाटीने उभे होते. एकमेकांच्या सोबतीने वारा, पाऊस, थंडी, उन्हाला झोंबत होते. फक्त...

...फक्त आपला एकट्याचाच जन्म या उजाड माळरानावर का व्हावा?

कुणाचीही साथ, सोबत... नसलेले हे एकाकी जीवन, आपल्याच वाटणीला का यावे?

दिवसभर या माळरानाकडे बघत उभे असण्याची शिक्षा आपल्याच नशिबात का असावी?

त्यापेक्षा या अलीकडच्या अगर पलीकडच्या जंगलात जन्म झाला असता तर?

कितीतरी साथीसोबती भेटले असते. फांद्यांत फांद्या मिसळून, वाऱ्यासोबत गाता आले असते. गुजगोष्टी करता आल्या असत्या. पण...

पण ते सारे सोडून, या एकाकी माळरानावर मौन पांघरून उभे असण्याचा चिरदाह सोसत का जगतोय आपण?

आपल्याच वाटणीला हा भोग का म्हणून यावा? हे जग किती सुंदर असेल! कितीतरी सुंदर गोष्टींनी हे जग भरून गेले आहे. फक्त आपल्या नशिबातच ते सुख नाही.

सारा जन्म या फटंग माळरानावर का जाणार? कसा संपवायचा हा संपूर्ण दिवस अन् पुन्हा न संपणारी रात्र?

या विचाराने, तो खूपच खंतावून जायचा. डोळ्यातून अश्रू टपटपायचे, पण

त्याच्या या जगण्यावर... अगर...

त्याच्या मनामधल्या अनेक प्रश्नांवर...

त्याच्याजवळ उत्तरे नव्हती. प्रश्न अनेक होते. न संपणारे, अनुत्तरित!

रोजच्याप्रमाणेच आजचाही दिवस उजाडला. उन्हे माळरानावर उतरू लागली. त्याने दृष्टी स्वत:च्या अंगावरून फिरवली. अलीकडे त्याला स्वत:मधला बदल स्पष्ट जाणवत होता. आज तर तो स्पष्टपणे जाणवला. तो आता पूर्वीप्रमाणे एक किरकोळ रोपटे उरला नव्हता; तर त्याचे खोड, पेड चांगलेच रुंदावले होते. उंचीही वाढली होती. अंगभर फुटणाऱ्या कोंबांनी दिलेला ठणका आता जाणवत नव्हता. उलट फांद्यांचे झुपके अंगांगावर फुलले होते. अंगभर कोवळ्या पालवीची नजाकत फुलली होती. पूर्वीचा शेलाटा, किरकोळ बांधा आता भरदार झाला होता. कोवळ्या उन्हाचे रंग, त्या पालवीवरून ओघळत होते. क्षणभर त्याला अभिमान वाटला, तसेच आश्चर्यही!

उमेदीने जगण्यासारखे, खरेतर त्याच्या जीवनात काहीच नव्हते. या माळरानावरचे एकाकी, पोरके रोपटे होता तो!

एकटा, उदास, मौनावलेले जीवन जगत होता. ना कुणाचे प्रेम, ना सोबत! कधीही हसता आले नव्हते. कुणाशी हसणार? बोलायचे तरी कुणाशी?

इतके कंटाळवाणे होते, त्याचे जीवन... खरे तर... मग... मग ही पालवी कुठून फुटते? कशी? प्रत्येक क्षणी मरण्याची इच्छा बाळगणारे... आणि मृतवतच जीवन जगणारे आपण... फुलतो आहोत कसे? कुठून फुटताहेत हे धुमारे? अन् कोण झाकतो आहे, पालवीच्या वस्त्रांनी?

कुणीही निगुतीने देखभाल न करताही, हे शरीर फुलते तरी कसे? आणि फुलून उपयोग तरी काय?

कुणाला दाखवायचे हे सारे सौंदर्य? नव्यानेच भेटणारे रंग? ज्याला कौतुकाने दाखवावे... असे कुणीही नाही.

कुणीही!

त्याच्या मनाला पुन्हा एकटेपणाने घेरून टाकले. त्याची खिन्न नजर अंगावरून घरंगळत धरतीकडे गेली आणि तो दचकला. अलीकडे हा भास होतो आहे? की...

की... खरेच ती तेथे असते?

खात्री करून घेण्यासाठी, तो जरा आगेमागे झाला. पानांची हालचाल केली... तशी...

धरतीवरची ती काळी छाया पण आगेमागे झाली. हालचाल करू लागली. तो स्तब्ध झाला, तशीच तीही!

पाठीमागच्या आकाशात सूर्य उभा होता आणि त्याच्या स्वच्छ प्रकाशात ती

धरतीवरची काळी पडछाया... स्पष्ट जाणवू लागली होती.

पूर्वीपासून, त्याला तिचे अस्तित्व जाणवत असे, पण आज अधिक स्पष्ट! कारण तीसुद्धा आता एक किरकोळ काळी रेषा उरली नव्हती. तर... त्याच्याप्रमाणेच ती पण विस्तारली होती चांगलीच. सकाळी ती अगदी त्याच्या पायालगत असे. दुपारी मर्यादशील अंतरावर उभी, तर कलत्या उन्हाच्या वेळी बरी लांबवर जरा सैलसर रितीने धरतीवर पसरलेली असे. रात्री तो नक्षत्र वैभव निरखण्यात धुंद होत असे. अशा वेळी त्याच्या पावलांलगतचे तिचे अस्तित्व, त्याला अस्पष्टपणे जाणवून जाई आणि मनाचा विरसच होऊन जाई.

चोवीस तास ती त्याला चिकटूनच होती की काय?

या विचाराने त्याचे अंग शिरशिरून गेले. तशी धरतीवरची ती पण थरथरून गेली. ही एक नवीन जीवघेणी जाणीव त्याचे मन अधिकच उदास करून टाकू लागली. हे उजाड माळरान... त्यावरचे त्याचे एकाकी जीवन! आणि जळवेसारखी घट्ट चिकटलेली ती सावली. त्याला विलक्षण उबग आला.

दिवस वर चढत होता. सूर्याच्या प्रखर उजेडात ते माळरान अधिकच रखरखीत वाटत होते. सारे काही रोजच्या सारखेच होते. ती पण जरा दूर अंतरावर उन्हे खात पहुडली होती. यानंतर तिचा आपण विचारच करायचा नाही, असे त्याने ठरवले. शेवटी अशी ती कोण लागून गेली होती? त्याची आणि तिची बरोबरी कधी होणारच नव्हती. तो धरतीवर उभा होता, त्याच्या फांद्या सर्व दिशांना विस्तारल्या होत्या. सूर्याच्या प्रत्येक बदलत्या अवस्थेनंतर त्याचे स्वत:चे रंग बदलत होते.

आणि ती... सतत काळा रंग माखून, धरतीवर आडवी झालेली. कुठे तो अन् कुठे ती?

त्याने तुच्छतेने तिच्याकडे पाहिले. ती तिच्या जागेवर स्थिरपणे उभी होती. आपले उदास एकटेपण, निष्पर्ण माळरान आणि त्याची पाठ न सोडणारी ती काळोखी सावली... याचे विचार मनातून दूर व्हावेत, म्हणून तो डोळे ताणून अलीकडच्या जंगलाकडे पाहू लागला. नेहमीप्रमाणे पांढरे फिकट वातावरण होते. अलीकडच्या जंगलाच्या सीमेवर एक भगव्या रंगाचा ठिपका त्याच्या दृष्टीस पडला. तो पोंगरा फुलला होता की शाल्मली?

फुललेला पळस होता तो की गुलमोहोर?

त्याने डोळे ताणून, मान उंचावून पाहिले. त्याला आश्चर्याचा एक धक्का बसला. भगवा वेषधारी कुणी साधू त्या जंगलातून या माळरानाची वाट तुडवत होता. आजवर तेथे माणूसच काय, पण कुणी शेरडू करडू पण आले नव्हते आणि आज तो साधू झपाझप पावले उचलत त्याच्या दिशेने येत होता. आता तर तो साधू, त्याच्या अगदी जवळ पोहोचला. ते लांबलचक फटफटीत माळरान आणि उघड्याबोडक्या

खडकांच्या मध्यभागी फुललेले ते एकच झाड...

आणि रखरखीत, तापत्या धरतीवर ओठंगून उभी असणारी त्याची ती सावली!

प्रकृतीचे ते अद्भुत रूप पाहून... तो साधू आश्चर्याने उभ्या जागेवरच स्तब्ध झाला आणि त्याच्या डोळ्यांतून अनिर्बंधपणे अश्रू वाहू लागले. दोन्ही हात जोडून तो उद्गारला,

"धन्य आहेस; प्रभू, तू धन्य आहेस. या तापत्या माळरानावर हा वृक्ष तू फुलवलास! अजब आहे सारी किमया!"

ते झाड आश्चर्याने ऐकत होते. आजवर त्याने मनुष्यवाणी ऐकलीच नव्हती. कधी पोपटाचा कलकलत जाणारा कलरव, कधी मोरांचे किंवा टिटवीचे आर्त चित्कारणे, कधी काळोख्या रात्री दोन्ही जंगलांतून घुमणारे, घुबडाचे घूत्कार हे स्वर त्याला परिचित होते. पण आज प्रथमच मनुष्यवाणी ऐकून तो थरथरून गेला. केव्हाचाच तो या जागी उभा होता.

अनेक प्रश्न मनाशी धरून.

पण ज्याला ते प्रश्न विचारावे, असा कुणी त्याला भेटलाच नव्हता. विचारावे का या साधूला? विचारता येईल? तशात, तो साधू असा एकटेपणा त्याला दिल्याबद्दल परमेश्वराचे कौतुक करत होता. त्या एकटेपणाचे दु:ख साधूला थोडेच समजणार होते? अस्वस्थपणाने त्याची पाने फडफडली, ते पाहून साधू हसला. तो त्याला म्हणाला, "वृक्षराज, तुला काही विचारायचं आहे ना? मग, बोल ना? कदाचित, तुझ्या सर्व प्रश्नांना उत्तरं देण्यासाठीच मी इथे आलो असेन! प्रभूच्या प्रत्येक कृतीला हेतू आहेच."

त्याला खूप आनंद झाला. आज प्रथमच त्याला आपले मन मोकळे करता येणार होते. या विचाराने तो मोहरून गेला. तशी धरतीवरची त्याची सावली पण किंचित थरथरली. त्याला राग आला. म्हणजे आता ती चिवटपणे तेथेच उभी असणार होती. सारे संभाषण ऐकणार होती. जाऊ दे. उपायच नव्हता. कारण त्या सावलीलगतच साधूने पद्मासन घातले होते. अंगठा व तर्जनी गुडघ्यालगत मिटून, मन एकाग्र करून, साधू ध्यानस्त झाला होता. काहीतरी अलौकिकाचा साक्षात्कार व्हावा, असे अष्टसात्त्विक भाव त्याच्या चेहऱ्यावरून ओघळत होते. साधूची समाधी भंग करत त्याने विचारले,

"महाराज, मला काही विचारायचं आहे. विचारू?"

डोळे मिटूनच साधूने हुंकार दिला. अंत:करणात साचलेले सारे प्रश्न एकापाठोपाठ एक असे तो विचारत होता.

"महाराज, या नीरस माळरानावर एकाकी अवस्थेत जगण्याचा शाप मला का मिळाला आहे?"

या जन्माचा अर्थ तरी काय? असं एकटं, या माळरानावर उभं असण्यासाठीच का माझा जन्म आहे?

हे खुरटं रानगवत... त्याच्यासारखा मी खुरटा नाही! हे करवंदी, काळे, उघडे, शुष्क खडक, मी त्यांच्यासारखा कोरडा नाही... निळ्या आभाळावर, रेषा उमटवणारे हे पक्षी, जे कधीच माझ्याजवळ येत नाहीत.

तशात अंगभर फुलणारे हे धुमारे. कशासाठी हे सारं? आणि यावर कळस, म्हणूनच काय, मला सतत हिणवणारी ही काळी पडछाया...

ही सावली कुणाची आहे महाराज? आणि तिने असा सतत माझा पाठलाग का करावा?

मला कंटाळा आला आहे. असा कंटाळवाणा जन्म माझ्याच फक्त नशिबात यावा, याचं दु:ख मला आता सोसवत नाही. खूप उदास, एकटं वाटतं. हा जडभारी जन्म कशासाठी आहे महाराज? आता आपण म्हणालात की परमेश्वराच्या प्रत्येक कृतीला अर्थ आहे. मग माझ्या या जिण्याचा अर्थ सांगाल?

या साऱ्या जीवघेण्या प्रश्नांची उत्तरं आपण मला दिलीत तर मी यानंतर मोकळा श्वास घेऊ शकेन. एकटेपण सोसू शकेन.''

वृक्षाचे बोलणे ऐकून साधू हसला. तो म्हणाला,

''संपले प्रश्न? वेड्या, प्रत्येकाच्या जन्माला निश्चित अर्थ आहे, तो अर्थ म्हणजे, स्वत:चा उद्धार. अनेक वर्षं, नव्हे युगं हा आत्मा वेगवेगळ्या कुडीतून, जीवनप्रवास करतो. मृत्यूपर्यंतचा त्याचा प्रवास, हा असतो खरंतर आत्म्याच्या उद्धारासाठी, पण माणूस आत्म्यावर प्रेम करत नाही. आत्म्यासाठी जगत नाही. तर माणूस या नष्ट शरीरावर प्रेम करतो. शरीरासाठी जगतो. म्हणून कैक युगांचा प्रवास करूनही हाती काहीच लागत नाही. तुला हे अलीकडलं जंगल दिसतंय ना? तो आहे मृत्युलोक. त्या जंगलात वृक्षांची दाटीच दाटी आहे. इतकी गच्च की त्यांना कुणालाच मोकळा श्वास घेता येत नाही. कुणीच कुणाला फुलू देत नाहीत. मुळं एकमेकांत घट्ट गुंतल्याने त्यांची वाढच खुंटलीय. त्यांची स्वत:ची अशी वेगळी सावली पण उरली नाही. पण त्या हतभाग्यांना त्याची तिळमात्र जाणीव नाही. ते रमून गेले आहेत, त्या ऐहिक वातावरणाशी! पण तुझं तसं नाही. या अलीकडच्या मर्त्य जगामधलं ते तसलं जीवन भोगून तू पार झाला आहेस आणि म्हणूनच तुझा जन्म या दोन जंगलांमधल्या माळरानावर झाला आहे. हे माळरान फक्त साधनेसाठी आहे. इथे जन्म घेणारे सर्व साधक आहेत. हे खुजं गवत, ते उघडे खडक, तू अन् इतकंच नव्हे तर तुझी सावली पण! तुम्हा सर्वांनाच या माळरानावर हा जन्म मिळाला आहे, कारण तुमचा जन्म साधकाचा आहे.

तू मनातून खूप दु:खी आहेस. खरं ना? इतर सर्व खूप सुखी आणि

आपल्याला ते सर्व सुख का मिळू नये या विचाराने तू दु:खी आहेस. पण वेड्या, इतर सर्वांना आज मिळणारं सुख तू पार पूर्वीच भोगून संपवलेलं आहेस. या जन्मी तुझं मन पुन्हा त्या ऐहिक सुखात रमू नये, म्हणूनच तर हा एकाकी स्थितीमधला तुझा जन्म आहे. त्या एकटेपणाचं दु:ख कसलं? उलट हा एकांत फार सुखावह आहे आणि जरी दु:ख झालं तरी त्या दु:खातूनच तुला स्पष्ट काही हाती गवसेल.

एकाकीपणाचं दु:ख!

पण त्या दु:खावर तुझ्याजवळ उपायही आहे.''

''माझ्याजवळ?''

वृक्षाने आश्चर्याने विचारले.

''महाराज, असा उपाय मला सापडला तर माझं दु:खच संपून जाईल. सांगा लवकर, महाराज.''

साधूने मंद स्मित केले. तो म्हणाला,

''वेड्या, प्रथम हे समजावून घे की, तू एकटा नाहीसच. तुला एकटं वाटतंय, कारण तुझी नजर आहे त्या दोन जंगलांकडे. तो अलीकडचा मृत्युलोक तू पार केलायस... आणि तुला आता जायचं आहे पलीकडच्या जंगलातल्या देवलोकात आणि तिथे पोहोचल्यावर तुझं दु:खच संपणार आहे. तिथे पोहोचायचं तर साधना हवी. साधना म्हणजे दृष्टी, मन हे बाहेरच्या वस्तूत न गुंतता, ते अंतरंगात वळलं पाहिजे आणि एकदा, स्वत:च्या अंतरंगाची कुरूपता अगर सौंदर्य यांची ओळख झाली, मग सुखच सुख भेटेल. समाधी-अवस्था लाभेल आणि तुझं तुलाच जाणवेल की, तू जन्माला येतानाच देवी, देवदत्त असं प्रज्ञाकमळ अंतरंगात बाळगतो आहेस. मन एकाग्र करून अंतरंगाशी एकाग्र झालास, म्हणजेच तुला त्या दिव्य प्रज्ञाकमळाचा साक्षात्कार होईल आणि ज्या क्षणी तुला तो साक्षात्कार होईल त्या क्षणी तुझं एकटेपण संपेल. आपण पार एकाकी, दुर्दैवी आहोत हा भ्रम ओसरेल. वेड्या, तू कलावंत आहेस, कलावंत कधी एकटा नसतोच. त्याचा जन्म होतानाच परमेश्वराने त्याला हा प्रज्ञेचा दैवी अंश दिलेला असतो. तो अंश ही त्याची अबोल सोबत असते. आणखीन तो जन्माला येतो, तेव्हा त्याची 'सावली' जन्म घेते.

अंतरंगात उमलण्याची वाट पाहणारे, ते सुंदर प्रज्ञाकमळ आणि ही साथ देणारी तुझी सावली, हे दोघं तुझ्यातच वसत असताना, एकटेपणाचं दु:ख करतोस?

आणि तुला खरं सांगू? ईश्वराने निर्माण केलेली प्रत्येक कृती ही एक कलावंतच आहे. प्रत्येकाच्या अंतरंगात तो दिव्य अंश आहे, पण त्याची जाणीव जवळजवळ कुणालाच नसते.

पण वृक्षराज, तुझ्या उद्धाराचा क्षण आता अगदी समीप आलेला मला स्पष्ट दिसतो. तुला एकवार ते दिव्य प्रज्ञाकमळ दिसण्याचा अवकाश आहे, तूच पाहा केवढी किमया घडेल. एक दिव्य शक्ती तुला प्राप्त होईल. आकाशातील नक्षत्रं, तू पायतळी अंथरशील... आणि धरतीवरचं गवत आकाशात पेरशील.''

वृक्ष आश्चर्याने ऐकत होता. साधू म्हणाला, ''हे सारं तू लीलया करशील. मग तू देववृक्ष बनून पलीकडल्या देवलोकात पोहोचशील. तुझ्यासोबत तुझी दिव्य सावली असेल. प्रत्यक्ष देव तिथे वस्तीला येतील. मात्र दोन गोष्टी ध्यानात ठेव– तुझी दृष्टी अंतरंगामधल्या प्रज्ञाकमळावरून थोडीही विचलित करू नकोस आणि अखेरपर्यंत तुला सोबत देणाऱ्या सावलीला कधी अंतर देऊ नकोस. एक वेळ सारं जग तुला सोडील, पण ही सावली तुझ्याशी पूर्ण एकरूप आहे.''

थोडे थांबून, मंद हसून साधू पुढे म्हणाला,

''समजलं मला, तुला ती आवडत नाही. खरं ना? तू धरतीवर उभा असणार... आणि ती बिचारी दुबळी! धरतीच्या आधारानेच जगू पाहणारी! तुझ्याशी तिची बरोबरी मान्य नाही तुला. पण वेड्या, तुझं मूळ धरतीतच आहे, हे तू कसं विसरतोस? आणि खरा प्रकाश बाहेर नाहीच. खरा प्रकाश तर आतच आहे. कदाचित धरतीच्या उदरात काळोख असेल, पण त्या काळोखानंतरच प्रकाश भेटेल. तुझं व या सावलीचं मूळ धरतीशी जखडलेलं आहे. आणि प्रकाश! तो तर यानंतर तू शोधायचा आहेस, स्वतःचाच स्वतः.''

साधू बोलता बोलता एकदम उठला.

कमंडलूमधले पाणी त्याने झाडावर शिंपडले.

''शुभं भवतु. भवतु सर्व मंगलम्'' साधू मंत्रोच्चार पुटपुटत देवलोकाच्या दिशेने चालू लागला.

तो साधू देवलोकाकडे जात होता. बघता बघता आता त्या साधूच्या जागी एक भगवा ठिपका उरला. त्या ठिपक्यावर दृष्टी खिळवून तो वृक्ष आश्चर्यचकित मनाने साधूचे बोलणे आठवत होता.

'ते प्रज्ञाकमळ ज्या क्षणी दृष्टीस पडेल, त्या क्षणी तू ज्ञानी होशील. एक किमयागार. सारं विश्व तुझ्या मुठीत आल्याचा भास होईल. त्या किमयेने भारलेले, अनेक साथी-सोबती तुला भेटतील. पण ध्यानात ठेव, ते तुझे कुणीच नसतील. तुझं चित्त त्या प्रज्ञाकमळाशी तद्रूप झालं पाहिजे. तरच तू देववृक्ष बनशील.

एकटा? एकटेपणाचं दुःख?

तू एकटा कुठे आहेस?

अंतरंगामधले ते प्रज्ञाकमळ... आणि तुला साथ देणारी ही तुझी अबोल सावली! आणि देववृक्ष बनण्याची तुझी तपस्या, हेच खरे तुझे साथी आहेत.'

विचारांच्या तंद्रीत, त्याच्या नजरेत फक्त तो भगवा गोलच उरला. इतर कशाचेही भान त्याला उरले नाही. या अवस्थेत किती कालावधी लोटला हे पण त्याला समजत नव्हते. बाहेर ऋतुचक्र बदलत होते आणि आता तो समाधिस्त साधक बनला होता आणि अचानक त्याच्या अंतर्दृष्टीला तो अलौकिक साक्षात्कार झाला. जन्मापासूनच, त्या अंतरंगात असणारे... ते मुग्ध प्रज्ञाकमळ, आता पार उमलून, सहस्त्रदलांनी फुलले होते. त्या प्रत्येक दलावर कोवळे रंग उमटले होते. एक दिव्य तेजशलाका त्यामधून परावर्तित होत होती. ज्या क्षणी ते दिव्य कमळ दृष्टीस पडले, त्या क्षणीच तो वृक्ष पार बदलून गेला. वृक्षच नव्हे, तर आजूबाजूचे सारे वातावरणच बदलून गेले.

त्या फटंग माळरानावर, सोनेरी, मखमली लव धारण करणाऱ्या गवताचे कुरण डोलू लागले. उघड्या खडकांना चांदीचा वर्ख चढला. रंगीबेरंगी नाजूक पक्षी, त्या नाजूक पावलांची फुलपाखरे भिरभिरू लागली. मोरांचे थवे आपली पिसे गाळत केकारव करू लागले, मृगशावकांचे थवे जमिनीवर अलगद खूर टेकवून बागडू लागले. त्या उंच वृक्षाचा अद्भुत सुगंध साऱ्या वातावरणात भरून गेला. त्याच्या पानापानांतून फुललेल्या प्रकाशाने सारे आसमंत प्रकाशमान झाले.

तो वृक्ष आता दिव्य वृक्ष बनला होता.

देववृक्ष बनेपर्यंत त्याला साधना करायची होती. त्याची सावली समाधानाने त्याचे बदलते स्वरूप पाहत होती. त्याच्यामध्ये केवढा बदल झाला होता! त्याची सारी प्रज्ञा जागून उठली होती. त्या प्रज्ञाकमळाचा प्रकाश त्याच्या पानापानांवर ओथंबून उतरला होता. सारी सृष्टीच जणू उलटीपालटी झाली होती.

धरतीमधून पावसाच्या धारा, उंच आभाळापर्यंत पोहोचत होत्या आणि मोत्यासारखे धान्य आकाशातून धरतीवर बरसत होते. भरदिवसा सूर्य चांदणे पसरवत होता, तर चंद्र प्रखर बनला होता. या सर्वांची नोंद, तो एका एका पानावर करून ठेवत होता. इतिहास त्याला स्पष्टपणे दिसत होता. जे घडून गेले होते, त्यापेक्षा अधिक सुंदर रितीने तो ते आपल्या पानावरून व्यक्त करत होता. वर्तमानकाळ खरेतर खडतर होता, पण भविष्यकाळाची सुंदर स्वप्ने त्याने अशा रितीने मांडली होती की, वास्तवही स्वप्निल, सुंदर बनले होते. त्याचे प्रत्येक पान, त्याच्या उच्च कलात्मक अभिरुचीची साक्ष होते. त्याच्या कल्पनाविलासाचा तो सुरेख आविष्कार होता. त्याचे एक पान उषासूक्त आळवत होते, तर दुसरे ऋचा! उपनिषदे, वेदांचे मंद झंकार, ओव्यांची, अभंगाची दिंडीच जणू त्याच्या सर्वांगामधून झणकारत होती. त्याच्या फांद्यांचा विस्तार सर्व बाजूंनी झाला होता.

जसजसा त्याचा विस्तार होत होता, तसे सावलीला एका अनामिक भीतीने व्यापून टाकले होते. साधूने जे त्याला सांगितले होते त्याप्रमाणे त्याची प्रज्ञा जागून

उठली होती, हे तर खरेच होते. पण ते त्याचे अंतिम साध्य नव्हतेच ना? ती तर किमया होती. त्यावर मात करूनच त्याला देववृक्ष होण्यासाठी साधना पूर्ण करायची होती. ती साधना पूर्ण व्हावी म्हणून तर सावली त्याच्या पायालगतचे जिणे जगत होती. त्याच्या कलाने, त्याच्या अवतीभोवती फिरत होती. रात्रभर, त्याच्या पावलांत माथा खुपसून अविरतपणे अश्रुसिंचन करत होती; पण ओल्या पावलांचा तो मृदगंध त्याला अद्यापही अज्ञातच होता. आता तर त्या रंगभरल्या अवस्थेत त्याला तिचे भानच नव्हते. सावली चिंतेने गडद काळी बनली होती आणि तो अधिक अधिक तेज:पुंज!

त्या अद्भुत वृक्षाची कीर्ती आता सर्वत्र पसरली होती. त्याच्या अस्तित्वाने त्या माळरानाला असाधारण महत्त्व प्राप्त झाले होते. पूर्वी तेथे कुणी मानव येऊ शकत नव्हता. एक आदरयुक्त भीती, सर्वांच्या मनात होती. पण आता फार काळ माणसांना जंगलाच्या सीमेवर उभे राहून त्या वृक्षाला असे दुरून पाहणे केवळ अशक्यप्राय होते. ते आता पूर्वीचे माळरान नव्हतेच आणि वृक्ष आता एक अलौकिक वृक्ष बनला होता. त्या ठिकाणी पक्षी, पशू, पाखरे जाऊ लागली होती. मग माणसाने का जाऊ नये? त्या परिसरामधल्या अनोख्या वातावरणाने माणसे पार वेडावून गेली. माणसाला काहीही निर्बंध बंधनकारक नसतातच. तो तर चंद्रावरदेखील पोहोचला आहे. मग या जंगलालगतच्या माळरानावर त्याने का जाऊ नये?

माणसे आपली सीमा ओलांडून त्या माळरानावर अधीर मनाने आली. तिथला गवताचा स्पर्श अनोखा होता. हळूहळू माणसे त्या वृक्षाजवळ पोहोचली. सर्वांगाने फुललेला तो जानी वृक्ष पाहून माणसे आश्चर्याने जागेवरच खिळून उभी राहिली. पानापानांवर अद्भुत शिल्पे खोदून उभा असणारा, असा विशालकाय वृक्ष माणसांनी पूर्वी कधीच पाहिला नव्हता. माणसे चकित मनाने, त्याने रेखाटलेले इतिहासाचे सुंदर, कल्पनारम्य आलेख वाचत होती. भविष्यकाळाची सुरेख, आश्वासक अशी, त्याने रेखाटलेली स्वप्ने वाचून माणसे आनंदाने बेहोश होऊन गेली. काव्य, नाट्य, कथा, कादंबरी, संगीत, चित्रकला, अध्यात्म- कोणताही विषय त्या वृक्षाला अज्ञात नव्हता. त्याच्या पानापानांवरून अभंग ऐकू येत होते. किती मधुर होता तो स्वर! आणि ते भारावलेले सुगंधी वातावरण!

ते सर्व त्या मृत्युलोकामधल्या मानवांच्या तर्कापलीकडले होते. त्यांचे दु:खी, निराश, पिचलेले जीवन त्याने पार आशावादी करून टाकले होते! माणसे आदराने त्याच्यासमोर नतमस्तक झाली. त्याला पाहण्यासाठी, एकवार त्याचे दर्शन घेण्यासाठी, माणसांचे लोंढे दुरून त्याच्यापर्यंत येऊ लागले. त्याच्यावर स्तुतिसुमने उधळू लागले. त्याचे दर्शन झाले म्हणून, त्याचे सान्निध्य लाभले म्हणून माणसे स्वत:ला धन्य मानू लागली.

माणसांचा तिथवर येणारा लोंढा थांबवणे आता कुणालाच शक्य नव्हते. त्या दिव्य वृक्षाची साधना पूर्ण व्हावी म्हणून त्याच्या पायतळी, प्रार्थनेत आत्ममग्न झालेली त्याची सावली माणसांच्या तिथवर पोहोचणाऱ्या झुंडी पाहून मनातून धसकून गेली.

हे सारे काय चमत्कारिक घडत होते? कोण होते ते सर्व? जेव्हा तो खरोखरच एकाकी होता तेव्हा तर हे सारे कुणी इथवर आले नव्हते. या रखरखीत माळरानावर तहानेने कासावीस होऊन तो व्याकूळ होत होता तेव्हा हे सर्व जण कुठे गेले होते? कुणीच या माळरानावर चुकून पाऊल ठेवले नव्हते की, त्यांच्या जगामधल्या पाण्याने भरलेल्या रांजणामधले एक शिंपलीभर पाणीदेखील यांच्यामधल्या एकानेही त्याला दिले नव्हते. मी... मी रात्रंदिवस माझ्या अश्रूंनी त्याला न्हाणवत होते. त्या ओलाव्यानेच तर तो फुलत होता.

आज त्याने साधना मांडलीय. देववृक्ष होण्याची साधना! त्याच्या प्रज्ञाकमळाशी तद्रूप झाल्याची ही खूण त्याच्या पानापानांवरून उमटली आहे आणि हे सारे भाट, स्तुतिपाठक या वेळी इथवर येत आहेत. अरे, तुम्ही त्याच्यावरच्या प्रेमाने इथवर आला नाही, हे फक्त मीच जाणतेय. थोडी जरी आपुलकी असती ना, तर असे मोठमोठ्याने ओरडला नसता, त्याची शूचिर्भूत साधना भंग होतेय तुमच्या येण्याने, याची पूर्ण जाणीव आहेच तुम्हाला; पण त्याची पर्वा नाहीये कुणालाच. स्वार्थी, स्वार्थी आहात सारे. पुण्य हवंय तुम्हाला. त्याच्या दर्शनाचे पुण्य, त्याच्या सान्निध्याचे सुख, त्याच्या लगत उभे असण्याचा मोठेपणा... यासाठीच जमलात ना इथवर? स्वार्थाने आंधळे झालेले आहात सारे...

मी त्याची सावली.

त्याला प्रकाशात उभे ठेवून, स्वत: काळोख स्वीकारणारी, त्याला उभारी देऊन, स्वत: धरतीवर असणारी मी हात जोडून सांगतेय... तुम्हाला- त्याची भावसमाधी मोडू नका. त्याला मोठे होऊ दे. उंच होऊन आभाळाला भिडू दे. या पानावर आज त्याने जे काही रेखाटलेय, त्यापेक्षाही भव्य-दिव्य असे अलौकिक काहीतरी साकार करण्याची कला त्याला प्राप्त होणार आहे. आणि ते असेल, या विश्वामधले अंतिम सत्य! ते असणार आहे, मानवी जीवन अधिक निर्मळ, सात्त्विक करणारे चिरंतन सत्य! ते शोधणाऱ्या या साधकाची साधना प्रथम पूर्ण होऊ द्या. त्यातूनच त्याचा उद्धार होणार आहे आणि पर्यायाने मानवाचेही कल्याण आहे.

दूर व्हा. त्याच्याजवळ जाऊ नका. त्याला स्पर्शही करू नका. गोंगाट करू नका. त्याची एकांत साधना भंग नका ना करू. मी हात जोडतेय तुम्हाला. दुबळी आहे मी, नाहीतर रणचंडिकेसारखी उभी राहिले नसते त्याच्या संरक्षणासाठी?

सावली! बिचारी असहायपणे त्यांच्यावर ओरडत होती; केविलवाणी आक्रंदत

होती. पण त्या सर्वांचे लक्ष त्याच्यावर खिळलेले होते. पायाखालच्या सावलीची त्यांना जाणीवच नव्हती. तिची किंमत ती काय? पायाखाली चूपचापपणे पडून असणे, हीच तर तिची योग्यता होती. तिच्या अस्तित्वाला मुळी काही अर्थच नव्हता. ती असो वा नसो. कुणाचे काय बिघडणार होते? माणसांच्या त्या प्रचंड लोंढ्याने, सावलीला पायाखाली चिरडून टाकले होते. त्यांच्या उन्मत्तपणाने सावली रक्तबंबाळ झाली होती. जखमी, माणसांनी स्वत:हून तिला संपवून टाकले होते. तिच्या अस्तित्वाच्या खुणा त्यांच्या पावलाखाली दबल्या होत्या. तिच्यावर थयथया उन्मादाने, पिसाटपणे, खदखदत माणसे उभी होती. वृक्षाला पाहत होती. त्याच्या दर्शनाचे पुण्य पदरात साठवत होती. या पुण्यापासून त्यांना वंचित करणाऱ्या त्याच्या टाचेखाली त्यांनी दाबून टाकले होते.

"गेली एकदा पीडा. बला टळली. नाहीतरी ती तिथे असताना, थोडं अवघडूनच जायचं." तिचे पावित्र्य मनोमन जाणवणारी माणसे ते कबूल मात्र करू धजत नव्हती. स्वत:चे खोटे समाधान करू पाहणारी ती माणसे म्हणत होती,

"काळी, कुलटा, कलंकिनी सावली! कुठे हा उच्च कुलोत्पन्न वृक्ष आणि कुठे ती पायदळी तुडवण्यासाठीच जन्माला आलेली सावली! इतकी जर ती सखीसोबती होती, तर गेलीच कशी सोडून याला? खरंतर ती नव्हतीच. एक भास!"

सावलीचा निर्घृण शेवट करून माणसे आत्मसमाधानासाठी बोलत होती. वृक्षाची स्तुती करत होती. अन्... अन् अहो, आश्चर्यम्!

त्या आवाजाने वृक्ष जागा झाला. प्रज्ञाकमळांवर जडलेले नेत्र आज कित्येक वर्षांनंतर त्याने प्रथमच बाजूला केले. त्याने आजूबाजूला पाहिले आणि आश्चर्याने तो थरथरून गेला. केवढे बदलून गेले होते आजूबाजूचे वातावरण? त्याचा तोच स्वत:ला आता ओळखू शकत नव्हता. केवढा रुंद झाला होता तो? सारे वातावरण स्वर्गतुल्य अशा आनंदाने भारवून गेले होते. आजूबाजूला सुंदर कुरणे डोलत होती आणि या माळरानावर केवढी माणसे जमा झाली होती. त्याचा जयघोष करत होती. त्याच्यावर स्तुतिसुमने मुक्तपणाने उधळत होती. वृक्ष सुखावून गेला. अखेर त्याचे एकाकीपण संपले होते तर! त्या माळरानावर माणसेच माणसे जमा झाली होती. पशू, पक्षी, गवत, फुले तिथवर आली होती. हे सारे त्याच्या साधनेचे फळ होते तर! कृतार्थ मनाने वृक्ष त्या माणसांना पाहू लागला. त्यांच्या नजरेतले कौतुक पाहून, त्याला धन्य धन्य वाटत होते. त्याच्या जवळिकीने त्याचे, पूर्वीचे उदास एकटेपण आत सरले होते. त्याला नीरस सोबत देणारी सावलीची बला एकदा संपली होती. त्याने धरतीकडे नजर टाकली. जिथे तिथे माणसांची पावलेच पावले दिसत होती. का?

वृक्षाने सुखाने नि:श्वास सोडला. त्याच्या सभोवती अनेक साथी-सोबती उभे

होते. त्याच्या योग्यतेचे असे सारे त्याचे सगे-सोयरे, स्नेही, चाहते त्याच्यालगतच उभे होते. त्याला पाहत होते. पण आता फार काळ त्याला असे नुसते पाहत राहणे सभोवतालच्या माणसांना शक्य नव्हते. किती वेळ त्याची अशी स्तुती करत त्याला नुसते पाहत असे उभे राहायचे? शेवटी प्रत्येकाचे स्वतःचे घर होते, प्रत्येकाला घरी परतायचे होते. परतायचे तर खरे! पण रिकाम्या हाताने? रिकाम्या हाताने कसे परतायचे?

या वृक्षाच्या सहवासाने त्यांना आनंद झाला होता. पुण्य लाभले होते. भले झाले होते, हे खरे. पण इतकेच?

त्यांना तो पुण्यसंचय करायचा होता. घरादाराचे, कुटुंबाचे नव्हे भावी पिढ्यांचेही कल्याण करायचे होते. म्हणूनच इथून रिक्त हस्ताने जाऊन कसे चालणार होते? या दिव्य वृक्षाची एखादी खूण बरोबर न्यायला हवी होती. कुटुंबासाठी उद्धारासाठी, फार पूर्वीपासून ते सारे असेच तर करत होते. पंढरपुराहून तुळशीमाळ आणत होते आणि काशीहून गंगा!

मग इथून काय न्यायचे?

या विचारात माणसांना फार काळ तिष्ठावे लागले नाहीच. स्वतःचे भले करून घेण्यासाठी त्या माणसांनी यापूर्वी यापेक्षाही अचाट, अघोरी कृत्ये केली होती; पण ती होती ऐहिक सुखासाठी केलेली कृत्ये!

पण इथे जे काही ती करणार होती ते होते त्यांच्या जन्मजन्मांतरीच्या कल्याणासाठीच आणि असे स्वतःचे स्वतःच किंवा वंशाचे, कल्याण करणे, हा तर त्यांचा नैसर्गिक हक्कच होता. शिवाय ते पाप थोडेच होते?

त्यांच्या येण्याने तो वृक्षच सुखावला होता. स्तुतीने फुलला नव्हता? त्यांच्या स्नेहाने वाहवत नव्हता? उलट पाने फडफडून त्यांना अधिक जवळ बोलावत होता. त्यांच्या जवळ जाण्यास मज्जाव करणारी, त्याच्यामधला आणि वृक्षामधला फरक जाणवून देणारी... ती काळी, कलूटी, कुलटा, अकुलिना...

सावली... निघून गेली होती.

मग आता थांबायचे तरी कशासाठी?

या विचाराने वृक्षापासून काही अंतरावर उभी असणारी ती माणसे त्या वृक्षावर झेपावली. प्रत्येकाला त्याचे एक तरी पान हवे होते संग्रहासाठी.

कुणी त्याला फ्रेममध्ये सजवणार होते, तर कुणी काचेच्या कपाटात, कुणाला ते हृदयाशी बाळगायचे होते, तर कुणाला शिरपेचात ते हवे.

माणसे त्याच्या पानापानाला झोंबत होती. कुणाच्या हाती पाने, कुणाच्या हाती पानाचे झुपडे, तर कुणाजवळ फांद्या, डहाळ्या, काटक्या. मागची माणसे पुढे येण्यासाठी, तर पुढची मागे वळण्यासाठी धडपडत होती आणि या साऱ्या

घाईगर्दीत ते अद्भुत कुरण पार भुईसपाट झाले. पाखरे, फुलपाखरे, मोर, हरीण साऱ्यांनी भीतीने मृत्युलोक गाठला. त्या संपूर्ण माळरानावर एकच हलकल्लोळ उडाला. त्या आवाजाने सावलीला क्षीण जाग आली. माणसांच्या पापी हातांनी, त्याचे वैभव लुटताना पाहून, तिची छाती फुटून गेली.

"उंच हो राजा, उंच हो. असा उंच की या माणसांचे शापित हात, तुझ्यापर्यंत पोहोचू नयेत."

माणसाच्या त्या बदलत्या पवित्र्याने तो हादरून गेला. त्याच्यावर स्वार्थीपणाने तुटून पडणाऱ्या माणसाकडे पाहून तो स्वत:च हतबद्ध झाला होता. चकित, सैरभैर नजरेने तो त्या गर्दीकडे पाहत होता. थोड्या वेळापूर्वीच तर ते सारे त्याचे वारेमाप कौतुक करत होते आणि मी पण त्यांना स्नेही-सोबती मानत होतो. त्यांच्या इथवर येण्याने माझे एकटेपण संपले असे मानत होतो. वर वर सुंदर भाषा बोलणारी, ही माणसे इतकी स्वार्थी? त्यापेक्षा, मी पूर्वीच खरोखर किती सुखी, सुखरूप होतो!

वृक्षाला हुंदका फुटला. आता सारी माणसे परतू लागली होती. कारण घेण्यासारखे त्याच्याजवळ आता काहीच उरले नव्हते. त्याची सारी पाने तर ओरबाडली होतीच पण फांद्यांमधले रुंद खोड, सारे कुऱ्हाडीचे घाव घालून प्रत्येकाने तोडता येईल, तेवढे तोडून घेतले होते. मिळेल तो भाग लुटला होता. कुणी त्याचे सिंहासन करणार होता, तर कुणी देव्हारा, कुणी देव्हाऱ्याची पायरी, कुणी हाती आलेले पान भिंतीवरून रुजवणार होता. सर्व जण विजेत्याच्या आविर्भावात परत जात होते. हातामधली विजय स्मारक मिरवत, त्या ओझ्याने वाकून! त्या उघड्याबोडक्या, वृक्षाच्या खोडाकडे पाहून कुणी उद्गारला,

"हतभागी! किती एकटा, किती उदास, अभागी!" वीतभर उंचीचे ते खोड तिथे उभे होते. त्याने आतवर दृष्टिक्षेप टाकून पाहिले. ते प्रज्ञाकमळ तिथे नव्हते अन् सावलीही! ते घायाळ खोड त्यांच्या आठवणीने अश्रू ढाळत होते. अश्रू पुसण्याचे बळही, त्याच्या दुबळ्या हातात नव्हते. दृष्टी अंधूक झाली होती. पावलातला सूक्ष्म कंप जाणवत होता.

खुरडत खुरडत, जखमी सावली मोठ्या कष्टाने त्याच्यापर्यंत पोहोचली. अंधूक दृष्टीला त्याचे भयाण रूप दिसले. दुःखाने हंबरडा फोडावा, असे तिला वाटले. पण शब्द फुटत नव्हते.

त्याचे कोवळे भाबडेपण, त्याची ज्ञानपिपासा, त्याची साधना, त्याचा उत्कर्ष सारे पाहता पाहता, हे त्याचे काय झाले होते?

सावली हळूहळू त्याच्याकडे सरकत होती. विचारात हरवली होती. फार पूर्वी मेनकेने विश्वामित्राचा तपोभंग केलेली कथा तिने ऐकली होती.

पण विश्वामित्राने मेनकेचा तपोभंग करण्याची उलटी चित्तरकथा तिच्या जीवनात

घडून गेली होती. तपोभंग, मानभंग अन् मनोभंगसुद्धा!

केवढे सुरेख होते तिचे भावविश्व. या विश्वामधल्या सर्व सुंदर गोष्टींवर फक्त प्रेम करणे इतकेच तर तिला माहिती होते. त्याच्या सुरेख रूपावर, भाबडेपणावर अन् त्याच्या उदास एकटेपणावर तिचे मन लोभावले होते. त्याला प्रकाशात ठेवून तिने सोसले होते. त्याला प्रकाशात ठेवून तिने सदा काळोखी रंग पत्करला होता. धरतीचे चटके तिने सोसले होते. पण त्याच्या पायदळीचा ओलावा जपला होता. त्याच्या कलाने, मर्यादित अंतरावर ती सदा वावरत होती. त्याने केलेली अवहेलना चूपचाप सोसली होती. लहरीनुसार त्याने खुशाल तिला जवळ केले होते; पण तेवढ्या स्पर्शाने ती फुलून जात होती. त्याची साधना पूर्ण व्हावी म्हणून ती सदा दक्ष होती. त्याच्या भल्यासाठीच तर तिने सर्व जगाचा रोष पत्करला होता आणि उत्कर्षाच्या ऐन वेळी त्याने खुशाल तिला जणू खोल गर्तेत ढकलून दिले होते. परक्यांना आपले मानले होते. स्वार्थी माणसांना हृदयाशी धरून तिला पददलित केले होते.

साऱ्या रानटी वृत्तींनी तिच्यावर पाशवी अत्याचार केले होते. उन्मत्तपणे ते सारे तिच्या छातीवर थयथयाट करत नाचले होते. तिचे अस्तित्व संपवले होते. तिच्या प्रेमाचा, तिच्या स्त्रीत्वाचा अपमान करून तिला कुलटा ठरवून पार मोकळे झाले होते आणि हे सारे त्याने मुकाटपणे पाहिले होते. ते पाहताना त्याचे एक पानही थोडेसुद्धा हलले नव्हते.

अशा विचारात हरवून जखमी सावली सावकाश त्या खोडाकडे जात होती. त्याची सारी पाने, फांद्या तोडल्याने पाठीमागचे मोकळे आकाश स्वच्छ नजरेत भरत होते. त्या विशाल वृक्षाचे एक वीतभर उंचीचे खोड फक्त तिथे उभे होते. त्याचा सर्वनाश पाहून सावलीला रडू फुटले.

'ज्याने तिला असीम यातना दिल्या, त्याच्यासाठी आपण का रडतो आहोत?'

'एखादी कडकडीत अशी शापवाणी आपल्या मुखातून बाहेर कशी पडत नाही?' सावलीच्या मनात आले आणि तिची तीच हसली- उदासपणे.

शाप? शाप कुणाला द्यायचा?

याचा तर सर्वनाश झाला आहे आणि ज्या माणसांनी तो सर्वनाश केला, त्या मूढ माणसांच्या हाती काय गवसले तर याचे भग्न अवशेष! ज्या अवशेषांमध्ये तो कधीच नव्हता. त्याचा आत्मा... तो त्यांना कधीच गवसणार नाही. कारण सर्वनाश होताना, त्याची नजर? ती भिरभिरत होती. प्रज्ञाकमळासाठी... माझ्यासाठी विलक्षण आत्मकेंद्री होता तो! स्वतःवर प्रेम करणारा. पण तो स्वतः म्हणजेच तो आणि मीही! एकरूप असे. म्हणून मी त्याच्यावर रागवू शकत नाहीच.

खुरडत, खुरडत सावली त्याच्या मुळावर माथा टेकवून मूकपणे अश्रू ढाळत

होती. थरथरत्या हातांनी त्याला चाचपडत होती. वरच्या खोडावर माणसांनी इतके निर्घृण घाव केले होते की तिथून तो वाढणे शक्यच नव्हते. हळूहळू तिचे हात मुळांना चाचपू लागले. आनंदाने तिने चीत्कारच केला. कारण त्याचे मूळ शाबूत होते. मातीत घट्ट रुजले होते. इतकेच नव्हे तर धरतीच्या गर्भात खोल शिरले होते.

साधूचे शब्द तिला आठवले, 'वेड्या, तुझं आणि तिचं नातं या धरतीतूनच घट्ट जखडलेलं आहे. तुझा आणि तिच्या नात्याचा गोफ अतूट आहे. खरा प्रकाश बाहेर नाहीच. खरा प्रकाश आतच आहे. धरतीच्या आत काळोख!

काळोखानंतर प्रकाशच प्रकाश!'

म्हणूनच त्याने धरतीच्या गर्भात आपला प्रवास सुरू केला होता. त्याला एकटे वाटू नये म्हणून सावलीनेही नि:शंकपणे त्या काळोखात उडी घेतली. धरतीवरचे आपले अस्तित्व संपवून टाकून सावली काळोखात प्रवास करत होती. तिला थोडीसुद्धा भीती वाटली नाही कारण तिने त्याच्या मुळाला घट्ट धरून ठेवले होते. मूळ आणि सावली यांचा प्रवास सुरू झाला होता, प्रकाशाचा शोध घेत! ज्यांनी आपला सर्वनाश केला त्यांच्यासाठी आपण का रडतो आहोत?

हा अश्रूंचा पाझर कशासाठी?

सुकत कसा नाही तो पाझर?

एखादी कडकडीत अशी शापवाणी आपल्या मुखावाटे का निघत नाही. का?

हा विचार मनात येताच खुरडणारी सावली क्षणभर स्तब्ध झाली. एक वेदना तिला चिरून गेली. हा विचार तिचा तिलाच असहाय वाटला. एका धरतीच्या कन्येची कथा तिला आठवली. ती पण धरतीच्या कुशीत, तिच्यासारखीच जन्माला आली होती. राजयोग नशिबात असूनही, तिलाही वनवासच भोगावा लागला होता.

एकदा नव्हे; दोन वेळा.

तिलाही समाजाने चारित्र्यहीन असा दोष दिला होता.

तिनेही चितारोहण केले होते.

एकदा नव्हे; दोन वेळा!

आणि ते करायला सांगणारा तिचा पतीही समाजमान्यच होता.

तिने त्याच्यासाठी एकदा चितारोहण केले होते.

दुसऱ्या वेळी ती धरतीत विलीन झाली होती.

चूपचाप.

त्याने कधी तिला स्वयंवरात जिंकले, कधी पट्टराणी केले. कधी तो तिच्यासाठी वृक्षांना बिलगून रडत होता. कधी तिला चितारोहण सुचवत होता. गर्भवती अवस्थेत कधी तिला पुन्हा वनांतराला पाठवत होता. शेवटी तिने स्वत:चे अस्तित्वच नष्ट करून टाकले होते. ज्या धरतीची ती कन्या होती; त्या धरतीतच ती विलीन

झाली नव्हती? तिने कुठे, कधी शापवाणी उच्चारली?

स्तब्ध झालेल्या सावलीला त्या धरतीच्या कन्येची साथ आठवली. सावलीही त्याच मातीत जन्मलेली, जगलेली, प्रेमाचा वसा घेतलेली.

आणि शाप कुणाला द्यायचा? त्याचा विनाश तर हतभागी सावलीने असहायपणे पाहिला होता. त्याचा विनाश!

हा तिचाही विनाशच होता. त्याची साधना पूर्ण झाली असती, तर त्याच्यासोबत ती पण देवलोकामधली दिव्य सावली बनली असती.

तीही एक साधिका होती. त्याची नजर प्रज्ञाकमळावर आणि तिची नजर त्याच्या साधनेवर होती.

विनाश तर दोघांचाही झाला होता. साधना अपूर्ण राहिली होती. ती पूर्ण होण्यासाठी पुन्हा कैक योजने प्रकाशाच्या शोधार्थ वणवण करावी लागणार होती. हतभागी दोघेही.

ज्यांनी त्याचा सर्वनाश केला ती माणसे किती स्वार्थी, किती क्षुद्र होती! सावलीने त्यांचा विचार करावा, अशी ती कुणीच नव्हती. त्यांना जे मिळाले होते ते त्या दिव्य वृक्षाचे भग्न अवशेष. त्या अवशेषांमध्ये त्याचा आत्मा कधीच नव्हता.

सावलीला आठवले. त्या सर्वांनी त्याच्यावर झडप घातली तेव्हा तो किती बावरला होता! त्याची भिरभिरती नजर सतत शोधत होती, त्याचे हरवलेले दिव्य प्रज्ञाकमळ!

त्याची हरवलेली सावली!

'माझं दु:ख कुणाला समजतच नाही.'

तो म्हणत नव्हता? पण... पण त्याच्या दु:खाशी स्वार्थी माणसांचे सोयरसुतकच नव्हते. त्यांना संचय करायचा होता, वंशाच्या उद्धारासाठी! आणि का करू नये? त्यांना इतकी जवळीक त्यानेच करू दिली नव्हती?

सावलीने नि:शंक मनाने धरतीत उडी घेतली. धरतीवरचे स्वत:चे अस्तित्व संपवले. त्या लग्नाशी तिचा आता काहीच संबंध उरला नव्हता. यानंतर कुणी तिचा द्वेष करणार नव्हते.

तिला कुणी नष्ट करू शकणार नव्हते. मुळाचा आणि सावलीचा चिरप्रवास सुरू झाला होता. एकमेकांना आधार देत! एक स्थितप्रज्ञ प्रवास! प्रकाशाच्या शोधार्थ; एक साधना! सुरू झाली होती.

◆

चर्चमधले मास संपले आणि सारी माणसे घराकडे परतू लागली. उंच टेकडीवरचे चर्च आणि आजूबाजूच्या तिन्ही बाजूंना खाडीचे पाणी. टेकडी उतरून खाली आले की हाय- वे लागत असे. त्या हाय-वेच्या पलीकडच्या दाट झाडीत छोटी छोटी गावे होती. वाड्या असाव्यात- तशी एकमेकांना लागूनच. मग त्या वाड्यांचेच एक गाव बनले होते. आज रविवार. आज त्या गावाचे सारे लोक संध्याकाळच्या प्रार्थनेसाठी गावालगतच्या त्या उंच टेकडीवरच्या चर्चवर जमत असत. आठवडाभर प्रत्येक जण आपल्या गाठीभेटी या रविवारीच- मग प्रार्थनेच्या निमित्ताने जमताना होत असत. आठवडाभर कामाच्या रगाड्यातून थकून गेलेल्या त्या सर्व कष्टकरी माणसांना ही रविवारची संध्याकाळ- हवीहवीशी वाटत असे. तिथेच भेटत असे मोकळी भरारती खारी हवा... जवळपासच्या खेड्यांमधले स्नेही सोबती...

प्रार्थनेतून मनाला लाभणारी उभारी... शांती,

आणि फादर रॉबर्ट!

फादर रॉबर्ट! उंच, धिप्पाड, त्यांची पांढरी दाढी आणि चेहऱ्यावरची ममता—

त्यांचा धीरगंभीर पण करुण असा आवाज!

त्या आवाजातून प्रवचन ऐकताना मनाला वेगळे समाधान लाभत असे. केलेल्या दुष्कृत्यांचे, कुठेतरी पश्चात्तापांत रूपांतर होत असे. जीझसचे उदात्त जीवन, त्याचा त्याग, त्याची करुणा या सर्वांचा खोल असा हुंकार मनावर उमटत असे, जीवनाचा व्यापक अर्थ कुठेतरी स्पष्ट जागा होत असे. त्याच्या जोडीला

लेडी डायना

निळे पाणी, टेकडीवरून, भरारणारा खारा वारा आणि त्यात मिसळलेले प्रार्थनेचे स्वर—

या सर्वांच्या ओढीने माणसे प्रत्येक रविवारी चर्चच्या या उंच टेकडीवरच्या पायऱ्या चढून येत.

नुकतेच मास संपले होते. फादर रॉबर्टना अभिवादन करून सारी माणसे आनंदाने घरी परतत होती. रविवारच्या सुटीची सांगता या चर्चवरच्या प्रार्थनेतून झालेली असे. पूर्वी चर्चवर येण्यासाठी एक पायवाट होती. आता काळ्या दगडांच्या रुंद पायऱ्या होत्या. कडेने बोगनवेली फुलल्या होत्या. पांढरे, गुलाबी, लालजर्द रंगाचे कपडे घातलेली माणसे त्या हिरव्यागार झाडीतून फुललेल्या हालत्या, रंगीत फुलांच्या गुच्छाप्रमाणे दिसत होती.

चर्चलगतच्या उंच पायरीवर कठड्याला टेकून फादर उभे होते. वाऱ्याने त्यांचा पांढरा झगा, पांढरी दाढी भुरुभुरु उडत होती. त्या पायऱ्या उतरणाऱ्या माणसांकडे फादर समाधानाने पाहत होते.

इतक्या माणसांना चर्चची ओढ लागली होती.

त्यांनी प्रार्थना केली होती.

शांतीसाठी—

त्यांनी करुणा भाकली होती.

शांतीमय जीवनासाठी!

समाधानाने माणसे घरी परत जात होती.

पण—

त्यांना प्रवचन सांगणारे फादर मात्र—

मनातून अस्वस्थ होते. एक अस्वस्थता—

अनेक प्रश्न— नेहमीच समोर—

ज्या प्रश्नांना फादर रॉबर्टजवळ उत्तरे नव्हती.

ज्या प्रश्नांनी त्यांच्या जीवनाचा तळ ढवळून टाकला होता.

फादर त्या निळ्याशार पाण्याकडे एकटक नजरेने पाहत होते.

चर्चच्या पिछाडीकडे, कठड्याकडेला टेकून डायनाही त्या निळ्याशार पाण्याकडे एकटक नजरेने पाहत होती. मनातला आठवणींचा महासागर उचमळत होता. नेहमीप्रमाणेच.

आज रविवार!

रविवारच्या या क्षणी आल्बर्तू नेमके काय करत असेल? चर्चवर गेला असेलच?

कसे असेल ते चर्च?

या चर्चप्रमाणेच तिथे पण असे निळेशार पाणी असेल का?

हे निळे पाणी बघून आपल्याला आल्बर्तूचे निळे डोळे आठवतात, प्रेमभावनेने ओथंबून वाहणारे. हे निळे आभाळ बघून, त्याला आपली आठवण होत असेल का?

'तुझी माया, या निळ्या आभाळागत आहे, डायना.'

डायनाला आल्बर्तूची आठवण झाली. त्याच्या आठवणीने डायना, नेहमीच अस्वस्थ होऊन जायची, पंचवीस वर्षे!

पंचवीस वर्षांपूर्वी भेटलेला आल्बर्तू— आज पण डायनाच्या मनात ताजा, टवटवीतपणे उभा होता. पहिल्या भेटीसारखाच.

या चर्चमध्ये आल्यावर ही निळी खाडी दृष्टीला पडे. खारा वारा अंगाला झोंबे, चर्चबेलचा आवाज वातावरणातून मनाच्या गाभाऱ्यात उतरे, फादर रॉबर्टची धीरगंभीर वाणी मनाला भिडे तशी—

डायना आल्बर्तूच्या आठवणीने व्याकूळ होऊन उठे. तशात कुवेतमध्ये वॉर सुरू झाल्याच्या गजाली गावभर चालल्या होत्या.

तो कुणी सद्दाम हुसेन— सालाझार सारखाच होता. महत्त्वाकांक्षी!

त्याच्यामुळेच युद्ध सुरू झाले होते आणि 'सारं जग भयभीत झालं आहे' असं गावातले लोक म्हणत होते. युद्धाच्या विचारांनी डायना जास्ती अस्वस्थ झाली होती.

या युद्धात आल्बर्तूला लढावे लागले तर?

कसे समजेल आपल्याला?

ही युद्धे होतात तरी का?

विचारावे का फादरना?

''फादर''—

फादरनी चमकून पाहिले. डायना चर्चच्या पिछाडीकडून फादर रॉबर्टच्या दिशेने येत होती. निळी खाडी, काळपट निळे आकाश— आणि शाईसारख्या रंगाचा गर्द निळा झगा घातलेली डायना— नेहमीप्रमाणेच हरवून— आपल्याच तंद्रीत असणारी डायना!

सारा गाव तिला लेडी डायना म्हणत असे. पोर्तुगीज राजवटीतल्या कांपितांव आल्बर्तूची प्रेयसी डायना! पोर्तुगीज राजवट पत्त्याच्या पानांसारखी कोसळून पडली आणि पोर्तुगीज सैन्य जहाजाने, विमानाने पोर्तुगालला गेले. त्यामध्येच डायनाचा कांपितांव आल्बर्तू पण निघून गेला होता, त्याच्या जाण्याने डायना वेडी झाली होती.

'या भूमीवरचा पोर्तुगीज राजवटीचा सूर्य कधी मावळणारच नाही,'

असा आल्बर्तूला विश्वास होता. सर्वांप्रमाणेच. तसाच आल्बर्तू! आपल्याला

कधीच सोडून जाणार नाही, असा भाबड्या डायनाला विश्वास होता. ती तिचा कांपितांव आणि त्या दोघांचा लहानगा फ्रँक— इतकेच डायनाचे छोटे भावविश्व होते. त्या विश्वाचा इथल्या राजवटीशी काहीच संबंध नव्हता. पण त्या राजवटीचा मात्र इथल्या जीवनपद्धतीशी दाट संबंध होता. म्हणूनच पोर्तुगीज राजवटीचे कोसळणे, कांपितांवचे इथून निघून जाणे यांचा डायनाच्या जीवनावर खोल परिणाम झाला होता. याच गावची भोळीभाबडी डायना, त्यानंतर 'वेडी डायना' म्हणून ओळखली जाऊ लागली आणि पोर्तुगीज राजवट जाऊन आता पंचवीस वर्षे झाली होती— तरी डायना कांपितांवला विसरत नव्हती.

त्याची वाट पाहत भिरभिरत होती.

त्याने दिलेले झगे, बूट, भांगर— सणासुदीला वापरत होती. फ्रँकला पोर्तुगालला पाठवायचे स्वप्न पाहत होती. लोक तिला कुचेष्टेने लेडी डायना म्हणत असत. प्रिन्स आल्बर्तूची ही लेडी डायना, त्या वस्तीत— सर्वांना परिचित होती.

निळ्याशार डोळ्यांची, निळा झगा घातलेली डायना फादर रॉबर्टच्या समोर उभी होती. आकाशाचा आणि पाण्याचा संमिश्र तुकडाच जणू! फादर रॉबर्टना या भाबड्या मुलीबद्दल ममता वाटत होती. एका गोवेकरासाठी चार पोर्तुगीज सैनिक— या प्रमाणात या भूमीवर पोर्तुगीज सैन्य आघात करून समुद्रापार गेलेही होते. इथल्या अनेक स्त्रियांची जीवने उद्ध्वस्त झाली होती.

या संबंधातून अनेक बेवारशी मुले जन्माला आली होती. पोर्तुगीज आणि गोव्याच्या संस्काराचा वारसा घेऊन या भूमीवर अनौरस म्हणून मोठी होत होती, इथल्या समाजजीवनाला एक वेगळे जळमट चिकटल्याप्रमाणे! आणि या सर्व अनर्थावर काही उपायच नव्हता. ते सारे स्वाभाविक— नैसर्गिक— असेच असणार होते. इतर स्त्रिया या पंचवीस वर्षांत भूतकाळ विसरून गेल्या होत्या. नव्या बदलाला सरावल्या होत्या.

फक्त डायना!

ते वेडे स्वप्न उराशी बाळगून होती.

या पंचवीस वर्षांतलं बदललेलं जग तिच्या गावीही नव्हतं— आता ती पन्नाशीला पोहोचली होती. केस रुपेरी झाले होते. शरीर स्थूल झाले होते. फ्रँक आता तीस वर्षांचा झाला होता. पण डायना मात्र तिथेच होती. कांपितांव तिच्या विश्वातून कुठे गेलाच नव्हता. या मुलीबद्दल फादरना आपलेपणा होता. ते तिला धीर देत. तिच्या भावविश्वाला जपत असत. डायना प्रार्थनेला आली की फादरना समाधान वाटत असे. या मुलीला प्रार्थनेतूनच बळ मिळणार होते.

"प्रार्थना झाली डायना?"

फादरनी विचारले.

"होय फादर."

"काय मागितलंस प्रार्थनेतून?"

"तुम्ही जाणा फादर. आणखीन काय मागणार? माझा कांपितांव परत येऊ दे. पाड पडो हे गव्हर्न्मेंट. केवढी महागाई झालीये फादर? नुस्ते नारळ, तांदूळ, मिरची, तेल, काहीच स्वस्त नाही. पूर्वी पोर्तुगीज अस्ताना? रुपायांक शंभर बांगडे आणि गावच्या रघू शेटीच्या पसऱ्यावर सेंटाच्या बाटल्या! सँपल म्हणून कपडे फॉरेनहून— माझ्या फ्रँकला मी कोटच शिवलान् ते तुकडे जोडून. ते दिवस किती बरे होते फादर? पुन्हा तसले दिवस यावेत— म्हणून तर प्रार्थना करायची. खरंय ना फादर?"

पुन्हा एक नवा प्रश्न!

या माणसांनी शांतीसाठी, आत्म्याच्या सुंदरतेसाठी निरागस मनाने प्रार्थना करावी— असे तर फादरना मनापासून वाटत असे. पण प्रत्येक माणूस प्रार्थना करतो का? फादरची नजर समुद्र खाडीच्या पलीकडच्या टेकडीवरून चमकणाऱ्या नवनाथ मंदिराच्या कळसाकडे गेली. तेथे पण भजने, कीर्तने, प्रार्थना होतातच की! पण प्रत्येकाचे हेतू वेगळे. तशात आजच्या बदलत्या राजकीय परिस्थितीत चर्च व मंदिरात होणाऱ्या प्रार्थनेचे संदर्भच बदलून गेले होते. "फादर मी प्रार्थनेत म्हणाले की, पुन्हा लिहालं भरून गोरे सैन्य येऊ दे. आणि त्यामधून माझा कांपितांव परत येऊ दे. मग समजेल सर्वांना. मला वेडी लेडी डायना म्हणतात ना हे काळतोंडे? पाड पडो त्यांचं. येईल ना तो फाऽदर?"

"येईल बरं डायना. नक्कीच येईल. तुझ्या प्रार्थनेत ते बळ निश्चितच आहे. लोकांकडे लक्ष देऊ नकोस. बरं आता घरी एकटी कशी जाणार? अंधार झाला. सगळे गेले केव्हाच. असा उशीर करू नये."

"फादर, मी मुद्दामच मागे राहते. मला नाही आवडत त्यांच्या गजाली. इथे आले की कांपितांवच जणू मला भेटतो. असाच समुद्र, असं चर्च असेल ना त्याच्या गावी? तो पण अशीच माझी आठवण करत असेल ना? याच वेळी?"

"होय डायना. असंच असेल सर्व."

"नाही फादर तिथे तुमच्यासारखे चांगले फादर कसे असणार? सगळे फादर फर्नांडिस! मी त्यांच्या भीतीने इथे येतच नव्हते. तुम्ही खूप चांगले आहात फादर. मी येते ती फक्त तुम्हाला भेटायला. आता पुढच्या रविवारी येईन हं. देव बरं करो फादर."

डायना भराभर पायऱ्या उतरून घरी जात होती. आज तिचे मन आनंदाने भरून गेले होते. आजची संध्याकाळ खूपच छान गेली होती. फादरच म्हणाले होते की, कांपितांव येणारच एक दिवस. फादरचे म्हणणे खरे होणारच होते. डायनाचे मन

उत्साही झाले.

'या रे मोगा—

योय रे माका— मोगाचे दोळे लाय रें माका—'

टेकडीच्या पायथ्यालगतचा हाय-वे ओलांडून डायना गावात पोहोचली, तेव्हा दिवेलागण झाली होती. तशात आज रविवारची संध्याकाळ. माणसे आरामात व्हरांड्याच्या बलकांवर वल्तैरांत विसावली होती. रेडिओतून येणारे संगीत ऐकत होती. फ्रँकही आला असणार होता. डायनाला एकाएकी अपराधी वाटू लागले.

बिचारी माय!

मायच्या आठवणीने डायनाचे डोळे भरून आले. ही माय होती म्हणून डायना होती. डायना! मायची एकुलती एक मुलगी! किती प्रेमाने वाढवली होती मायने. नवऱ्याच्या मागे विधवा मायला फक्त डायनाच होती आधारासाठी. तिला शिकवावे, चांगल्या घरात तिचे काजार करून द्यावे हीच एक मायची इच्छा होती; पण अचानकपणे कांपितांव आल्बर्तू डायनाच्या जीवनात आला. चक्रीवादळाने घेरून टाकावे असे मायचे घर कांपितांवच्या येण्याने हादरून गेले. आपल्या भाबड्या लेकीची परोपरीने समजूत घालण्याचा मायने प्रयत्न केला होता. डायनासाठी चांगल्या तालेवार घराण्यातली मुले मायने पाहून ठेवली होती; पण डायना कांपितांवच्या प्रेमात आकंठ बुडाली होती. त्या दिवशी ओल्ड गोवा फेस्ताला म्हणून गेलेली डायना घरी येताना पार बदलून आली होती. त्यानंतर ते सर्व थांबवणे मायच्या हाती उरलेच नव्हते. आल्बर्तू घरी येऊ लागला. स्वभावाने तो चांगला होता. तो मायची काळजी घ्यायचा. डायनावर प्रेम करायचा. छोट्या फ्रँकला जपायचा. सारे ठीक होते. पण मायच्या मनाला न पटणारे होते.

अचानक कांपितांव मायदेशाला निघून गेला. डायनासारख्या इतर अनेक मुली पोर्तुगीज सैन्याच्या जाण्याने बेवारशी झाल्या. भीक मागू लागल्या. डायना वेडीपिशी झाली. छोटा फ्रँक बावरून गेला. फक्त माय! मायच उभी होती. घट्टपणे चर्चबेलसारखी! धीरगंभीर. तिने स्वत:बरोबर डायना व फ्रँकलाही सावरले. देवदयेने पेज-पाणी कधी कमी पडले नव्हते. इतरांसारखी दयनीय अवस्था भोगण्याची पाळी आली नव्हती. कांपितांवच्या येण्याने उठलेले चक्रीवादळ मायने निश्चयाने पार केले होते. डायना सावरली होती. फ्रँक आता तीस वर्षांचा झाला होता.

माय ओसरीवरच्या वल्तैरांत बसून, रोझरीचे मणी ओढत होती.

'दी माका तुजो आधार

मुज्या चुकींचो उगडास करुंक—

दु:ख दवरुंक - आणि निश्चेव करुंक—'

माय पुटपुटत होती. डायनाला येताना मायने पाहिले. क्षणभर प्रार्थना थांबली.

फक्त बोटे मण्यांवरून फिरत होती.

"उशीर झाला माय. काळजी केलीस ना?" मायने उत्तर दिले नाही. डायनाच घरात गेली. बाथरुमात गरम पाण्याचा हंडा होता. हातपाय धुऊन डायना खोलीत आली. कपडे बदलण्यासाठी तिने कपाट उघडले. डायनाचे सारे विश्व त्या एका कपाटात साठलेले होते. भिंतीलगतचे भले थोरले, आरशाचे कपाट— कांपितांवने खास डायनासाठी बनवून घेतले होते. ते रिकामे कपाट भरून टाकण्यासाठी मग कांपितांवने एकच धांदल उडवून दिली होती. दर शनिवारी संध्याकाळी तो घरी येत असे. येताना टॅक्सी भरून सामान आणत असे. डायनासाठी मोठे मोठे झगे, बूट, इअरिंग्ज, परफ्यूम्स; फ्रँकसाठी चॉकलेट्स, खेळणी, कपडे; मायसाठी पोर्ट वाइन, टिन फूड, मासळी, चीज-बटर— शनिवारी कांपितांव घरी आला की घर प्रसन्न होत असे. डायना नववधूसारखी सजत असे. शनिवारी संध्याकाळी मग कधी मिरामर बीच किंवा डोनापावलावर फ्रँकला घेऊन ते दोघे जात असत. एकमेकांच्या सहवासाची झिंग चढत चढत पहाट होत असे. रविवारची सकाळ जास्ती सुंदर बनत असे. फ्रँकला घेऊन कांपितांव पोहायला निघायचा. ते दोघे परत येईपर्यंत माय, डायनाने शागुती रांधलेली असे. त्याचा वास घरभर सुटलेला असे. त्या वेळी चर्चवर जाण्याइतका डायनाला वेळ कुठे होता? मग जेवणाच्या टेबलावर प्लेट्स मांडल्या की जेवणाआधी माय सर्वांसाठी प्रार्थना करत असे.

'ह्या जेवणाचेर तुजो आशीर्वाद घाल सायबा

आनी आमका दिलांय तोशें हेरांकुय दी म्हूण आमी मागतांव - आमेन.'

कपाटात हँगरवर वेगवेगळे झगे लटकत होते. खालच्या शू-रॅकवर पातळ कागदात शूज गुंडाळून ठेवलेले होते. दरवाजाच्या आतल्या लाकडी खणात, किती प्रकारची घड्याळे ठेवली होती. एका मखमली पेटीत मोत्यांचे एकसर, भांगराचे नेकलेस, ब्रेसलेट्स—

सारे सारे डायनाने जपून ठेवलेले होते. या साऱ्या वस्तू समोरच होत्या. अगदी नव्या कोऱ्या ताज्या. काही वस्तू न वापरलेल्यादेखील— त्या साऱ्या वस्तूंमधून कांपितांवचे प्रेम भरभरून जाणवत होते. ती प्रत्येक वस्तू म्हणजेच एक सुरेख आठवण होती. ती छत्री! जी त्याने नेहमी, स्वत: डायनाला उन्हाचा त्रास होऊ नये म्हणून तिच्यावर धरली होती. त्या परदेशी मनीपर्सेस ज्या त्याने नेहमी नोटांनी भरून टाकल्या होत्या. त्याचे, तिचे फोटो—

हे सारे समोर असताना, काय काय म्हणून विसरायचे? आणि कसे? का?

ते सारे भावविश्व खरे होते. आजही डायना अनुभवत होती. ती पहिली भेट—

ओल्ड गोवा फेस्ताच्या वेळी चर्चमध्ये जाणाऱ्यांची मोठी रांग उभी होती. डायना आणि तिच्या मैत्रिणी अशाच त्या एका रांगेत उभ्या असताना, तिने

कांपितांवला प्रथम पाहिले होते. निळा सूट, टाय घालून, हातात कॅन्डल्स घेऊन तोही एका रांगेत उभा होता. दोन्ही रांगा समोर समोरच येत होत्या— तसतसे त्या दोघांच्या मनातले अंतर कमी होत होते. चर्चमध्ये एकदमच जाता आले. परिचय झाला. घरी परत जाताना सर्व जणींना आपल्या गाडीतून त्याने पोहोचवले होते. डायनाचे नाव, घर पत्ता— तोवर त्याच्या मनात पक्का झाला होता. बघता बघता डायना, त्याच्या प्रेमात आकंठ बुडून गेली होती. गावभर चर्चा झाली होती. मायने संताप करून घेतला होता. मग हळूहळू सर्व शांत झाले होते. त्याचे घरी येणे मग मायने पत्करले होते. गावाला पण त्याच्या येण्याचा सराव झाला होता.

मूळचा शेतकरी कुटुंबामधला, साधा सरळ मनाचा आल्बर्तू! सैन्यात दाखल झाला होता. सैन्यातून गोव्यात पोहोचला होता आणि या भूमीवर तो पार खूश झाला होता. इथले समुद्रकिनारे, धडकणाऱ्या लाटा, उंच झुलणारे माड, लाल माती, हिरवीगार भातशेती, काळी, कष्टाळू, पापभीरू मनाची माणसे हे सर्व आल्बर्तूला खूपच आवडून गेले होते. सैन्याला फार काही काम नव्हतेच. मोकळा वेळ भरपूर होता. आल्बर्तूचे मन रमले होते. नाहीतर पोर्तुगालला त्याचे होतेच कोण? त्याच्या वाटणीची थोडी शेती त्याचे चुलतभाऊ करत होते. घर आता कशा अवस्थेत होते कोण जाणे? या दोलायमान अवस्थेत असतानाच अवचित ही डायना भेटली होती. आता यानंतर आल्बर्तू इथेच राहणार होता. इथेच घर बांधणार होता. डायना आणि फ्रँक हेच त्याचे नातलग होते. सेवानिवृत्तीनंतरचे जीवन त्यांच्या सोबतीनेच आनंदाने घालवता येणार होते. म्हणूनच तो फ्रँकला चांगले संस्कार देत होता. डायनावर मनापासून प्रेम करत होता.

कपाट उघडून, आतमधल्या विश्वात पार हरवून गेलेल्या डायनाला सारे आठवत होते. ते स्वप्न तिने आणि आल्बर्तूने अनेकदा बघितले होते. ते विसरायचे कसे? पंचवीस वर्षे झाली म्हणून काय झाले होते? स्वप्नांना कधी वय असते की ती कधी म्हातारी होतात? तसे असते, तर माणसांनी स्वप्ने पाहणेच सोडून दिले नसते? लोक वेडी म्हणतात, म्हणू देत. पण म्हणून डायनाने आपले वाट बघणे सोडून देऊन, कठोर वास्तव का म्हणून स्वीकारायचे? तो येणारच होता. त्या दिवशी अचानक इंडियन सैन्य गोव्यात शिरले होते आणि पोर्तुगीज सैन्याला परत मायदेशी जाणे भाग पडले होते. कुणाचा कुणाचाच निरोप घेता आला नव्हता. सारा गोवाभर एकच गोंधळ उडाला होता. कुणी घरावर दिव्यांची रोषणाई केली होती. कुणी काळोखात गप्पगार बसून राहिले होते. कोणी घरावर इंडियन झेंडे लावत होते, तर कुणी घरामधले, दुकानामधले सालाझाराचे फोटो लपवत होते; पण डायनाला कशाचेच भान उरले नव्हते. आल्बर्तू गोवा सोडून गेला होता. तिला न भेटताच निघूनही गेला होता. डायनाच्या दु:खाला पार उरला नव्हता.

आल्बर्तू— आ—ल्ब— र्तू— त्या सर्व आठवणींनी डायना फुटून रडत होती. कपाटाच्या फळीवर डोके टेकवून ती स्फुंदत होती. आता ती पंचविशीतली डायना नव्हती. हे खरे होते - पण तिचे प्रेम अजूनही तसेच होते. स्वच्छ. कोवळे. तरल—

"ममा ऽ ऽ ऽ ऽ ऽ मम्मा—" बाहेरून फ्रँक हाका मारत होता. डायना भानावर आली. तिने गडबडीने कपाटामधून नाइट गाउन काढला. टॉवेलने तोंड स्वच्छ पुसून घेतले. केसांवरून फणी फिरवली आणि दरवाजा उघडून जेवणाच्या खोलीत ती आली. फ्रँकने जेवणाचे टेबल मांडले होते. मधोमध पांढरी जांभळी ॲस्टरची फुले फुलदाणीत सजवली होती. गोल टेबलावर पांढरा लेसचा टेबलक्लॉथ घातला होता. जेवण गरम करून, काचेच्या भांड्यातून टेबलावर आणले होते. डायना जेवणघरात येताच त्याने तिची खुर्ची बाहेर ओढली.

"बैस मम्मा." ते सर्व बघून डायनाला लाजल्याप्रमाणे झाले. खरेतर हे सर्व काम तिने करायचे होते. फ्रँक किती दमून येतो. माय किती थकलेली होती. आजवर मायने आधार दिला, पहाडासारखी सर्व संकटांत ताठ उभी राहिली. प्रचंड कष्ट केले. फ्रँक जो आज इतका ताडामाडासारखा उंच झाला आहे तो केवळ मायने त्याच्या केलेल्या निगराणीनेच! आपण काय केले?

तर आल्बर्तूच्या नावाची माला जपत राहिलो.

ना म्हाताऱ्या मायची काळजी घेतली.

ना अजाण वयाच्या फ्रँकची.

उलट या सर्वांनी मात्र—

मात्र आपल्याला किती जपले?

या जीवघेण्या फीट्स— ती महागडी औषधे—

त्या सर्व गोष्टींची आठवण येऊन डायना मनातून शरमून गेली. फ्रँक, मायला आणण्यासाठी बाहेरच्या व्हरांड्यात गेला होता. तोवर डायनाने कॅन्डल पेटवून जेवणघरातल्या जीझसच्या फोटोसमोरच्या कॅन्डलस्टँडवर ठेवली. मायची खुर्ची बाहेर ओढून ठेवली.

"बैस माय."

फ्रँकने म्हाताऱ्या मायला खुर्चीवर बसवत म्हटले. डायनाने प्लेट्समध्ये जेवण वाढायला सुरुवात केली. मोठाली काळुंदरे व्हिनीगर लावून तळली होती. चिंबोऱ्याची लाल तिरवट, शागुती बाउल्समध्ये वाढत होती. माय प्रार्थना करत होती-

'देवा, हांव तुका आरगां दिता—

दी माका तुजो आधार—'

प्रार्थना झाल्यावर त्या तिघांनी जेवायला सुरुवात केली. थोडा वेळ कुणीच

बोलत नव्हते.

फ्रँक म्हणाला,

"मम्मा, आज जेवण छान झालंय. आज खूप दिवसांनी तू मनापासून रांधलंस. खरं ना माय?"

डायना हसली. माय पण, चवीने मुटुमुटु जेवत होती. डायना म्हणाली, "फ्रँक जाणा तूं? आज सुझी आली होती चर्चवर, काळतोंडी. खूप घाबरलीये, पोरं कुवैतमध्ये अडकलीत आणि वॉर सुरू झालंय ना? बरं झालं. फार घमेंड होती तिला. सगळे भुरगे धाडलेन् फॉरिनला, पैसा पाहिजे. चैन पाहिजे. आता बसलीये रडत."

डायना बोलतच राहिली असती पण फ्रँकने तिला थांबवले. तो म्हणाला,

"माय सुझीने मुलांना मुद्दाम धाडलं नाही. त्यांना जावंच लागलं, इथे राहून काय करणार होते?"

"का? तू नाही इथे राहिलास?"

"माझी गोष्ट वेगळी आहे माय. मी मुळात इथेच शिकलो. मी शाळेत गेलो तो इंग्रजीतून शिकायला लागलो; पण सुझीच्या मोठ्या दोन मुलांनी पोर्तुगीज भाषेतून त्यांचं शिक्षण पूर्ण केलं होतं. त्यानंतर ती भाषा, ते शिक्षण निरुपयोगीच झालं. पुन्हा इंग्रजीतून नव्याने सुरुवात करण्याची जिद्द नाही आणि शिक्षण पूर्ण घेतलेल्या मुलांना माडावर चढून रेंदेरपण करणं कसं आवडणार? फार पंचाईत झाली त्या मुलांची. कारण सर्व हातावरची पोटं असणारेच आहोत आपण! मग या मुलांनी काय करायचं? म्हणून गेली आहेत परदेशात. तिथे काही खूप सुखात नाहीत ती. कष्ट आहेत तिथे भरपूर. तशात वॉर सुरू झालं."

"पण फ्रँक, त्या वॉरचा पोर्तुगालशी काहीच संबंध नाही. फादरच म्हणाले. मग सांग फ्रँक, तू कधी जाणार पोर्तुगालला?"

डायनाने नेहमीचा प्रश्न विचारला.

"पोर्तुगालला? कशासाठी, मम्मा?"

"अरे, कशासाठी काय विचारतोस? तुझे पापा आहेत तिथे. त्यांना भेट. तिथे नोकरी कर. इथे कसली नोकरी मिळणारेय? या काळ्या लोकांत?"

"मी जायचं, मम्मा? पप्पांना भेटायला? पत्ता आहे त्यांचा? की त्यांना माझी आठवण आहे?"

"आठवण का असणार नाही? तू त्यांचा लाडका फ्रँक आहेस."

"आहेस नव्हे. होता म्हण, मम्मा. पंचवीस वर्षं झाली त्यांना इथून जाऊन. त्या वेळी सक्तीने जावं लागलं असेल, हे खरं मम्मा. पण त्यानंतर त्यांना कुणी सक्ती केली नाही तिथेच राहण्याची. दोन्ही देश स्वतंत्र आहेत. कितीतरी माणसं येतात.

पप्पांना यायचंच असतं, तर केव्हाच आले असते.''

''अरे, पण काही अडचण असेल!''

''अडचण एकच, मम्मा. त्यांना आपल्या मायदेशाचा मोह पडला. त्यांची भूमी भेटली. सोयरी भेटली. स्वत:चं घर मिळालं. मग कोण येणार पुन्हा इथवर? कदाचित लग्न केलं असेल; कदाचित— आणखीन एखादा फ्रँक जन्माला आला असेल— तिथे जाऊन मी काय करणार?''

फ्रँकचे बोलणे ऐकूनच डायनाच्या हातांमधला चमचा थरथरायला लागला.

''असं होणार नाही, फ्रँक. असं होणार नाही.''

''असंच झालंय, मम्मा.''

फ्रँक आग्रही स्वरात म्हणाला. डायनाच्या डोळ्यांतून अश्रू टपटपायला लागले. फ्रँक तिला समजावत म्हणाला,

''मम्मा समजून घे गं तू? समजून घे एकदा पक्कं कर, ते आता येणार नाहीत. म्हणजे दु:खच संपलं. आशा खूप वाईट असते, मम्मा. म्हणून मी चर्चवर येत नाही. त्या प्रार्थनेने आशा लागते. प्रार्थना वाईट नव्हेच. पण ती प्रार्थना आपण शुद्ध मनाने थोडीच करतो? हेतू ठेवून करतो आणि कृती विसरतो. प्रार्थना चर्चमध्ये नसते, मम्मा. प्रार्थना कृतीत असते.''

डायना लक्ष देऊन फ्रँकचे बोलणे ऐकत होती.

''कृतीत म्हणजे?'' मायने विचारले.

''म्हणजे असं माय, तू रोज देवाजवळ प्रार्थना करते की सर्व चांगलं होऊ दे. पण चांगलं होऊ दे म्हणजे नेमकं काय? तर मम्मा म्हणाली तसं मी पोर्तुगालला जाणं नव्हेच. तर मी इथेच राहणं. कारण ही आमची भूमी आहे. तू, ग्रॅन्डपा, ही मम्मा आणि मीसुद्धा इथेच आपले जन्म आणि इथेच आपले दफन. मम्मा, गेल्या पंचवीस वर्षांत सर्व किती बदलून गेलंय? प्रत्येक मोठ्या गावात आता शाळा आहेत. तालुक्याला कॉलेज आहेत. मुलं, मुली शिकत आहेत. हे आपलं राज्य आहे, मम्मा, गोयंकारांचं राज्य? आपला गोवा स्वर्ग आहे, मम्मा. तू आपल्या दु:खात चूर होतीस. कधी डोळे उघडून, स्वच्छ नजरेने बाहेरचं मोकळं, बदलतं वातावरण बघितलंच नाहीस. ही माय फक्त काम करत राहिली; पण मी मात्र समाजात वावरत होतो. कुणीच मला बाटगा, बिनबापाचा म्हटलं नाही की कुणी हिणवलं नाही. उलट चांगले मित्र होते. चांगले प्रोफेसर्स भेटले. त्यांनी वाचनाची आवड लावली. खरंच मम्मा, पोर्तुगालपेक्षा या एवढ्याशा भूमीला खूप चांगला इतिहास आहे. इथे कदंब राज्य होतं; अशोक, विजयनगरची साम्राज्यं इथवर पोहोचली होती. मराठे येऊन गेले. सारे संस्कार या भूमीवर रुजलेत, मम्मा, म्हणून मी टिकलो. पापाचा आधार नव्हता, तू अशी विस्कटलेली. तूच सांग, कुणी मला

सांभाळलं असेल?''

कुणीच काही बोलले नाही. फ्रँकच पुढे म्हणाला, ''माझ्या पुस्तकांनी. मम्मा, मी आता वकील झालोय. सिन्योर परेरांचा असिस्टंट. या शहरात सिन्योर परेरांना केवढा मान आहे, मम्मा? त्यांचा उजवा हात मी बनलोय. सारं ऑफिस मी सांभाळतोय.''

डायना आश्चर्याने ऐकत होती. हे सारे नवल केव्हा घडले? तिला त्याची कल्पनाही नसावी?

''पण फ्रँक, किती झालं, तरी हे कोकण्यांचं राज्य हिंदूंचं. शेवटी पोर्तुगीज आपल्या धर्माचे,'' माय म्हणाली.

''नाही माय. हे राज्य हिंदूंचं नाही. हे राज्य सर्वांचं. या राज्याने कधी धर्माची सक्ती केलेली ऐकलीस? उलट पोर्तुगीजांनी धर्मांतरे सक्तीने लादली. मंदिरं पाडली. धर्मप्रसार हाच हेतू समोर ठेवला. तसं आता होणार नाही. आपण सारे समान आहोत. शिवाय आपला धर्म आपण पाळत आहोतच. आपण चर्चवर जातो. प्रेअर करतो. कुणी अडवलं नाहीये आपल्याला.''

''पाड पडो इंडियन गव्हर्न्मेंट.'' डायना सवयीने पुटपुटली. फ्रँक हसला.

सर्व जण जेवून बाहेरच्या दिवाणखान्यात आले. फ्रँकने मधले झुंबर पेटवले. सारा दिवाणखाना रंगीबेरंगी लोलकांच्या प्रकाशाने झगमगून गेला होता. काही खास प्रसंगीच ते झुंबर पेटवले जाई. ते झुंबर बघून डायनाच्या डोळ्यांत अश्रू तरळले. कांपितांवनेच फ्रँकच्या पहिल्या वाढदिवसाला ते आणले होते. आज कांपितांव नव्हता. कधी येणारही नव्हता. पण झुंबर तिथेच होते. तसेच झगमगणारे! त्या झुंबराखालीच फ्रँक उभा होता. त्याने स्वत:च स्वत:ची वाट शोधली होती. स्वयंप्रकाशी फ्रँक!

डायनाला अपराधी वाटत होते. या मुलाकडे तिने दुर्लक्षच केले होते. लोक तिला वेडी म्हणत होते. काय चुकले लोकांचे? वेडी होती. स्वप्नवेडी. प्रेमवेडी. फ्रँकविषयी तिला अभिमान वाटत होता. मन भरून आले होते. कदाचित— फ्रँक म्हणतो तेच खरे होते. कांपितांवने तिकडे नवे घर वसवले असेल. नव्या जीवनात, आपल्या मायदेशी रमून एखादे पत्र, एखादा निरोप— पंचवीस वर्षांत काहीच आले नव्हते. इकडचे जग, तिकडे झाले होते. आपण खरंच वेड्या आहोत.

या विचाराने डायना हसली. स्वत:शीच.

''पण, फ्रँक, आज झुंबर पेटवलंस?''

''माय, आता सांगणार होतोच. मम्मा, आता सिन्योर परेरा येणार आहेत— आपल्या घरी.''

''आपल्या घरी? का?'' डायनाने आश्चर्याने विचारले.

"मम्मा," फ्रँक हळुवार रितीने म्हणाला.

"सिन्योरची मुलगी, जोसेफिना आणि मी एकत्र काम करतोय. आमचे प्रेम आहे एकमेकांवर. सिन्योर मुलीला घेऊन येत आहेत. तुला भेटायला, तुझी परवानगी विचारायला."

"देवा सायबा! आणि आत्ता सांगतोस?"

डायना आनंदाने किंचाळली. मायची बोटे रोझरीवरून भराभर फिरू लागली. या घरात काजार होणार होते. नववधू येणार होती. याचसाठी म्हाताऱ्या मायने श्वास धरून ठेवले होते. डायना धावत आतल्या खोलीत पळाली. आतमधल्या खोलीतले आपले आरशाचे कपाट तिने उघडले, कपाटाच्या दारात, आतल्या बाजूला कांपितांवचा हसरा फोटो चिकटवला होता.

"ओऽह आल्बर्तू. ऐकलंस तू? आपला फ्रँक लग्न करतोय? सिन्योर परेराच्या जोसेफिनाशी. तुला पणजीतलं ते मोठं चर्च आवडत होतं ना? 'काजार करायचं, तर या चर्चमध्ये असं म्हणायचास ना? तिथेच करेन मी आपल्या फ्रँकचे काजार. तू आपल्या सुनेसाठी डायमंडची रिंग फ्रँकच्या पहिल्या वाढदिवसालाच आणून ठेवली होतीस. तीच मी देईन आज जोसेफिनाला आणि ते पोपटी साटीनदेखील."

डायनाने कपाटाच्या तळाशी, पातळ मलमलीत व्यवस्थित बांधून ठेवलेला पोपटी साटीनचा तागा बाहेर काढला. कपाटाच्या खणांतून निळी मखमलीची डबी बाहेर काढली. डबी उघडताच टपोरा हिरा चमकायला लागला. डायनाच्या नजरेमधले उदास, फिकट स्वप्न त्या हिऱ्याप्रमाणेच चमकत होते. त्या स्वप्नाची पूर्तता झाली होती. कांपितांव नाही आला, तरी यानंतर त्या घरात फ्रँक आणि जोसेफिनाचे स्वप्न पूर्ण होणार होते. जोसेफिना येणार होती.

डायनाने पांढऱ्या रंगाचा लेसचा झगा चढवला. गळ्यात मोत्यांचा एकसर घातला. टपोरी मोत्यांची बुटी कानांत घातली.

"सपोन् फुलां रे माझ्या सपोन फुला"

लेडी डायना गुणगुणत होती. हातांत पोपटी साटीन व निळी मखमली डबी घेऊन डायना दिवाणखान्यात आली.

कोणत्याही क्षणी आता जोसेफिना येणार होती. जोसेफिना!

डायनाचे प्रफुल्लित स्वप्न!

◆

खूप वर्षे नोकरीनिमित्त शहरात गेली
होती. शहराचं आकर्षण मनाला कधीच नव्हतं.
त्यातून मुंबई! महानगरी! इथे दिवस-रात्र
माणसाला मुळी स्थिरता नाही. श्वास घेणं
ही एक नैसर्गिक, शारीरिक क्रिया म्हणूनच
ती चालू असते. चालू असते, म्हणून माणूस
धावत असतो पण या शहरात चालणाऱ्या
माणसाला, मग धावण्याचीच सवय लागते.
शेकडो, हजारो धावणारी माणसं, हो माणसंच.
तिथे स्त्री, पुरुष असा फरक नाही. धावपट्टी
एकच, गती एकच. खूप कंटाळून गेले
होते. सेवानिवृत्त होण्याआधी व्हॉलेंट्री
रिटायर्डमेंटची योजना जाहीर झाली आणि
मी त्याचा स्वीकार केला. सेवानिवृत्तीनंतर
पुन्हा आपल्या खेडेगावी जाऊन राहायचं हे
तर केव्हाच मी ठरवून ठेवलं होतं. तिथे
जुनं घर होतं. सुटीत जाता-येताना माझं
घर, मी सजवत होते आणि आता तर
खरोखर सेवानिवृत्त होऊन माझ्या गावी,
माझ्या घरी आलेही होते. जगामधली सर्वांत
सुखी स्त्री! स्वतःला पुरेल इतकं पेन्शन,
स्वतःचं घर आणि हवी असणारी शांती!
सभोवताली मन प्रसन्न करणारा निसर्ग!
संसाराच्या सर्व जबाबदाऱ्या पूर्ण झालेल्या.
या अवस्थेला वानप्रस्थाश्रम म्हणायचं.
वानप्रस्थाश्रम म्हणजे अरण्यवास. अरण्य
म्हणजे रण नसलेलं जीवनाचं आणि या
रणांगणाचं पानिपत! सारं आता खूप दूर
गेलं होतं. खरं जीवन, तर दुःखाच्या
पलीकडेच असतं. ते जीवन शोधण्याचा
एक प्रयत्न सुरू होता. ऊन-सावलीसारखं
मन सुखदुःखाच्या आठवणीतून सरकत होतं.
एक शोध! इतकी वाटचाल करूनही शोधच?

कमळाची
कविता

की शोध म्हणजेच होतं जीवन?

मन असं धूसर, धूपछांव असताना आषाढ घनात वीज चमकावी तशी ती मला अवचित दिसली. उंचापुरा बांधा, रुंद चेहरा, गौर वर्ण, ठसठशीत गोल कुंकू!

शेताच्या बांधावर मी उभी होते आणि भात भांगलणाऱ्या बायका वाकून काम करत होत्या. हिरव्या पोपटी भाताच्या गाद्यांवर, त्यांच्या लुगड्यांचे रंग... शेताच्या सळसळीसारखीच त्यांची लवचीक हालचाल. खाली वाकून भांगलताना एका लयीत चालणारे त्यांचे हात आणि पुढे सरकणे... गीत गाणे. हे सारं मी बांधावरून बघत होते. मन भारावून गेलं होतं. 'सॉलिटरी रिपर' आठवत होती. कोण जाणे? कोणत्या घरातली होती?

'कुणाची कुणी लेक होती आणि कुठे सोबत होती. गाणारं बालपण कधी कुठेच हरवलं असेल... जीवनप्रवाहातून कुठे कुठे वाहत आलं असेल? त्या एवढ्याशा विश्वात केवढे अनुभव कोंदावून गेले असतील? चांगले की वाईट? साजरं नसलं, तरी साजरं करून घेतलं असेल? काय गात असतील त्या? मोकळं का गात नाहीत? तरी पण गात आहेत, हे काय थोडं आहे?'

त्यांना पाहत मी विचार करत होते. याच वेळी ती मला अचानक दिसली.

रुंद इरकली काठाच्या, जांभळ्या रंगाने, तिचा गोरा, गोल चेहरा उजळून गेला होता. त्या सर्वांमध्ये ती उठून दिसत होती. काय होता तिचा वेगळेपणा?

मी निरखत विचार करत होते. एवढ्यात त्यांच्या न्याहरीचा वखूत झाला होता. आंब्याच्या पाराकडे त्या चालल्या होत्या. मी पण आज सर्व दिवस शेतावरच घालवायला आले होते. सारं वातावरण मला मनस्वी आवडलं होतं. तिथल्या काटेरी पिवळ्या फुलांनी लगडलेल्या बाभळी, ओढ्यालगतची जांभळीची, उंबरचिंचांची झाडं, भाताच्या गाद्यांवरून सळसळणारी गार हवा, मधूनच एक भारून टाकणारा वेगळा असा गंध! जीव कसा हलका झाला होता.

मीही माझा डबा घेऊन, त्यांच्याकडे आले. मला पाहून, त्या थोड्या संकोचल्या. भाकरी बांधून आणलेल्या फडक्यावर हात जरा थबकले. अवघडूनच.

"चला गं! आपण साऱ्या एकत्रच भाकरी खाऊ!" मी पण त्यांच्या गोलात बसत म्हणाले. माझ्या समोरच ती बसली होती. अदबशीर रितीने बसली होती. गोल मनगटावर तासांचा चुडा घट्ट रुतला होता. पदराआड गोल चेहरा दडला होता. त्या भाकरी खाता खाता, हळूहळू बोलत होत्या. हळूच हसत होत्या. रांगडेपणा, खानदानीपणा सारं गोलाकार माझ्या सभोवती बसलेलं होतं. मराठमोळं, रांगडं, खानदानीपण, जे जे मला नेहमीच आवडायचं. मी त्यांना बघत होते. किती अकारण गंभीर होत्या त्या?

अकारण? अकारण कुणी गंभीर कसं असेल? या एवढ्याशा वयात चेहऱ्यावरचा

कोवळेपणा उगीचच कसा हरवेल? जन्मापासून एका चाकाला बांधून घातल्यागत जीवन भरडून गेल्यावर, कुठून उरणार कोवळेपणा अन् हासू? जात्यावर दळताना भरडतात, ते दाणे असतात?

की त्या स्वत:च?

काय असतं ते नेमकं?

मी माझ्या मनाला फटकारलं. हे युग तर आहे स्त्रीमुक्तीचं, नुकतीच तर आपण सावित्रीबाई फुलेंची जन्मशताब्दी साजरी करत आहोत आणि मी विचार कोणत्या युगातील स्त्रीचा करतेय? या समोर बसलेल्या साऱ्या जणी, आता वृंदावनातल्या तुळशीच नव्हत्या केवळ... तर आता प्रचंड आकाराचा देश, राज्यघटना, कायदा... सर्व त्यांच्या कुंडीचं खतपाणी होतं... तरीसुद्धा या हसत नाहीत, मनमोकळं गात नाहीत?

चेहरा गंभीर, उदासवाणा का?

"अगं, आकाशात चंद्र, सूर्य अजूनही उगवताहेत,
नदीच्या पाण्यात अजूनी मासोळी तरंगतेय,
चिंचा, कैऱ्यांना अजूनी पाड येतो आहे.
पाहत नाहीस तू?
ते उडत बागडत सरलेलं बालपण!
तो भातुकलीचा डाव, रानफुलांचे गजरे
हातातली उगीच वरखाली होणारी कांकणं,
स्वत:चं अस्तित्व हरवलंस तू?"

अनेक प्रश्न, कोडी, उखाणे मी त्यांना घालत होते; पण त्यांचे ओठ घट्ट, बंद आहेत... उघडायला तयार नाहीत. माणसाचं मन हेच अवघड कोडं.

'तिळा उघड' म्हटल्यावर, उघडणार थोडंच? सभोवताली निसर्ग सौंदर्याने निथळत होता. पण या निसर्गकन्या मात्र मूकच!

न राहवून मी विचारलं तिला, "नाव काय गं तुझं?"

"कमळा, कमळा जी!" कमळासारखे ओठ हालले.

"किती छान नाव! कुठे राहतेस?"

"म्या? तुमच्या घरालागीच जी!"

"अस्सं? आणि घरी कोण कोण?"

"सासू, दीर, जाऊ, नणंदा."

"आणि?"

"आनि हये दोगं जी. राजा रानी."

शेजारणीने माहिती पूर्ण केली. राणीची मान लाजून आणखीन खाली.

"अस्सं? अगं मग येत जा ना कधी घरी?" तिने मान हलवली.

न्याहरी करून झाली होती. साऱ्या जणींनी कामाला बांधून घेतलं. पुन्हा एक गत, एक धून-पोपटी शेतावर उभी राहिली.

राजा आणि राणी.

लहानपणीची कहाणी आठवू लागली, त्यांच्याप्रमाणे मी पण कधी ऐकलेली. लहानवयात मनात एक राजवाडा उभा करणारी ती कहाणी! या सर्व जणींनी पण ऐकलेली होती, कधी काळी! मनात एक स्वप्न अस्फूट जागं असेलही. अन् मी पाहत होते, त्या साऱ्या राजकुमारी...

अंगावर फाटकं सावलं, नेसलेल्या, डोईला तेलाचा थेंब नसणाऱ्या रुक्या-सुक्या केसांच्या.

ही स्वप्नं अशी हरवतात तरी कशी?

की हरवण्यासाठीच भेटतात?

त्या ग्रामीण अन् मी शहरामधली.

मधे इतका कालखंड सरला. पण...

साऱ्या जणी अजूनी तिथेच आहोत का?

संध्याकाळी साऱ्या घराकडे जात होतो. त्यांच्या डोईवर लाकडाच्या मोळ्या, गवताचे भारे अन् बरंच काही!

माझे हात... तसे थोडे सैल मोकळे. बास्केट सांभाळणारे. नागरी संस्कृती तोलणारे!

कमळाचं घर आधी आलं. हे घर?

चंद्रमौळी खोपटी की?

राजवाडा?

"जावू जी."

तिने नजरेने निरोप दिला.

मीही माझ्या जुन्या घरात तुळशीजवळ सांजवात करून, अंगणाच्या पायऱ्यांवर जरा टेकले. गुलबक्षी उमललेली होती. कोपऱ्यातली जुईपण! त्या शांत वातावरणात मन भारावून गेलं होतं. सुगंधाने भारलेल्या जुईसारखं! काही सुंदर पाहिलं की मन असं उदास, कातर का होतं?

याच वेळी हा शोध सुरू होतो. जीवनाचा? कवितेचा?

कशाचा?

आणि, त्या रंगभारल्या अवस्थेतच कमळाच्या घरातून मोठ्याने रडण्याचा आवाज आला. मी ओसरीवर धावले, आणखी आजूबाजूला गल्लीमधले शेजारी पण उभे होते. कमळाचा नवरा लाथाबुक्क्यांनी तिला तुडवत होता.

“घरी आलो. भाकरी तयार न्हाई. कुठे उंडारत होतीस दिस्सभर? आं? कुणासंगं रंग उधळत होतीस? का गाव फुकायची सवय लागलीया?”

तो अरभाटपणे बोलत होता. बेताल होऊन मारत होता. ती जिवाच्या आकांताने कळवळली होती.

“मग? पुरुस मानूस घरी आल्यावर पोटाला भाकरी नगं? ह्या आत्ताच्या पोरी! पुरुस मान्साचं मन राखाया नगं? आरडून दावतीया जगाला.”

शेजारची आजी बोलत होती. तो पुरुष होता. माणूस होता. त्याला भूक होती. त्याला हक्क होता. तिला हक्कच नव्हता रडण्याचाही?

“रंग खेळत होती. गाव फुंकत होती.”

युगानुयुगं हेच एक अस्त्र, स्त्रीला संपवण्याचं. कुणी न सोसवून मग चितारोहण करतात, कुणी धरतीत विलीन होणं पसंत करतात. कुणी धरतीवर उभं असण्याचा प्रयत्न करतात. कुणी धरतीसारख्या क्षमाशील बनतात.

पण दाह एकच! चारित्र्यावर उडवले जाणारे डाग. अकारण.

अकारण का?

नावडत्या राणीचं मीठच अळणी होतं. राणी एकच.

कधी आवडती, कधी नावडती. लहरीनुसार?

राजा राणीची, राम सीतेची कहाणी, युगानुयुगं चालूच.

ऐकतो आम्ही अन् मुलांनाही सांगतो.

काही काही माणसं, भेटतात तरी का?

जीवनाच्या एका वळणावर जणू आपली वाट पाहतच उभी असतात. त्यांचा विचार मनातून हालत कसा नाही? आता या कमळाच्या विचारांनी...

तिच्या भेटीने... मनातही एका वेगळ्या सुरावटींचा धिंगाणा. का पाठ सोडत नाही?

कमळा!

किती सोपं जीवनाचं स्वप्न असेल?

फांद्यांचे बाहू पसरून, अखंड आकाशाकडे प्रेमयाचना करणारे वृक्ष... हे पृथ्वीवरचं आर्त करुण गीत! त्यापेक्षाही आर्त होतं, कमळाचं आक्रंदन. बाहू पसरून, सुखाच्या मिठीत शिरू पाहणारी कमळा... आणि दुःखाच्या आवेगात हरवलेली कमळा...

स्त्री-मुक्ती, राज्यघटना, कायदा, समता... साऱ्या मलमपट्ट्यांना न जुमानता, वाहणारी कमळाची व्यथा!

हिने प्रतिकार करावा, ठाम विरोध का करू नये?

का सोसावं मुकाटपणाने?

आता तर कायदा आहे तिच्या पाठीशी.

हक्क आहेत तिला. आक्रंदन करावं-हक्कांसाठी? रडायचं, विनवायचं कशासाठी? माझ्या मनात कमळाचेच विचार!

"कमळा ये गं अशी. चहा घे..."

मी दुसऱ्या दिवशी सकाळी तिची वाट पाहतच होते. केस विस्कटलेले, कांकणे फुटलेली, चेहरा, डोळे सुजलेले. तिला बघून, मी अवंढा गिळला. कमळाचं फूल. कोमेजलेलं!

"बैस."

ती उंबऱ्यालगतच जरा टेकली.

"कमळा, काय झालं काल रात्री?"

"काय न्हाई जी. पिऊन टाइट हुतो. मग येऊन मारतो. राग तरी कुणावर काडणार? माज्यावरच न्हवं?"

मी अवाक्.

"अगं, म्हणून चारित्र्याबद्दल बरळायचं? तू तर दिवसभर राबत होतीस. भूक काय त्यालाच लागते." ती खिन्न हसली.

"आता बगा जी. त्येला घट्ट ठावं हाय की, ही कमळा धुतल्या तांदळागत हाय. त्येच्यावर जीव सांडतीया पन् सगळेच दादले... असंच बोलत्यात. आज न्हवं जी? लई आधीपासून. त्येच ऐकत पुरुस थोर हुत्यात आनि, तस्संच बोलत्यात. माजा न्हवरा? त्यातलाच जी!" कमळाचं बोलणं ऐकून मी थक्क. किती सहज ती परंपरा स्वीकारून जगत होती? या जीवनाला पर्याय नव्हताच.

सारं सारं सोसायचं असतं,
कुठेच काही बोलायचं नसतं.
यालाच संस्कृती म्हणायचं असतं.

बोलता बोलता कमळा उठली. चहाचा कप धुऊन ठेवत म्हणाली,

"जातू जी. उटला असंल नव्हं? उटला, की च्या पायजेल. जातू. उगा इच्चार करून, जीव भारी करू नगासा." कमळा निघून गेली, घरात चांदणं सांडत.

काल रात्रीची मारझोड विसरून जातेस.
अंगावरचे वळ पदराआड लपवतेस.
डोळ्यांतले आसू गिळून टाकतेस.
सकाळी उठतेस, न त्याला म्हणतेस,
"च्या झालाय धनी, घेतासा न्हवं?"

अशी कमळा रोज वेगवेगळ्या रूपात भेटत होती. माझ्या डिगऱ्या, तिच्या अस्तित्वाने ती झळझळीत करत होती. रोज नवीन प्रकाशझोत टाकून जात होती.

कधी तिला पाहून वाटायचं,

"अगं शेवटी आपण-
आपण साऱ्याच एका माळेतल्या,
अगतिकपणे सोसणाऱ्या-
नियतीला मुकाट सामोरं जाणाऱ्या."

आणि एके दिवशी अचानक ट्रक अपघातात कमळाचा नवरा गेला. सारं गाव गोळा झालं होतं. मीही! केळीच्या गाभ्यावर घाव बसावा तशी कमळा थरथरत होती. माझ्या लक्षात आलं, कमळा पोटुशी होती.

आता या कमळाचं कसं होणार?

घरचे दीर, जावा-सांभाळतील हिला?

माझ्या मनात प्रथम व्यवहारच आला. प्रॉव्हिडंट फंड, जीवनविमा, बँक बॅलेन्स व अनेक... आणि कमळा आक्रंदत होती.

"कसा रे तू राजासारखा हुतास!
मला रानीगत बाळगत हुतास.
आता येणारा राजकुमार, कुनाला दावू?
राजा-रानीची जोडी कशी रे फुटली?"

पुन्हा राजा-राणीची कहाणी आली. कमळाने कधीच राजा-राणी, राजवैभव बघितलेलं नव्हतं. पण ते एक स्वप्न...

जे नवरा जिवंत असेपर्यंत आशेने जपलं होतं. कधीतरी त्या खोपटाचा राजवाडा होणार होता. दारी हत्ती झुलणार होते. राजा-राणी गुलाब पाकळ्यांच्या गालिच्यावरून चालणार होते. राणीच्या झुल्याला फुलांचे दोर असणार होते. राणीचा झुला उंच आभाळाला भिडणार होता. एका डोळ्यात चंद्र आणि दुसऱ्या डोळ्यात सूर्य साठवून, त्या चंद्रमौळी खोपटात राहणारी कमळा ते स्वप्न जपत होती. काटकीला चिंधी गुंडाळलेली राणी, केव्हापासून ते स्वप्न जपत होती. नवरा गेला, स्वप्नच गेलं. सारा डोलारा त्याच्याच खांद्यावर. ती तिचं स्वतंत्र अस्तित्व होतंच कुठे? कमळा सैरभैर झाली होती.

"रडू नकोस कमळा. रडू नकोस. पोटच्या पोरासाठी तरी धीर धर."

आषाढ, श्रावण, भादवा... पुढे सरकत होते. शेतांचे रंग बदलत होते. कोरडी माती ओली होत होती, ओली माती हिरवी होत, पिवळी होऊन, पुन्हा कोरडी. ऋतुचक्र फिरत होतं. कमळाही शेतात राबत होती. साऱ्या कुटुंबासोबत दिवस सरत होते. वाटण्या, वेगळा हिस्सा, हिशेब, बँकेत वेगळं खातं कशाचीही गरजच नव्हती. कमळा हा त्या कुटुंबाचा भागच होती. त्या घराचं सुख-दु:ख, ओली सुकी भाकरी, कष्ट हे सारे तिचेही होते. ती तशी होती, म्हणून चंद्रमौळी खोपटी उभी

होती. राजवाडा शाबूत होता. सवतासुभा मांडला असता तर गावच्या कावळ्या, गिधाडांनी केव्हाच कमळाचा घास घेतला असता. आज खानदानी कुटुंबाचा मानदंड असणारी कमळा, पाशवी वृत्तींनी झडप घालून तिला केव्हाच संपवली असती... आणि चारित्र्याच्या चिंधड्या वेशीवर लटकल्या असत्या. पण त्या कुटुंबातली कमळा सुखरूप होती. त्या रत्नहाराकडे बघण्याची कुणाची हिंमत नव्हती. तिचं आणि तिच्या मुलीचं भवितव्य कुटुंबाने स्वीकारलं होतं. कमळाला त्या मातीच्या भिंतीचा आणि कौलारू छपराचा, घरामधल्या अडाणी माणसांचा केवढा आधार होता! विश्वास होता. कमळा ही एक अनमोल ठेवा होती. कुटुंब त्याला जपत होते.

कमळा. ऐन वयातली. उफाड्याची स्त्री. कादंबरीची नायिका शोभावी अशी देखणी! सारा आवेग, आवरून जगत होती. शेजारच्याच कणगीच्या आडोशाला दीर-जावा झोपत होते. हळदीच्या अंगाच्या नणंदा, जावई येत-जात होते. कमळाच्या मनात कोणते जंगल पेटत नसेल? पण तो दाह विझवायची ताकद तिने आत्मसात केली होती. हे धैर्य कुठून मिळवलं असेल तिने?

तिच्या डाळिंबी डोळ्यांची निरांजनं झाली होती. कमळासारखे ओठ मंद हासत होते. हात सारवणात, वाळवणात गुंतले होते आणि पाय चालतच होते. अनवाणी!

कमळाचं मन! कुणालाच समजणारं नव्हतं. तिचं तिलाही! शिव्या घालणारा दादला तिने सहज आपला मानला होता. आणि हे वनवासी जीवनही!

तिचं मन जागत नसेल? हट्ट करत नसेल? मन! आत्ता भुईवर तर... आत्ता आभाळाला भिडणारं! ते मन, कमळाने तळहातात बंदिस्त करून ठेवलं नव्हतं?

बाहेरच्या जगात स्त्री जागृती घडवून आणली जात होती. तिथे विवाह, पुनर्विवाह, घटस्फोट, परित्यक्ता, घटस्फोटिता... आपल्या डिग्र्यांच्या ढिगाऱ्यावर माथा टेकवून रडत होत्या.

पण इथे कमळा मात्र शांत समाधानी वृत्तीने जगत होती. किती फरक होता या दोन जगांत? एका जगात अपार विश्वास होता. माणुसकी होती अन् दुसऱ्या जगात विश्वासच हरवलेला... आणि माणसाचा कानूस झाला होता. कमळा सोसत होती. कुटुंबासाठी - मुलीसाठी - स्वतःसाठी!

'हे सोसणं आहे. म्हणून नाव आहे.

माधुर्य आहे. सौंदर्य आहे.

संस्कार आहे. संस्कृतीही आहे!'

आता शेतावर जाण्याची माझी हौस मावळली होती. पदोपदी येणारे अनुभव, पूर्वीचे संदर्भ निष्प्रभ करून टाकत होते. पुस्तकांचा, शब्दांचा, विचारांचा... सारा फाफटपसारा वाटत होता. निरर्थक...

विचारांची आवर्तनं वेगळ्या दिशेने वाहत होती. आधुनिक होता होता, आम्ही

नेमकं काय हरवत होतो? काय मिळवत होतो?

हसणं... आणि गवसणं!

हेच का जीवन होतं?

कमळाचं समाधान खरं होतं की ते परंपरागत जगणं होतं? की सत्य शोधता शोधताना...

करपून करपून गेलेले माझे अनुभव वास्तव होते?

परंपरा जपून जगणारी कमळा सुखी होती की परंपरा सोडून नव्याचा वेध घेणारी स्त्री सुखी?

मग हे होरपळणं का सुरू होतं?

प्रत्येकाची सुखाची व्याख्या वेगळीच असते. प्रत्येक स्त्रीचं सुख वेगळं पण दुःखाची मर्मस्थळं मात्र एकच! हे खरं.

कमळाला मुलगी झाली. मुलगी! मुलगा व्हायला हवा होता. तोच आधार होता कमळाचा.

एक सुशिक्षित स्त्री असून, माझ्या मनात विचार आला.

"कमळा? कशी आहेस गं? ये. बैस अशी."

खूप दिवसांनी आज कमळा स्वतःहून माझ्या घरी आली होती मोकळ्या मनाने, निश्चिंतपणे ती उंबऱ्यापाशी टेकली. कडेवर तिची मुलगी होती. ती कमळाच्या मांडीवर बसून माझ्याकडे टुकूटुकू बघत होती. बाभळीच्या फुलासारखी नाजूक, देखणी मुलगी गुलाबी गाल, गुटगुटीत.

"कमळा, मुलगी झाली म्हणून थोडं वाईट वाटलं ना? मुलगा हवा होता."

"न्हाय जी. मला पोरगीच पायजेल हुती. पोरीची जात साकरंगत ग्वाड आणि मायाळू जी."

"कसं चाललंय तुझं कमळा? बरी आहेस ना?" मी कमळाकडे पाहत होते. पूर्वी होती तशीच ती देखणी होती. रसरशीत. फक्त कुंकवाचा गोल नव्हता, पण त्या रिकाम्या जागेवर आता दीपप्रभा पसरावी, असं तेज होतं. ते तेज तिच्या गोऱ्या सात्त्विक चेहऱ्यावर पसरलं होतं. हा ओलावा येतो तरी कुठून? तिचं जीवन शुष्क होतं. मग हे तेज, रसरशीत जिवंतपणा येतो कसा?

कमळाने मुलीला पदराआड घेतलं.

ते दृश्य पाहून प्रश्नच संपले होते.

मातृत्व! हीच होती कमळाची जीवननिष्ठा!

मग? इतरही अनेक स्त्रिया माताही असतातच. त्यांचं मन मात्र पतीनिधनानंतर सैरभैर का? शेवटी... प्रत्येकीचा सुखाचा अर्थ व शोध वेगळाच?

कमळा म्हणाली, "घरधनी गेलं. लई इपरित झालं. लई पिरत करायचे. पन्

मरान् जी. कसं, कुनाला चुकणार? कुनी फुडं, कुनी पाटनं. पन त्येंच्या मागं, मला काय बी कमी पडलं न्हाय. माझा दीर, जावा, लई भारी मान्सं बगा. ह्या माज्या पोरीवर दिराचा लई जीव! लई शिकवनार म्हनं हीस. अक्षी इंदिरा गांधी वानी जी!''

मी ऐकत होते. राजाराणीची कहाणी पुढं सरकत होती. स्वप्नाचं नवं दालन बांधलं जात होतं. फुलांच्या तोरणांनी सजत होतं. माझ्या डोळ्यात उगीचच पाणी उभं! किती सुंदर असतं स्वप्नात जगणं! स्वप्न बाळगायलासुद्धा भाग्य हवं. मन भावुक हवं. आम्ही! वास्तवतेचे भिंग घेऊन जगणारे. तिथे स्वप्नं दिसत नाहीत, तर हातावरच्या अरबट रेषा! रेषांची जाळीच फक्त!

''अगं, पण नाव काय ठेवलंस हिचं?''

सोनेरी केसांची, गोबऱ्या गालांची... ती राजकुमारी कमळाची राजकुमारी, आपले बदामी मोठ्ठे डोळे माझ्याकडे रोखून पाहत हसली. गालावर छान खळी! लाजून आईच्या पदरात चेहरा लपला होता.

किती गोड हसतेय गं? खळीपण पडतेय ना? आता कमळा लाजली. लाजून हसत म्हणाली,

''अक्षी ह्येंच्यावाणी खळी पडतीया जी.''

पण हिचं नाव?

त्या दोघींना डोळेभरून बघत मी पुन्हा विचारलं.

''कविता. कविता जी? तुमी शेतावर गाऊन दावायच्या... ती कविता, लई ग्वाड वाटायची. मन पिसागत हलकं हुयाचं म्हणून. पोरीचं नाव कविता.''

खरंच! कमळाला कविता समजली होती!

मला?

◆

आवेग

"**आ**ई, आज मस्तपैकी कॅसेट आणलीये. उद्या आमच्या सगळ्या मैत्रिणी येणार आहेत. आज रागवायचं नाही हं! प्लीज आई, ए, पण तुझा रविवार स्पॉईल होणार ना? फक्त आजच हं?"

शनिवारी संध्याकाळी ऑफिसमधून आल्यापासून दोघी मुली पद्माच्या मागे लाडीगोडी लावत होत्या. आई खूश व्हावी म्हणून, ती ऑफिसमधून घरी येण्यापूर्वीच सारे घर नीट आवरून ठेवले होते, बागेतल्या मोगऱ्यांच्या फुलांचा घवघवीत हार करून भिंतीवरच्या रवींद्रच्या फोटोवर चढवला होता. टेबलावर चहाचा सरंजाम तयार ठेवला होता. घरात पाऊल ठेवता क्षणीच पद्माने घराचे नीटनेटके स्वरूप बघून घेतले. ती मनातून हसली. तिच्या दोघी लेकी, तिच्याकडे बघत होत्या. तिघींची नजरानजर झाली आणि दबलेले हासू बाहेर आले. आईने सारे काही ओळखले याची जाणीव होताच त्या दोघी तिच्या मिठीत झेपावल्या. त्यांना जवळ घेत, पद्माने हसून विचारले,

"समजलं मला, पण सारं कशासाठी?"

"हे गं काय आई? वर्षभर तू हे सारं करतेस आमच्यासाठी. मग आता सुटीत आम्ही हे थोडं केलं तू येण्यापूर्वी तर तू म्हणतेस कशासाठी?"

अपर्णा थोडे रुसून म्हणाली. ती आता बारावीत होती. उंच, बारीक अशी अपर्णा पद्माची खूप लाडकी होती. आणि का असणार नाही? अपर्णाच्या जन्मापर्यंतचा तिचा जीवनपट, एक आनंदोत्सवच होता. अपर्णाचा जन्म होईपर्यंत ती आनंदकल्लोळात गुदमरलेली होती. तिचे आणि रवींद्रचे प्रेम

आवेग । ४१

पहिल्या भेटीपासून रंगतच गेले होते. अपर्णाच्या जन्माने त्या प्रेमचित्रांत गहिरा रंग भरला होता. त्यानंतर...

त्यानंतर मात्र...

उतरत्या भाजणीने, तो रंग उतरत गेला.

तो जितक्या आवेगाने, तिला व्यापून गेला होता... तसाच... त्यापेक्षाही अधिक वेगाने तो आवेग... पार उतरून गेला होता.

त्या अवस्थेतच रीमाचा जन्म झाला होता.

अपर्णाचा जन्म ही रवींद्रच्या चढत्या प्रेमाची साक्ष होती.

आणि रीमाचा जन्म ही फोल प्रेमाची साक्ष होती.

त्या चढत्या उतरत्या प्रेमाची साक्ष पद्माच्या पदरात ठेवून रवींद्र निघून गेला होता.

आधी त्याने तिच्यापासून दूर होण्याचा प्रयत्न केला आणि त्यानंतर अचानकपणे, तो या जगातून निघून गेला.

पद्माला कल्पना नसताना तिच्यावर अचानक कोसळलेला प्रेमाचा आवेग... तिचा कोणताही गुन्हा नसताना अचानक त्या प्रवाहाने बदललेली दिशा...

आणि गुन्हा नसतानाही शिक्षा भोगण्याची तिने मनाची तयारी केली... असतानाच... अचानकपणे तोवर सारा खेळच संपून गेला होता.

तो सर्व आता एक भूतकाळ बनला होता.

ते सारे सत्य होते की स्वप्न? याचे उत्तर शोधणे तिने आता सोडून दिले होते.

कारण वर्तमानकाळामधले वास्तव सत्य या दोन मुलींच्या रूपाने तिच्या घरातच वावरत होते.

भविष्यकाळ एक आव्हान बनला होता.

या दोन्ही मुली तिच्या होत्या. त्यांना ती वाढवणार होती. समर्थ बनवणार होती. त्यांना नाट्यचित्रसृष्टीच्या मोहमयी वातावरणापासून दूर ठेवणार होती.

आईला नाटक, सिनेमा आवडत नाही, इतर सारे लाड ती करेल... पण घरात मैत्रिणी जमवून कॅसेट पाहणे ती कधीच मान्य करणार नाही, याची जाणीव दोघी मुलींना होती. म्हणून तर आजची ही लाडीगोडी होती. आई त्यांचे परोपरीने लाड करत होती. बाबांच्या मागे तिने त्या दोघींना कधीच पोरकेपणाची भावना निर्माण होऊ दिली नव्हती. काश्मीरच्या ट्रीपला पण गेल्या वर्षी आनंदाने पाठवले होते. फक्त या हट्टाच्या वेळीच आई कठोर बनते हे पण त्या दोघी जाणून होत्या. म्हणूनच आज मैत्रिणींच्या आग्रहासाठी त्यांना दिलेले आमंत्रण आईसमोर सांगताना त्या दोघी मनातून धास्तावल्या होत्या. आईला न विचारताच मैत्रिणींना आमंत्रण दिले होते.

'लेहरे'ची कॅसेट घेऊनच मैत्रिणी येणार होत्या. आई परवानगी देईल?

दोघींच्या डोळ्यात भित्रे ससे दाटीवाटीने उभे होते.

चहा पिऊन झाल्यावर पद्माने अपर्णा, रीमाचे बोलणे ऐकून घेतले. मैत्रिणी घरी येण्याला तिचा विरोध नव्हताच. पण कॅसेट...

तिचे मन अडखळले...

पण मुलींना ती अशी किती दिवस अडवू शकणार होती?

शेवटी वळणाचे पाणी वळणाला जाणार नव्हते? आपले दोन हात त्यांना बांध घालू शकतील? कितीही झाले, तरी त्या रवींद्रच्या मुली होत्या.

रसिकांचा लाडका...

नटश्रेष्ठ हा शब्द अपुरा पाडणारा...

रवींद्र ...

त्यांचे पूर्ण नाव रवींद्र जगताप केव्हाच मागे पडले होते.

तो होता प्रेक्षकांचा प्राणप्रिय रवींद्र...

त्याच्यावर पागल प्रेम करणाऱ्या स्त्रियांचा फक्त...

रवी...

त्या रवींद्रच्या या समोर बसलेल्या दोन मुली...

त्याच्या रक्ताच्या...

त्याचा गुणदोषांचा वारसा घेऊन आलेल्या, त्याच्या या दोन मुली... अपर्णा... रीमा.

त्यांनी मैत्रिणीसोबत सुटीत एक कॅसेट पाहतो म्हटले तर... तर आपण इतके अस्वस्थ का झालोय? आपण इतके अनुभव घेतलेत. विफलतेचे, फसवणुकीचे, सतत दुसऱ्यांना जगवण्यासाठीच... जगत आलेल्या आपण... नटश्रेष्ठ... रवींद्रची विधवा पत्नी.

त्याच्या दोन मुलींना, त्या रक्तामधून आलेल्या वारशाला कशा अडवणार आहोत?

कदाचित कॅसेट पाहणे, हा एक विरंगुळाच असेल, अभ्यास करून कंटाळलेली सर्वच मुले आजकाल हा असला विरंगुळा शोधतात.

आपल्या मुलींना पण हे वाटणे स्वाभाविकच आहे. आपण साध्या साध्या गोष्टीतून अशा दचकून कशा जातो? मन अगदी भित्रे झालेय.

पूर्वी कशा बिनधास्त होतो आपण!

प्रत्येकावर भोळा विश्वास टाकणाऱ्या; समोर घडते, ते सारे खरे मानणाऱ्या...

येणाऱ्या अशुभाची जाणीवच नसणाऱ्या आपण...

आजकाल किती भित्र्या झालोय. काही घडायच्या आतच मनात भीतीचे सावट

दाटून येते.

मनात शंकेच्या हजारो पाली एकाच वेळी चुकचुकतात आणि येणाऱ्या क्षणाचा आनंदच नासून जातो.

आनंद!

या जीवनात आता आनंदच येणार कुठून?

या दोन मुलींना मोठे करणे त्यांचे सुख पाहणे...

यालाच का आनंद मानायचे?

इतर अनेक विधवा जगतात, तसेच का जगणार आपण?

दुसरे करणार तरी काय?

जिभेवर येणारी कडवट चव मागे परतवत हा असा आनंद शोधायचा...

यालाच जीवन म्हणायचे? की...

हेच सत्य आहे?

काय आहे... या साऱ्याचा अर्थ?

मनातले विचारपर्व मागे परतवत पद्माने त्या दोघींना जवळ घेतले. समजुतीच्या स्वरात ती म्हणाली,

"ठीक आहे, उद्याचा रविवार तुमचा. या घरातला उद्याचा रविवार सर्व तुमच्या मनाप्रमाणे. किती मैत्रिणी येणार? खायला काय काय करायचं? आइसक्रीम कोणतं आणायचं? ते आज रात्री झोपण्यापूर्वी तुम्ही मला यादी करून द्या. उद्या हॉलची बैठक हवी तशी जमवून घ्या. कॅसेटही पाहायची. पण एक गोष्ट लक्षात ठेवा. तो विरंगुळा तेवढाच मर्यादित ठेवायचा. या संपूर्ण सुटीत इतर अनेक चांगल्या गोष्टी शोधायच्या विरंगुळा देणाऱ्या, निखळ आनंद देणाऱ्या.

आता नृत्य, संगीत, अभिनय सारं हवं हे मला समजतं. पण मर्यादितच जागा आहे त्यांना. अतिरेक कशाचाही वाईटच. अपर्णा, तू मोठी आहेस आता समजतं आहे ना? मी काय म्हणतेय?"

अपर्णा खालमानेनेच म्हणाली,

"होय आई."

ती आता पूर्वीची अल्लड आपू उरली नव्हती. बारावी शिकणारी अपर्णा होती ती आता! आणि गेल्या दोन वर्षांत, या घरात झालेला बदल तिला कळण्याइतपत ती आता नक्कीच मोठी झाली होती. तिचे लाडके बाबा दोन वर्षांपूर्वी अचानक गेले होते; पण खरा धक्का तर तिने त्यापूर्वीच्या दोन वर्षांतच अनुभवला होता.

तिचे पदोपदी लाड करणारे बाबा त्या पूर्वीच्या दोन वर्षांत पार बदलून गेले होते. नाटकाचा प्रयोग संपला की, खाऊ, चॉकलेट, मिठाई घेऊन घराकडे धावणारे बाबा...

बाबा आले आहेत... हे बेलच्या आवाजातून समजायचे. प्रथम... त्यांची बेल वाजवण्याची लकबच अगदी वेगळी होती. दरवाजा उघडेपर्यंत बेल वाजतच राही. तेव्हा न सांगता समजे की बाबा आले.

दरवाजा उघडावा तर फुलांचा घमघमाट बाबांच्या येण्याआधीच घरात घुसे. त्यांच्या हातात, गळ्यात फुलांचे हार-गुच्छ असत. हातांतून घरात सांडत येणारी पॅकेट्स असत. हार-गुच्छांच्या विळख्यात आई गुरफटून गेलेली असे. रीमा खाऊच्या, खेळण्याच्या पॅकेट्समध्ये गुंतलेली असे आणि अपर्णा बाबांच्या मिठीत! त्या मिठीत अपर्णाने जगातला सारा आनंद अनुभवला होता. त्या भरदार हातांची मिठी, अंगाभोवती पडली की अपर्णा सुखाने जडावून जात असे. आठवत होते, तेव्हापासून अपर्णा त्या उबदार स्पर्शाने पुन:पुन्हा फुलून येत असे. मांजरीच्या पोरासारखे अंग फुलवून बाबांच्या मांडीवर बसून त्यांच्या छातीशी गाल घासणारी अपर्णा आणि तिचे बाबा यांच्याकडे आई कौतुकाने पाहत, हाताने काम करत असे. छोटी रीमा आईच्या कडेवर असे. अति सुखाचे होते ते सारे क्षण.

अपर्णा कशी विसरणार होती?

त्या सर्व आठवणी मनावर कशा कोरल्या गेल्या होत्या.

ते सर्व प्रसंग हाच तर जगण्याचा आनंद होता.

पण हळूहळू ते प्रसंग विरळ होत चालले होते. रोज घरी येणारे बाबा... कधीमधीच घरी येऊ लागले होते.

नाटकासाठी दौऱ्यावर जाण्याचे टाळणारे बाबा... दौऱ्यानिमित्त सतत बाहेरगावी जाऊ लागले. घरी आले तरी आता पूर्वीसारखी अधीर बेल वाजत नसे. दरवाजा उघडताच पूर्वी बाबांसोबत फुलांचा, सेंटचा गंध घरात येत असे, पण अलीकडे क्षीणपणे वाजणाऱ्या बेलसोबतच, उघड्या दारातून लटपटत्या पावलांनी बाबा घरात आले की सोबत दारूचा भपकारा येई. त्या वासाने अपर्णाने बाबांच्या मिठीचा धसकाच घेतला होता. बेल वाजली की, आई तिला आणि रीमाला खोलीत झोपायला पाठवे. बंद दरवाजाच्या आतून बाबांचा चढलेला आवाज, आईचा विनवणीचा, क्षीण रडण्याचा आवाज अपर्णा ऐकत असे. रीमा तिच्या कुशीत शिरलेली असे. तिला थोपटता... थोपटता... अपर्णाचे बालपण नकळत समजूतदार बनलेले असे.

कधीमधी नाना आजोबा आणि उमा आजी घरी येत. बाहेरच्या हॉलमध्ये ते हळू आवाजात कुजबुजत. आईशी तासन्‌तास बोलत राहत. रडणाऱ्या आईची समजूत घालत असत...

त्या घरात काहीतरी घडणार होते. नक्कीच खूप वेगळे. ते चांगले असणार की वाईट?

नाना आजोबा, उमा आजी आणि आई काही ठरवत होते. अपर्णा सारे पाहत मनातून धास्तावत होती.

"नानाकाका यांनी सुखी व्हावं म्हणून मी वाट्टेल ते करेन हो; पण या व्यसनातून त्यांना मोकळं होऊ देत. अलीकडे त्यांचा प्रयोग असला की, काळजीने माझा जीव अर्धा होतो. नीट पार पडेल ना सारं? या भीतीने मी रात्र रात्रभर झोपू शकत नाही. पूर्वी प्यायलेल्या अवस्थेत का असेना... घरी येत होते. पण आता तेही नाही. कुणीतरी त्यांना वाईट अवस्थेत घरी पोहोचवतं... जवळपास पैसे नसतात, परवा तर गळ्यातली चेन, हातातलं घड्याळ, अंगठी सारं कुणीतरी काढून घेतलं, काय करू मी?"

आई रडत रडत बोलत होती. शाळेतून आलेल्या अपर्णाने पडद्याआडून सारे ऐकले होते. कुणी काही न सांगताच तिला समजत होते. पेपरमध्ये, मासिकांमधून तिच्या बाबांचे आणि नीलांबरीचे फोटो येत. ते फोटो नाटकामधलेच नसत तर नाटकाखेरीजच्या इतर ठिकाणी ते दोघे जात... त्या प्रसंगांचे, कार्यक्रमांचे फोटो असत.

'आय ॲम इन लव्ह, विथ ए मॅरिड मॅन'

या मथळ्याखालची नीलांबरीची मुलाखत खूपच गाजली होती. सर्व वृत्तपत्रांनी, त्या मुलाखतीला भलतीच प्रसिद्धी दिली होती. त्या 'मॅरिड मॅन'चे नाव न देताच तो रवींद्रच आहे हे समजले होते. त्या मुलाखतीनंतर शाळेमधल्या मैत्रिणी अपर्णाला थोड्या दूर झाल्या होत्या. रवींद्रची मुलगी म्हणून सगळीकडे अपर्णाला एक वेगळे महत्त्व मिळायचे. कौतुकाचा वर्षाव व्हायचा, शाळेच्या गॅदरिंगमध्ये महत्त्वाचे काम मिळायचे... या सर्वांवरून एक सुप्त असूया मुलींच्या मनात नकळत निर्माण झाली होती आणि त्या सर्व वृत्तपत्रात झळकलेल्या नीलांबरीच्या भडक मुलाखतीने इतर मुलींना एक विषय मिळत होता. नीलांबरी कुणाच्या प्रेमात असेल? यावर मुली पैजा लावत.

त्या प्रकारापासून अपर्णा एकटी राहू लागली. मैत्रिणींना टाळू लागली. खास चार-पाच मैत्रिणी सोडून इतरांशी ती तुटक वागू लागली. कुणी न सांगताच अपर्णाला बाबांचे घरी न येण्याचे कारण समजले होते.

आईच्या रडण्याचा अर्थ समजला होता.

बाबांच्या पिण्याचे कारण समजले होते.

नाना आजोबा, उमा आजीच्या येण्याचा हेतू समजला होता. ती विलक्षण समजूतदार बनली होती. आईचा आधार बनली होती. मूकपणाने आसपास वावरत होती. आणि

आणि... अचानक बाबाच या जगातून निघून गेले होते. नाटकाच्या प्रयोगांत

तो झटकन स्टेजवर येई. त्याची एन्ट्री हा उत्सुकतेचा विषय असे. विंगेतून आधी बाबांचा आवाज येई आणि मग बाबांचा प्रवेश, त्या वेळी सारे नाट्यगृह श्वास रोखून पाहत असे. आईच्या मांडीवर बसणारी... अपर्णा, बाबांचा आवाज ऐकताच, झोपली असली तरी जागी होई. स्टेजवर जाई. अपर्णाला बाबांचा अभिमान वाटे.

आणि तसेच बाबांचे स्टेजवरून जाणे म्हणजे नाटकाचा शेवट... तो पण तसाच. बाबा आत निघून गेले की सारी पात्रे असूनही स्टेजवरची रोशनीच निघून जाई. प्रेक्षागार थंड होई. नाटकच संपे.

अगदी तसेच बाबा या जगातून अचानक निघून गेले होते. घरामधली सारी मजाच निघून गेली होती. तरी गेल्या दोन वर्षांत आईने घर हळूहळू सावरले होते. ती नोकरी करत होती.

अपर्णाला हे सारे समजत होते. तिने आणि रीमाने मोठे व्हायचे होते. आईला सुख द्यायचे होते.

"समजतंय ना मी काय सांगतेय?"

आईने विचारलेल्या प्रश्नाने अपर्णाला एका क्षणात सारे आठवून गेले होते. ती उठून आईजवळ गेली.

"सॉरी आई, पुन्हा तुला न विचारता असला कार्यक्रम ठरवणार नाही. एकच दिवस तर सुटी मिळते तुला. त्यात हे काम!"

"आपण आईला मदत करू."

रीमा म्हणाली, ती पण आता लहान थोडीच होती? यंदा दहावीत गेली होती.

"काही नको बरं तुमची मदत! मी करेन सर्व, फक्त रात्री झोपण्यापूर्वी यादी द्यायची, आता पळा पाहू." तशा त्या दोघी बॅडमिंटनच्या रॅकेट्स घेऊन पळाल्या.

पद्मा टेबल आवरू लागली. सारे आटोपून, कपडे बदलून ती हॉलमध्ये आली. स्टँडलँप लावून तिने टेपरेकॉर्डरचे बटण दाबले. तिचे आवडते गीत सुधा मल्होत्रा गात होती—

'सर्वस्व तुजला वाहूनी...
माझ्या घरी, मी पाहुणी...
सांगू कसे सारे तुला...
सांगू कसे रे याहूनी...
सर्वस्व तुजला वाहूनी...'

आरामखुर्चीवर रेलून पद्मा ऐकत होती.

स्टँडलँपच्या मंद उजेडात घर कसे गंभीर वाटत होते. रवींद्रला स्टँडलँपचा मंद प्रकाश मुळीच आवडत नसे. संध्याकाळीच हॉलमधले मोठे झुंबर पेटत असे. बागेतले, लॉनवरचे, जिन्यावरचे सारे दिवे एकदम लागलेले असत. माडीवर कुणी

नसले, तरी साऱ्या खोल्या दिव्यांनी झगझगून जात असत. सारे घर प्रकाशाने भरून जात असे. टेपरेकॉर्डरवर इंग्रजी सुरावट मोठ्याने वाजत असे. त्या घरात प्रकाश, वैभव, गीत, आनंद... सारे काही भरून सांडत होते.

स्वत: रवींद्र म्हणजे मूर्तिमंत आनंद होता. त्याचे व्यक्तिमत्त्व प्रसन्न होते. त्याचे उभे राहणे, मान वळवून बोलणे, चालणे... सारे कसे देखणे होते. इतक्या उमद्या पुरुषावर कुणीही भाळून जात असे. स्त्रिया अन् पुरुषही!

पण गंमत अशी की, ज्याच्या प्रेमात कुणीही प्रथम क्षणी पडावं... असा रवींद्रच प्रथमदर्शनी पद्माच्या प्रेमात गुंतला होता. पद्माच्या ध्यानीमनी नसताना! आजही पद्माला तो दिवस स्पष्ट आठवत होता.

...कॉलेजचे शिक्षण घेत होती पद्मा. त्या हळव्या वयात सर्वांना असते तसेच नाटकाचे वेड तिलाही होते. पुण्यात होणाऱ्या प्रत्येक नवीन नाटकाचा पहिला प्रयोग पाहण्याचा छंदच पद्मा व तिच्या मैत्रिणींना जडला होता. तिकिटासाठी कोणतीही धडपड करायची त्यांची तयारी असे.

...असाच त्या दिवशी टिळक स्मारक मंदिरात, रवींद्रच्या नाटकाचा पहिला प्रयोग होता. कॉलेजमधून साऱ्या जणीच थिएटरकडे धावल्या होत्या. पहिल्या रांगेतल्या पहिल्या चार खुर्च्यांवर दिमाखात बसल्या होत्या. उत्सुकतेने सारे पडदा उघडण्याची वाट बघत होते. नाटकापेक्षा रवींद्रची स्टेजवरची पहिली एन्ट्री बघणे हाच नाटकाचा प्राण होता. श्वास रोखून सारे सभागृह त्या क्षणाची प्रतीक्षा करत होते. तो आला. त्याने पाहिले पण... तिने जिंकले. असा प्रकार त्या दिवशी घडला. आवेशात घेतलेल्या एन्ट्रीला कडाडून दाद मिळाली खरी... पण रवींद्रने पहिल्या दृष्टिक्षेपात पद्माला पाहिले आणि कधी नव्हे ते क्षणभर तो गोंधळला. त्याने त्या क्षणी स्वत:ला सावरले; पण त्यानंतर त्याची नजर पुन:पुन्हा पहिल्या खुर्चीकडेच वळू लागली. प्रत्येक वाक्य फेकताना त्याची नजर तिच्या नजरेतील दाद शोधू लागली. पद्माला अवघड होऊन गेले.

पहिल्या अंकानंतर साऱ्या मैत्रिणी अभिनंदनासाठी आत गेल्या. पद्मा मात्र गेली नाही. त्यात अभिनंदन कसले करायचे? त्याच्या नावावर नाटक चालते तर त्याने काम चांगले केलेच पाहिजे. हा तिचा ठाम आग्रह होता. ती बसूनच राहिली.

साऱ्या मैत्रिणी आत गेल्या होत्या. पण पद्मा गेली नाही. स्वाक्षरी देता देता रवींद्रने विचारले,

"त्या नाही आल्या?"

"कोण? पद्मा म्हात्रे? नाही तिला नाही आवडत."

"काय नाही आवडत?"

"हेच की! पुढं पुढं करणं..."

"ओऽह, इतकंच ना? मला वाटलं माझं काम आवडत नाही."

"अय्या! असं नाही हं. ती तर जबरदस्त फॅन आहे तुमची. पण ती म्हणते, आपण गर्दी करून इथे येतो, ते नाटक आवडतं, म्हणूनच ना? मग त्यात जाऊन सांगण्यासारखं काय आहे?"

तेवढ्यात दुसरा अंक सुरू झाला. दुसऱ्या अंकानंतर त्याने सारे नाटकच आपल्या हाती घेतले. जीव ओतून त्याने भूमिका जिवंत केली. अभिनयाचा कस लावून त्याने दुसरा अंक पार पाडला. त्या अभिनयाच्या अनुभूतीने सारे प्रेक्षागार एका लाटेवर जणू तरंगत होते. अंक संपला तरी सारे खुर्चीलाच खिळून बसले होते. बाहेर जावे, काही बोलावे असे कुणालाच वाटत नव्हते. त्या अभिनयाने सारे भारावून गेले, निर्मातासुद्धा!

म्हणूनच, दोन अंकांच्या मध्ये रवींद्रचा एक छोटा सत्कारच स्टेजवर ठेवला गेला. ते निवेदकाने जाहीर करताच प्रेक्षागृहात टाळ्यांचा कडकडाट झाला. रंगमंचावर मांडलेल्या खुर्च्यांवर तो बसला होता.

प्रेक्षकांचा लाडका...

अभिनयाचा मुकुटमणी...

रसिकांचा रसराज...

शब्दांची, फुलांची मुक्त उधळण सुरू होती, शेवटी रवींद्र बोलायला उभा राहिला.

"मी व्यवसायाने कारकून, नोकरी करणारा एक साधा माणूस. पण तुमच्याप्रमाणेच नाटकाचा वेडा. त्यामधूनच हा माझा नवा जन्म! पण आज मला एक समजलं की, प्रेक्षकांना जिवंत अभिनय हवा असतो. त्यासाठी ते ओढीने इथवर येतात, वेळ, पैसा खर्च करून. म्हणून त्यांना जे हवं असतं ते देणं हे आमचं कर्तव्य ठरतं. आज मला समजलं की नाटक करायचं नसतं, तर नाटक जगायचं असतं. ज्या प्रेक्षकांनी आज हे मला जाणवून दिलं त्यांचा मी मनोमन कृतज्ञ आहे."

हे समारोपाचे वाक्य बोलताना रवींद्रची नजर पद्मावर होती. ती मनोमन संकोचून गेली होती.

नाटक संपले आणि एक प्रौढ जोडपे पद्मा म्हात्रेला शोधत आले होते. तेच होते नाना काका, उमा काकी. रवींद्रचे काका-काकू. पोरक्या रवींद्रला आई-बापाच्या मायेने जपणारे. त्याच्यावर जिवापाड प्रेम करणारे. त्यांनी पद्माला रवींद्रकडे नेले. त्याच्या बोलावण्याने पद्माला काय बोलावे तेच सुचत नव्हते, तोच म्हणाला,

"आम्ही जीव तोडून एखादी भूमिका वठवतो ते कुणासाठी? प्रेक्षकांनी एक शब्द कौतुकाने द्यावा इतकीच अपेक्षा."

सारे मोठ्याने हसले. न बोलताच पद्माच्या डोळ्यांनी सारे सांगितले. रवींद्र

तब्येतीत हसला.

त्या क्षणापासून, ते लग्न करून पद्माला स्वत:च्या घरी आणेपर्यंत त्याने उसंत घेतली नाही.

"अरे, नीट विचार कर. असा हा प्रेमाचा चढता पूर राहील ना असाच?"

नानाकाकांनी विचारले होते.

"अरे, नानाकाका अगदी दापोलीच्या गुरुजींसारखं बोललात, विचार करा. मुलांनो, विचार करा. अरे, प्रेम काय विचार करून करायचं? एका आवेगात जडते ते प्रेम!

वीज कडाडून धरतीवर झेपावते, ते का विचार करून?

प्रेम म्हणजे आवेग...

त्या आवेगात झोकून देणं."

"पण कोसळण्याआधी विजेने किती दाह सोसला असेल? किती घुसमटली असेल? ओल्या ढगात पोटातली आग साठवत... कोसळण्याचा नेमका क्षण शोधणाऱ्या विजेचा आवेग केवळ त्या क्षणाचाच नसतो, तर तपश्चर्या असते आणि ज्या वृक्षावर कोसळते तो वृक्ष तर जळूनच जातो."

"काकू, लेखिकेसारखं बोलू नका हो. मला ते समजत नाही. मला पद्माशी लग्न करायचं आहे. संसार मांडायचा आहे. बस्स! ते सारं जमवून देणं तुमचं काम. बस्स! मला आणखीन काही समजत नाही."

रवींद्रचा हट्ट...

त्याच्या काका-काकूंना तो पूर्ण करायचा होता.

पद्मा पण अचानक... प्रस्तावाने प्रथम गोंधळून गेली.

प्रेम?

या ओढीलाच प्रेम म्हणायचं? की अट्टाहास होता तो.

रवींद्रचा?

तिला स्वत:ला काहीच समजत नव्हते.

सर्वांप्रमाणे ती पण, त्याची चाहती होती. पण प्रेम?

लग्न?

संसार?

जोडीदार?

ते तिने स्वप्नातही चिंतले नव्हते, तिचे आई-वडील, नानाकाका, उमाकाकू, मैत्रिणी आणि स्वत: रवींद्र... सारेच तिला त्या आवेगात उतरायला सांगत होते.

खरेतर त्यात चूक काय होते?

एका लोकप्रिय उमद्या मनाच्या कलावंताने तिची निवड केली होती, जोडीदार म्हणून.

त्यात वेगळे, विचार करण्यासारखे काहीच नव्हते.

त्या आवेगाचे स्वागतच करायला हवे होते.

पद्मा मात्र अवघडून गेली होती.

पण आवेग जेव्हा अवचित समोर उभा राहतो, तेव्हा विचार करायला अवधी नसतोच!

पायाखालची वाळू सरकत जाते. पायाखाली भूमी नसतेच तिथे. झोकून देणे इतकेच करायचे शिल्लक राहते. पद्माने पण तेच केले. आणि त्या प्रमत्त आवेगात ती पार घुसमटून गेली. एका विलक्षण वेगवान प्रवाहाने जीवन पुढे वाहत होते. दहा वर्षे!

दहा वर्षांत त्या आवेगाने पद्माच्या जीवनावर एक वेगळा अनुभव दिला होता.

रवींद्र! त्याचे प्रेम, रांगडा प्रणय, हट्ट, हौस, लहर, जिद्द, बेफिकीरपणा, पैशांची उधळण, नित्य नव्याचा ध्यास!

त्यातूनच हा संसार सजला होता. त्याची साक्ष घरांमधल्या प्रत्येक वस्तू देत होती. रवींद्रच्या उच्च अभिरुचीची साक्ष! जे सुंदर दिसेल, आवडेल ते अट्टाहासाने मिळवण्याची ती धडपड आत्ताही पद्माला आठवली. एखादी नवीन वस्तू घरात आणली की, ती आरडाओरडा करतच आणली जाई. घरामधल्या सर्वांनाच ती आवडावी हा त्याचा आग्रह असे. आधी हौसेने पद्माही त्या कौतुकात सामील होई. पण रोजच नवीन वस्तू घरात येई. कौतुक करायला पद्मा थकली होती. पण रवींद्रची हौस थकली नव्हती.

...एकदा त्याने हौसेने भला मोठा राजस्थानी आरसा आणला होता. पद्मा कामात होती. हातामधले काम संपवून बाहेरच्या खोलीत पद्मा येताच, रवींद्रने हातामधला आरसा जमिनीवर आदळला होता. साऱ्या खोलीभर काचांचे तुटके अवशेष विखुरले होते. प्रत्येक फुटक्या तुकड्यातून पद्माला कुणीतरी हसत होते. त्या काचा गोळा करताना पद्माच केविलवाणी झाली होती. त्यानंतर रवींद्र जो रागाने घरामधून निघून गेला होता, तो दोन दिवसांनी परतला होता.

घरी आरसा फुटणे अशुभ असते!

पद्माचे मन त्या क्षणापासूनच धास्तावले. आरसा फुटला होता. पण नक्षीदार राजस्थानी धाटणीची आरशाची चौकट मात्र शाबूत होती. रवींद्र गेल्यानंतर पद्माने ती रिकामी चौकटच भिंतीवर लावली होती. त्यात नवीन काच भरली नव्हती.

खरी काच तर त्या दिवशीच तडकली होती. त्यानंतर उरली होती नक्षीदार चौकट.

मोकळी... भकास...

पद्माच्या संसारासारखी!

...त्या आठवणीसरशी पद्मा उठली. भिंतीवरच्या रिकाम्या चौकटीलगतच टेपरेकॉर्डर गात होता—

'संसार मी करते मुका
दाबूनी माझा हुंदका
दररोज मी जाते सती
आज्ञा तुझी ती मानूनी...
सांगू कसे सारे तुला?
सांगू कसे रे याहूनी?
सर्वस्व तुजला वाहूनी
माझ्या घरी मी पाहुणी...

...अपर्णाचा जन्म होईपर्यंत संसार हा असा आवेगातच चालला होता. अपर्णाचा जन्म... हा तर आनंदोत्सव होता. आनंदकल्लोळ!

एका आवेगाचे उंच आभाळाला भिडणे होते ते!

गोरी, गुबगुबीत अपर्णा बघून, रवींद्र आनंदाने वेडा झाला होता. तिच्यासाठी घरी नित्य नव्या वस्तू येत होत्या. घर भरून जात होते.

वस्तूंनी, अपर्णाच्या बोबड्या बोलांनी.

अपर्णा सहा वर्षांची होईपर्यंत रवींद्रचे वागणे तसेच होते. पद्माचे घर सुखाने शिगोशीग भरले होते.

पण त्यानंतर मात्र रवींद्रचा उत्साह कमी होऊ लागला. पुण्यात प्रयोग असला की पद्माला सारे वेळापत्रक पाठ असे. शेवटचा पडदा पडण्याचे मिनिटही पद्माला पाठ असे. त्याच वेळी गरम भाताचा कुकर गॅसवर चढे. पहिली पोळी भाजून होईस्तोवर दाराची बेल, अधीरपणाने टिंगऽ टाँगऽ चा आवाज देऊ लागे. थकलेला पण उत्साही रवींद्र घरात येईस्तोवर पाने मांडलेली असत. जुईचा, मोगरीचा गजरा घमघमत घरात येई. कधी फुलांचे बुके, निशिगंध, गुलाब, शेवंती सारे गंध दरवळत. रवींद्रसोबत घरात येत. प्रथम पद्मा नंतर अपर्णा.

त्यानंतर छोटी रीमापण...

सर्वांनाच रवींद्रच्या वक्तशीर येण्याची सवय जडली होती.

...ज्या दिवशी पुण्यात प्रयोग असूनही रवींद्र रात्रभर घरी आला नव्हता त्याच दिवशी एक हुंदका पद्माने चूपचाप गिळला होता. मूक हुंदका.

...अन् त्या रात्रीनंतर सारा संसारच... एक मूक हुंदका बनला होता. त्या घरात ती परकी वाटत होती.

स्वत:लाच!

तिने विचारलेल्या प्रश्नांना रोज वेगळी उत्तरे मिळू लागली.

तसे...

तिने प्रश्न विचारणेच सोडून दिले होते.

तिने वेळेवर येण्यासाठी घातलेल्या शपथा सहज मोडल्या जाऊ लागल्या तसे...

तिने शपथा घालणे, विनवणेच सोडून दिले होते आणि त्यानेही दिशाच बदलली होती.

त्याच्या आवेगाचा प्रवाह अचानक बदलून कसा गेला?

दोन मुलींसह मांडलेल्या त्या संसाराचा अर्थ तरी काय होता?

पद्माच्या ध्यानीमनी नसताना ती या आवेगात अचूक सापडली होती. सवयीने तिलापण त्या गतीची सवय झाली होती. त्या वेगानेच हात मारून प्रवाहासोबत जायला ती सरावते न सरावते तोच, प्रवाहाने दिशाच बदलली.

कोरड्या संसारात मुके हुंदके देत, दररोज सती जाण्याची शिक्षा ती भोगत होती.

तिचा गुन्हा एकच...!

तिची योग्यता नसताना तिने रवींद्रचे पत्नीपद स्वीकारले होते.

...हे ऐकून ती थक्क झाली होती. योग्यता कुणी ठरवायची? तिची निवड तर त्यानेच केली होती.

तिला योग्य, अयोग्याचा विचार करण्याची उसंतही न देता... तिचा होकार मिळवला होता. गृहीत धरला होता. सर्वांनीच! तिनेही त्यानंतर समरसतेने स्वत:ला झोकून देऊन संसार केला होता. सारे गोड मानलेच होते. मग योग्यतेचा प्रश्न आत्ताच कुठून आला होता?

पण या प्रश्नाच्या उत्तरासाठी तिला जास्ती थांबावे लागले नाही. स्वत: रवींद्रने तिला नानाकाका व उमाकाकूंच्या देखत सांगितले ते ऐकून, तिची शुद्धबुद्ध हरवली होती.

नीलांबरी!

मराठी रंगभूमीवर उतरलेली नवीन, कसलेली नाट्यचंद्रिका!

तिच्याबरोबर काम केलेले रवींद्रचे प्रत्येक नवीन नाटक प्रेक्षकांनी डोईवर उचलून घेतले होते.

तिचा अभिनय, त्यामधली सहजता, प्रत्येक पावलामधली नृत्याची अदाकारी, तिचा आवाज, तिचे संवाद, तिचे सौंदर्य...

मुख्य म्हणजे, रवींद्रसोबत रंगणारा तिचा अभिनय. इतकी सुरेख जोडी आजवर कधी जमलीच नव्हती. त्या दोघांचे एकत्र येणे हा एक कपिलाषष्ठीचा योग होता.

सारी माणसे, वर्तमानपत्रे, मासिके जाड जाड मथळ्याने हेच सांगत होते.

आणि त्या दिवशी नानाकाका आणि उमाकाकी यांच्यासमोर रवींद्रने पण तेच सांगितले होते.

हा निर्णय त्याने स्वत:च्या घरात सांगितला नव्हता, तर नानाकाकांच्या घरात पद्माला सुनावला होता. ती त्याची आज्ञा होती. मर्जी होती.

पद्माने मुळी काही विचारायचेच नव्हते.

पद्माने रवींद्रबरोबर लग्न करावे म्हणून तिची एके काळी मनधरणी करणारे नानाकाका आता निर्धाराने रवींद्रच्या पाठीशी उभे होते.

ते सर्व नाट्य बघून पद्माने कसेबसे घर गाठले होते. दोन अश्राप पोरी तिची भोकरासारखी वाट बघत होत्या.

रवींद्रला नीलांबरीशी लग्न करायचे होते. त्याने लग्न केले, तरच नीलांबरी त्याच्याबरोबर कामे करणार होती. त्या दोघांच्या खुल्या प्रेमाला नीलांबरीच्या आई-वडिलांचा विरोध होता.

रवींद्रला जर करिअर टिकवायचे असेल तर...

नीलांबरीवर त्याचे खरे प्रेम असेल तर...

त्याने रस्ता साफ करायचा होता.

नीलांबरीशी लग्न करायचे होते.

आणि त्याच्या सुखात सुख मानणे हे पद्माचे कर्तव्य ठरत होते.

नानाकाका, उमाकाकी पद्माला पदोपदी समजावून सांगत होते. अधिकाराने, जरबेने. पद्मा सुन्न झाली होती. बोलत नव्हती, विचार तिला करताच येत नव्हता. एक सुन्न बधिर अवस्था ती भोगत होती. रवींद्रने घरी येणे सोडले होते. पुण्यात असला की, तो नानाकाकांकडे राहत असे. एरवी हट्टाने नाटकाचे दौरे आखत असे.

...आणि यातूनच जीवघेणे व्यसन त्याच्या जीवनात शिरले होते. त्याला नीलांबरी हवी होती; पण ती मिळत नव्हती. लग्न करून नीलांबरीशी संसार करण्याच्या आवेगातून त्याची घसरण सुरू झाली. दारूच्या नशेने नाटके रंगत नव्हती. शरीरावर, शब्दांच्या उच्चारावर परिणाम झाला होता. वेळी-अवेळी प्यायलेल्या अवस्थेतच तो रंगभूमीवर येऊ लागला. कधी नाटके रहित होऊ लागली. निर्मात्यांना गाव सोडेपर्यंत पुरेवाट होत होती. स्वत: नीलांबरीच नवीन नाटकांच्या नायकांच्या शोधात होती. नीलांबरीचा दुरावा लक्षात आला तसा रवींद्र जास्तीच बेताल झाला होता.

हे सारे भडक रितीने वर्तमानपत्रांत येत होते.

त्या दिवशी दुपारीच नानाकाका आणि उमाकाकू ती वर्तमानपत्राची सारी भेंडोळी तिच्यासमोर उलगडून बसले होते.

"बाई गं, हात जोडतो तुला. त्याचा सर्वनाश असा उघड्या डोळ्यांनी बघू

शकत नाही आम्ही. म्हातारपणी ही शिक्षा का देते आहेस आम्हाला? आमचं दु:ख तुला नाही समजणार. आतडं ते आतडंच शेवटी. तू किती झालं तरी परकीच.'' उमाकाकू म्हणाल्या.

''मी परकी? अहो, त्याची दोन मुलं वाढवतेय. त्यांच्या संसारात दहा वर्षं खस्ता काढलेत मी.''

''होय ना? मग त्याचे तुला काहीच सोयरसुतक नाही कसं? आता रवींद्र! लोकांनी डोईवर उचलून घेतलेला माणूस. उगीच म्हणून का असा वागतोय? लोक शेण घालताहेत तोंडात. तुला लाज नाही त्याची?''

''आहे ना. लाज वाटतेय, पण लोकांनी यापूर्वी जे दिलं होतं भरभरून, त्याला ते पात्र राहिले नाहीत, इतकाच याचा अर्थ मी लावतेय. उगीच लोकांना का दूषण?''

''तेच ना, तेच म्हणतोय मी.''

नानाकाका संथ स्वरात म्हणाले.

''लोकांना मी दूषण देत नाही. दोष आपलाच आणि तो सुधारायचा आपणच.''

''म्हणजे मी. होय ना? मी काय करावं अशी अपेक्षा आहे तुमची? त्यांची धर्मपत्नी म्हणून?''

थोड्या उपहासाने पद्माने विचारले होते.

''त्याला लग्न करायचं आहे ना, नीलांबरीशी? करू दे. या लग्नाने त्याची करिअर सावरेल. सुखी होईल तो. जरा मन मोठं कर.''

''नानाकाका, मला मागणी घेऊन आला होता, तेव्हा हीच वाक्यं बोलला होतात. विसरलात? मी होकार दिला. दहा वर्षं संसार झाला. आता पुन्हा तुम्ही त्यांचं सुख, त्यांची करिअर यांचं नवीन गणित मांडता आहात, चुकतंय कुठेतरी... काहीतरी... असं नाही वाटत?''

''त्यांची चूक काढतेस? तुझ्या सासऱ्यांची?''

नानाकाका निरुत्तर झाले तशा उमाकाकू उसळल्या.

पद्मा शांतपणे म्हणाली,

''सासरी वडीलधारी माणसं हवी असतात ते संसार जोडण्यासाठी, तुम्ही तर मांडलेला संसार मोडण्याचा सल्ला द्यायला आलात ना? आधी तुमच्या मुलाचं नेमकं कुठे बिनसलंय ते बघा, ते मनस्वी आहेत. त्यांचा प्रत्येक हट्ट पूर्ण झालाच पाहिजे, अशी सवय लावलीये तुम्ही. पूर्वी मी हवी होते. आता ही नाट्यचंद्रिका. आणखीन दहा वर्षांनी... या दोन मुली मोठ्या होतील... कोण जाणे... पुन्हा आम्हीच हव्या असू. मी आजची काळजी करत नाही! आणखीन दहा वर्षांनंतरची काळजी करतेय.''

"हे बघ पद्मा, तिरकं बोलू नकोस असं. आजचं बोल. आज तू त्याच्या घटस्फोटाच्या प्रस्तावाला मान्यता दे. दहा वर्षांनंतर तू म्हणतेस तशी पश्चात्तापाची पाळी आलीच, तर आहेच की हे घर! त्याचंच आहे ना? तुला काही कमी पडणार नाही. या घरात राहा. मुलींसह राहा. महिन्याला व्यवस्थित पैसे मिळतील; पण आता त्याला आडवी येऊ नकोस. त्याला जगू दे. हे बघ ते घटस्फोटाचे कागद आणलेत, सही करून दे. कायदेशीर गोष्टी मी सांभाळतो. कुणाला काहीच समजणार नाही. अखेर तू सून आहेस आमची."

नानाकाका नाटकीपणाने बोलत होते. त्या क्षणी त्या दोघांना घराबाहेर घालवून द्यावे असे पद्माला वाटले. प्रचंड किळस वाटली त्या माणसांची.

"घर, महिन्याचे पैसे, दोन मुली... हे तर कुणा सामान्य माणसाने पण मला दिलं असतं.

पण या महान रसिकराजाने जो भोगवटा दिला, तो मात्र कुणी सामान्य माणसाने देणं शक्य नव्हतं.

तुम्ही म्हणाल, कौतुकात गेलेली दहा वर्षं, घर भरून आणलेल्या या नवलाईच्या गोष्टी, प्रेमाने आणलेल्या? पण माझ्यासाठी नव्हेत तर नित्य नव्याचे वेड असणाऱ्या तुमच्या मुलाचाच हव्यास होता तो. या घरात आणून, त्या माझ्यावर लादणं याला प्रेम म्हणता तुम्ही? मला हे काही नसतं तरी चाललं असतं. मला हवा होता खरा कलावंत मनाचा उमदा जोडीदार. जीवनावर प्रेम करणारा... प्रेम समजणारा..."

नानाकाका अस्वस्थपणे टीपॉयवरचे पेपर पुढे-मागे करत होते. अनावरपणे बोलणाऱ्या पद्माचे तिकडे लक्ष गेले. चमकून ती म्हणाली,

"तुम्ही नानाकाका... तुम्ही सहीसाठी खोळंबला आहात? पण या फॉर्म्सवर आधी त्यांना सही करू देत. मी त्या खाली नक्कीच सही करेन. न वाचता. माझ्या लेखी फक्त त्यांची सही मोलाची आहे. केव्हाही या. नाहीतरी घर तुमचंच आहे."

पद्माने विषयच संपवला.

...आज या क्षणीसुद्धा पद्माला तो दिवस चांगलाच आठवत होता. कशी विसरणार होती?

आणखीन चार दिवसांनी नानाकाका फॉर्म्स घेऊन परत आले होते. फॉर्मवर रवींद्रची सही होती.

"ठीक आहे काका, उद्या याल? नाहीतरी आज अमावस्या आहे. उद्या सकाळी मी सही करून ठेवेन. पुढचं काम तुमचं."

फॉर्म्स टेबलाच्या खणात ठेवून पद्मा अस्वस्थपणाने घरातून फेऱ्या मारत होती. मुलींचे अभ्यासाचे वर्ष संपले की ती पुणं सोडणार होती. एका हिलस्टेशनवरच्या

शाळेत मेट्रन म्हणून तिने काम मिळवले होते. मुलींना त्या शाळेत दाखल करण्याचेही ठरले होते.

...त्या फॉर्मची आठवण आली, तशी पद्मा उठून टेबलाजवळ गेली. ड्रॉवर उघडला. तो फॉर्म अजूनही खाकी लिफाफ्यात तसाच होता. अर्जाखाली रवींद्रची लपेटदार सही होती. भिंतीवर मोगरीच्या हारांतून, फोटोतून रवींद्र हसत होता. बाजूलाच राजस्थानी नक्षीची मोकळी चौकट लटकत होती. टेपरेकॉर्डरचे लाल बटण डोळे वटारून बघत होते. डोळ्यामधले पाणी पुसून तिने टेपरेकॉर्डर बंद केला. रवींद्रच्या फोटोच्या काचेवरून हात फिरवत ती म्हणाली,

"नाही हो. तुम्ही सुखी व्हावं असंच मला वाटत होतं. पण तुमचं सुख तुम्हाला ओळखताच आलं नाही. हा नेटका संसार मांडलात. दोन गुणी मुलींना जन्म दिलात. पण त्यात रमला नाहीत. काय हवं होतं तुम्हाला? कोणतं सुख कमी पडलं होतं? काय शोधत होता?"

ती बोलतच राहिली असती, उत्तर न सापडलेले अनेक प्रश्न. प्रश्नांची एक माळच जी ती नित्य जपत होती.

"आई! पानं घेतलीत. येतेस ना?" अपर्णा, रीमा खेळून केव्हाच आल्या होत्या. कपडे बदलून झाले होते. पाने मांडून घेतली होती.

'इतक्या मदत करणाऱ्या, सुख देणाऱ्या मुली असताना आपण तरी कशाचं दुःख करतो आहोत?'

या विचाराने तिलाच लाजल्यासारखे झाले. ती स्वयंपाकघरात गेली. मुलींनी केलेली यादी वाचून हसतखेळत जेवणे झाली. मुली झोपायला गेल्या. पद्मा परत हॉलमध्ये आली. कितीतरी वेळ आरामखुर्चीवर बसली होती.

नानाकाका फॉर्म देऊन गेले. त्या रात्री पण ती अशीच याच खुर्चीवर बसली होती. अचानक फोनची घंटा घणघणली. दचकून पद्माने घड्याळाकडे पाहिले. रात्रीचा दीड वाजला होता. तिने रिसिव्हर उचलला. नानाकाका बोलत होते. शांत वेळी, कर्कशपणे आवाज कानांत शिरत होता,

"पद्मा असशील तशी निघून ये. आपला. माझा रवी गेला गं?"

"काय?" तिने किंचाळून विचारले.

"अगं, या घरातच आताच आरामखुर्चीत कोसळला."

सर्व गोष्टींना किती अनपेक्षित वळण लागले होते? दोन मुलींना घेऊन पद्मा नानाकाकांच्या घरी धावली. भल्या मोठ्या हॉलमध्ये चादरीवर रवींद्रचा मृतदेह ठेवला होता. झोप लागल्यावर दिसायचा तसाच दिसत होता. त्याला सुखाचा ध्यास होता. नित्य नव्याचा हव्यास होता आणि आता तो सर्वांपलीकडे पोहोचला होता. पद्माला हुंदका फुटला. ते बघून मुली पण रडू लागल्या. जमलेली माणसे डोळे

पुसत होती. रसिकांच्या लाडक्या दैवताने रंगभूमीवरून विंगेत प्रवेश केला होता. कायमचा.

थोडा वेळ गेल्यावर नानाकाकांनी तिला आत बोलावून घेतले.

"पुढं काय करायचं?" त्यांनी विचारले.

"कशाचं म्हणता?"

"म्हणजे रवींद्रला आता त्या घरी न्यायला हवं. तिथून मग पुढचे सोपस्कार."

"नानाकाका! ते घर त्यांनी सोडलं होतं. कालच तर सहीचा फॉर्म तुम्ही पोहोचवलात. ही दुर्घटना झाली नसती, तर उद्या तो अर्ज तुम्ही कोर्टात दाखल केला नसता? ते प्रत्यक्ष घडो न घडो, पण मनाने त्यांनी घर सोडलं होतं. लग्नही मोडलं होतं. आता त्या घरी आणि कशाला नेता? जे व्हायचं ते इथेच. त्यांनीच त्या घराशी संबंध तोडलेत."

पद्मा निर्धाराने म्हणाली.

"वेड लागलंय की काय तुला? त्याचं या गावात घर असताना, बायका-मुलं असताना त्याला इथून न्यायचं? लोक काय म्हणतील?"

"उद्या कोर्टात अर्ज दाखल केल्यावर लोक काय म्हणाले असते, याचा विचार तुम्ही कशासाठी करणार? उलट त्याचं दुसरं लग्न लावून कृतकृत्य झाला असता. त्यानंतर लोकांनी जे काही म्हटलं असतं, ते मलाच. कारण मी लोकांत जगणार होते. आणि तुमचा लेक उंच रंगभूमीवर असणार होता. त्याला लोक काहीच म्हणणार नव्हते. म्हटलं असतं तरी त्याला काय फरक पडणार होता?"

"बायको आहेस की वैरीण? काल रात्री हा हार्टअ‍ॅटॅक का आला याचा विचार केलास? परवा तू यांना म्हणालीस, 'आधी त्यांची सही आणा फॉर्मवर मग मी आनंदाने सही करेन.' ते फार मनाला लागलं हो त्याच्या! पद्मा संसार मोडायला तयार झाली, याचं त्याला दु:ख झालं. हे बोलत असतानाच कोसळला गं पोर."

उमाकाकू रडत म्हणाल्या.

ते ऐकून पद्मा हतबद्ध झाली.

"काकू, तुम्ही दोघंच तर कित्येक दिवस माझी विनवणी करत होता ना? मी त्यांच्या वाटेतून दूर व्हावं म्हणून?"

"म्हणून काय झालं? तू असं सोडून द्यायचंस त्याला? पोरका होता गं माझा रवी, सारे मतलबाचे धनी बरं..."

उमाकाकूंना थांबवत नानाकाका समजूतदारपणे म्हणाले,

"पद्मा, आता या बोलण्यात काहीच अर्थ नाही. हा त्याच्या जीवनाचा शेवटचा अंक. एक्झिट म्हण हवं तर. पण ते सारं त्याच्या नावलौकिकाला साजेसं होऊ दे. मी म्हातारा हात जोडतो तुला हवं तर."

नानाकाकांनी हात जोडले होते.

पद्मा काही बोलली नाही.

...भल्या सकाळी वर्तमानपत्रांतून, दूरदर्शनवरून रवींद्रच्या निधनाचे वृत्त पसरले आणि एक धक्काच बसला साऱ्यांना. चाहत्यांची, लेखकांची, नाट्यसंस्थेची, कलावंतांची रीघ रवींद्रच्या घराकडे लागली. पत्रकार, दूरदर्शन प्रतिनिधी सर्वांनी घर भरून गेलं.

रवींद्रचे उच्च अभिरुचीने सजलेले घर, त्याची सुंदर पत्नी, बाहुलीसारख्या मुली, पितृ-मातृवत काका-काकू.

रवींद्रचा अभिनय, त्याचा उच्च दर्जा, त्याची छायाचित्रे. या सर्वांनी त्यानंतरचा संपूर्ण आठवडाभर रकाने भरभरून येत होते. श्रद्धांजली, भावपूर्ण लेखनांतून त्याचे गुणवर्णन केले जात होते.

पद्मा सुन्नपणे सारे पाहत होती.

त्या सर्व गर्दीत नीलांबरी कुठे आलीच नाही. पण चार दिवसांनंतर एका भरदुपारी मात्र नीलांबरी पद्माला भेटायला आली. शुभ्र, सैलसर सलवार कमीज घालून नीलांबरी समोर बसली होती. कोणतेही प्रसाधन तिने केले नव्हते, काय बोलावे ते दोघींना पण समजत नव्हते. पद्मा पूर्ण सावरलेली होती. थोडा वेळ गेल्यावर नीलांबरी म्हणाली,

"काय योग पाहा? तुम्ही थोडा आधी तुमचा निर्णय दिला असता तर... कदाचित हा ताण त्याला पडला नसता, या ताणातूनच हा हार्टअ‍ॅटॅक!"

"नीलांबरी, मरण ठरलेल्या वेळी गाठणारच आणि निर्णय मी एका दिवसात द्यावा ही अपेक्षाच चुकतेय ना? एका प्रवेशानंतर नाटकाचा रंगमंच झटकन बदलतो, तसा जीवनाचा रंगमंच कसा बदलणार? विचार करायला नको?"

"प्रेमात विचार कसला? एका आवेगात येतं ते प्रेम... जाऊ दे. प्रेम सर्वांनाच कुठे कळतं?"

नीलांबरीने रवींद्रचेच वाक्य फेकले. नीलांबरी भांडायलाच आली होती.

"ऐकलंय मी ते, तसला आवेग मीही एकदा अनुभवलाय. पण आता मला दोन मुली आहेत. विचार करूनच निर्णय देणं भाग होतं. जाऊ दे नीलांबरी, त्याची विधवा म्हणून चाहत्यांची सहानुभूती गोळा करून जगणं... कदाचित तुमच्या नशिबात नसावंच, माझ्या नशिबात ते असावं. पण मला सहानुभूतीची गरज नाही."

ते ऐकताच नीलांबरी झटक्यात उठली आणि निघून गेली.

त्या सर्व घटनांना आता दोन वर्षे लोटली होती. पद्मा निश्चयाने उभी होती. भूतकाळ विसरण्याचा प्रयत्न करत होती. डोळ्यांत तेल घालून मुलींना वाढवत होती. कधीमधी असं हे वादळ आडमुठेपणाने तिला अडवून ठेवी. अवेळीच सारा

भूतकाळ जागा होत असे. एरवी पद्माने सारे वादळ पार केले होते.

रविवारची प्रसन्न सकाळ उजाडली. मुली मैत्रिणींत रमल्या. पद्मा स्वयंपाकघरात... बाहेर कॅसेट लागली होती. तेवढ्यात रीमा आत आली. पद्माला बाहेर बोलावू लागली. मुली कॅसेट बघण्यात रंगून गेल्या होत्या. पद्मा आश्चर्याने पाहत होती.

नीलांबरीच्या विवाह सोहळ्याचे दृश्य टी.व्ही.च्या पडद्यावर झळकत होते. मराठी, हिंदी नाट्य व चित्रपटसृष्टी गाजवणारी नीलांबरी आसाममधल्या मोठ्या उद्योगपतीशी विवाहबद्ध होत होती. त्याच्या प्रेमाखातर तिने त्याचा ख्रिश्चन धर्म स्वीकारला होता. नाट्य संन्यास घेतला होता. शुभ्र पायघोळ झगा, डोक्याला पांढरा लेसचा क्राउन, मानेवर रुळणारे आखूड केस...

या साऱ्या वेषभूषेने मोहक दिसणारी नीलांबरी आपल्या पतीसमवेत नृत्य करत होती. चेहऱ्यावरून आनंद ओसंडत होता.

'लव्ह इज ब्यू... टि फूल...'

मंद पार्श्वसंगीत वाजत होते.

प्रेम!

'प्रेम सर्वांनाच कुठे कळतं?' नीलांबरी म्हणाली होती.

खरंच प्रेम म्हणजे?

नीलांबरीला खऱ्या प्रेमाचा साक्षात्कार या उद्योगपतीच्या भेटीतच जाणवला होता म्हणे!

रवींद्रने प्रेमासाठी पद्मा... अपर्णा... रीमा... ते नीलांबरी... असा प्रवास एका आवेगाने केला होता.

प्रेम त्याला समजलं होतं?

कोण जाणे?

पण पडद्यावरच्या दृश्यावर दृष्टी खिळवून उभ्या असणाऱ्या पद्माला मात्र काहीच समजलं नव्हतं.

◆

मोकळं झाड

बस कामेरी बसस्टँडवर पोहोचली, तेव्हा पहाटेची वेळ होती.

'कामेरी,

कामेरी...'

कंडक्टरने आवाज दिला. पेंगणारे उतारू जागे झाले. प्राची जागीच होती. एस.टी. बस घाट चढायला लागली. वळणावळणाला हिंदकळू लागली. तशी प्राची जागीच होती. जीवनही वळणावळणाने हिंदकळत, कामेरीला पोहोचत होते. चढणे, वळणे, घाट या साऱ्यांमधून तीस वर्षांचे जीवन वाटचाल करीत होते. सभोवती हिरवीगार झाडी असूनही मन अखंड तगमगत होतं. ती तगमग असह्य होऊनच तर प्राचीने कामेरी गाठलं होतं.

सूटकेस हातात घेऊन तिने बसस्टँडवर पाऊल ठेवलं. त्या मातीच्या जवळिकीने, भेटलेल्या स्पर्शाने तिला खूप बरं वाटलं, बसस्टँड बदलला होता. कडेने चहाची दुकानं उभी होती. तिथे दिवे भगभगत होते. एक टेपरेकॉर्डर गात होता—

'दी ऽ दार हो गया,
तुझसे प्यार हो गया'

प्राची हसली. प्रेम!

माणसं ओरडून ओरडून सांगत असतात ते प्रेम!

ते प्रेम असतं का मुळात?

असेल, तर. ते प्रेम नेमकं कशाचं असतं?

पस्तीस वर्षं, संसार करणाऱ्या माणसांनी प्रेम केलेलं असतं— एकमेकांवर— की फक्त संसार—? वर्षं पूर्ण केलेली असतात का?

आणि या अशा संसारात जन्माला येणारी

आपल्यासारखी मुलं त्या प्रेमाचं प्रतीक असतं --- की संसाराचं?

पूर्ण झालेल्या वर्षांचं?

बसस्टँड ओलांडून प्राची घराच्या रस्त्याकडे वळली. अवघं पन्नास-पंचाहत्तर घरांचं, डोंगरात वसलेलं कामेरी गाव, वाट ओळखीची! वयाच्या पाचव्या वर्षी, आई-बाबांचा हात धरून अशीच बस धरून कामेरी सोडलं होतं. त्या वेळी ही डोंगराची वाट उतरणारी अशीच पावलं कोवळी होती. पाच वर्षांची प्राची. घणसूच्या खांद्यावर! आड पंचा लावलेला आणि डोईला मुंडासं बांधणारा— म्हातारा घणसू प्राचीची समजूत घालत होता.

"उगी उगी मायबाई, रडू नाका. मुंबैत लिवायला शिका. शानी व्हा. सुट्टीत आसाच की, कामेरी, आजी आसा!"

पण हे बोलणारा घणसूच रडत होता. सुटी लागली की, कामेरी. आजी, घणसू, अबोल्या भेटत. स्वत:च्या पायांनी डोंगर चढता-उतरता येऊ लागला. आई-बाबा नंतर कामेरीचं नावच विसरले. त्या दोघांच्या जीवनात कामेरीपेक्षा इतर गोष्टींना अकारण महत्त्व आलं होतं. त्या अकारण अनेक गोष्टी घरात शिरल्या तशी प्राचीची कामेरीची ओढ वाढू लागली होती. सुटी लागली की, बसने कामेरी गाठायची. बस पहाटे पोहोचणार असायची. पण आजीने घणसूला रात्रीच स्टँडवर पाठवलेलं असायचं. म्हातारा घणसू खोकत खोकत रात्रभर स्टँडवरच्या चिंचेखाली बसून राही.

"अरे, रात्रीपासून कशाला यायचं रे? इतकी मुंबैहून एकटी आले. आणि इथून घरी यायला तू लागतोस?"

"ते आजीक समजंना आणि माका बी समजंना."

"आजी गं."

एकदा आजीच्या मिठीत शिरलं की, साचलेला बांध मोकळा होई. आधी येई ते रडूच.

"उगी, उगी, रडू नको, काय झालं?"

पाठीवरनं, केसांवरून मऊसूत हात फिरायचा. "सांग गं काय झालं? काय चाललंय तिकडे?"

आजीच्या सर्व प्रश्नांना 'मज्जेत आहेत' एवढंच प्राचीचं उत्तर असायचं. त्या घरातलं या घरात काहीच येऊ नये म्हणूनही—

आणि आजीला दु:ख होऊ नये म्हणूनही! मग सारी सुटी अबोल्यासोबत कामेरीचा डोंगर तुडवून होई. पानांच्या द्रोणाने गोलत्याचं पाणी, त्यावर बोरी, करवंदं, तोरणं जास्ती गोड होत. आजी ओरडत असे पण त्या ओरडण्यात दमच नसे. संध्याकाळी पाणी तापवायच्या चुलाणाजवळ, मीठमोहऱ्या मात्र तडतडत.

"बाभऱ्या मेल्या, डोंगरभर हुंदडता, वेळ, अवेळ भूत, पिशाच, देवचार कोण कधी आडवं जाईल वेळ सांगून येता?"

आजीचे शब्द आठवले, अर्धा डोंगर चढून प्राची वर आली होती. अजूनही उजाडलं नव्हतं. पूर्वेकडून येणारा प्रकाश विरळ काळोखात मिसळत होता. मधल्या दऱ्यांमधून धुकं साकळून उभं होतं. रस्त्याकडेच्या पुलाच्या दगडी चौथऱ्यावर प्राची बसली. आजूबाजूला संपूर्ण शांतता होती. काळोख, उजेड, धुकं, ओला रस्ता सारं हवंसं होतं आणि परिचितही!

जीवनासारखंच— स्पष्ट— अस्पष्ट— अनेक जाणिवा.

तीस वर्षांत असाच प्रवास सुरू होता.

काळोख, कधी उजेड, आशा, तर कधी निराशा आणि धुक्याचं सावट— पण तरीही स्टँडपासून इथवरचा अर्धा डोंगर चढून झाला होताच. उरलेला अर्धाही सहज पार होणार होता. त्यानंतर भेटणार होतं घर! डचमळणारं मन घेऊन, तिथवर पोहोचायला मात्र हवं होतं.

आत्मविश्वास?

आत्मविश्वास हवा माणसात, तर रस्ता पार होतो.

पण प्रथम विश्वास तरी हवा ना?

मग आत्मविश्वास!

विश्वास! असतो कुठे या जगात? प्रत्येक अविश्वासाचा क्षणच मग आठवू लागला.

"उमा इतका उशीर कसा घरी यायला?"

"सॉरी, हा प्रश्न अपेक्षितच होता. झाला उशीर, तुला होत नाही?"

"पण मी म्हणतो, माझा बिझनेस इतका जोरात सुरू असताना, तुला नोकरी करायची गरजच काय?"

"हो, म्हणजे तू फिरणार त्या सेक्रेटरीला घेऊन! आणि मी लायन लेडी, किटी पार्टी, इनराव्हील शॉपिंग, ब्यूटिपार्लर आणि 'इंतजाऽऽर.'"

"सगळ्या जणी तेच करतात घरात. प्राची आहे, तिच्याकडे लक्ष दे."

"सगळ्या जणी तेच करत असतील, पण मला ते जमणार नाही आणि तुझ्या मुलीची मी नीट काळजी घेते आहे. काही कसूर ठेवली नाही."

"माझी मुलगी? फक्त माझी?"

त्यानंतर हॉलमध्ये सामसूम आणि बेबी ब्लँकेटच्या आतला देह पाय पोटाशी घेऊन एवढासा झालेला.

"झोपलीस वाटतं? गुड नाइट स्वीटी." बेडलँपचा निळा प्रकाश प्रखर होतो अधिक! दरवाजा बंद. दरवाजा बंद झाल्याचा आवाज आणि चादरीत दबलेला

अस्फूट हुंदका— 'आजी गं'—

धुक्याचा कोट उतरत होता. आता स्वच्छ उजाडलं होतं. दरी, झाडी, स्वच्छ जाणवत होती. पुलाखालचा वाहाळ खळखळत होता. आजीसारखाच! तिच्या जीवनाभोवती तो मायेचा वाहाळ असाच वाहत होता. मंद अस्तित्व जाणवून देणारा.

लहानपणी आजी भुताची, पिशाचिनीची, देवचाराची भीती घालायची; पण अबोल्यासोबत सगळा डोंगर पालथा घालून झाला होता तरी देवचार कधी भेटलाच नव्हता. मात्र मुंबैचं गर्दीत त्या देवचाराने प्राचीचं घर मात्र नेमकं शोधून काढलं होतं.

मेनी हॅपी रिटर्न्स! माय गॉड— पंचवीस वर्षं एकत्र काढलीत? वंडरफुल! ग्रेट!

पांढरा सूट टाय, फुलांचा बुके घेऊन शुभ्र कपड्यातला? एक देवचार होता तो? की मोहन अंकल? पुरुषांच्या नजरेचे इशारे समजू शकणारी— वीस वर्षांची प्राचीची नजर—

पण ते सारे संकेत— तर आईच्या दिशेने सुरू आहेत आणि आई— नव्या नवरीसारखी नटलीये. चुडा, मेंदी, पैठणी, नथ, हेअरस्टाइल आणि काजळ?

वेडिंग ॲनव्हर्सरीच्या पंचवीसही कॅन्डल्स आईबाबांनी एकत्रच— एकदमच फुंकर घालून विझवल्या. हार्टच्या आकाराच्या केकवर दोघं दोन्ही बाजूंनी सुरी चालवत होते. केकचे तुकडे करून शिताफीने एकमेकांना भरवत होते. रिटा आन्टीने तर सर्वांच्या देखत बाबांच्या गालांवर तिच्या लिपस्टिकचा शिक्का उमटवला.

चिअर्स!

शँपेनची बाटली फसफसत उघडी झाली. आतले पेय भसाभसा ग्लासातून ओठावरून पोटात जाऊ लागले. शब्द जड झाले. सन् ॲन्ड सँडमधली पार्टी धगधगत होती. कोपऱ्यात एक फुगा फुटून, कसनुसा लोंबत होता. लक्तरांसारखा!

धक धक करने लगा

पार्टी रंगत होती.

घणसूच्या आतेला झाडाने पछाडलं होतं. ते झाड तिला सोडतच नव्हतं?

"झाडं म्हणजे?"

"भूत पिशाच माणसाला धरतं. मग सोडतच नाही माणूस संपता. माझी आते बघ. कशी दशा झालीये?"

केस पिंजारलेली, हातपाय काड्या झालेली अबोल्याची आते— मुंबईतील आठवायची बीजगणित अधिकच अवघड व्हायची. भूमितीची मापे डोकीत शिरायचीच नाहीत. जीवशास्त्र— वीस मार्कांचंच पण शून्य मार्क— कोरा पेपर—

"खरं सांग उमा, गुंतली आहेस ना मोहनमध्ये?"

"होय मग."

"मग जात का नाहीस?"

"गेले असते, पण प्राची—"

"ती माझी मुलगी आहे. तुझ्या आईने कोकणातलं घर, कॅश तिच्या नावे केलंय. मी समर्थ आहे. तिचं शिक्षण होतच आलंय. तू जाऊ शकतेस. नव्हे तू जावंस. मी मान्य करेन घटस्फोट!"

डोंगरावरून एक दगड गडगड करीत खाली घसरला. पुलावर बसलेली प्राची दचकली, इतक्या सकाळी? दगड घसरला तरी कसा? त्या दगडाच्या घसरण्याने झाडावरचे दोन-तीन दयाळ चिवचिवत उडाले. पंखाची फडफड करीत खालच्या दरीतल्या झाडीत नाहीसे झाले. नंतर सारं शांत.

"प्राची थोडं बोलायचं होतं."

"तू जातेयस ना घर सोडून? जा आई, माझ्यासाठी पंचवीस वर्षं का घुसमटलीस? पूर्वीच जायचं?"

"म्हणजे पंचवीस वर्षं वाईट नव्हती. हे सर्व अलीकडेच."

"मग त्या पूर्वीच?"

यावर शांतता— आत्तासारखीच—

"आई, मला अलीकडचं, पलीकडचं काही समजत नाही. तू आनंदात राहा आई. बस्स!"

"मला तुझी भीती वाटतेय. प्राची, तू फ्रिजिड तर होत नाही ना चाललीस?"

"फ्रिजिड? कारण?"

"कारण— कारण सांगता येणं अवघड, त्यापेक्षा निघून जाणं सोपं."

आईने तेच केलं.

त्या रात्री बाबांचं पिऊन रडणं— आणि रिटाआन्टीचं सांत्वनासाठी घरात राहणं— आणि बेबी कॉटचं एकदमच प्रौढ होणं—

"प्राची बेटा, मी लग्न करतोय. याच वयात एक सोबत लागते माणसाला— रिटा माझी पर्सनल सेक्रेटरी— अ परफेक्ट वुमन.

तुला राग आला? तू माझीच आहेस सोने. हे घर, मी— सारं तुझंच आहे. आपण आनंदाने राहू डिअर, ओ.के? तुला हवी तेवढे दिवस नोकरी कर. कुणी यंग चॅप शोधून काढ. ॲन्ड एन्जॉय—"

तीस वर्षं संसार करणारी ती माणसं— एन्जॉय करण्यासाठी वेगळी झाली. रानोमाळ होणाऱ्या गवतासारखी.

बेबी कॉटमधले हुंदके समंजस, प्रौढ होत होत गोठून गेले. सारं जीवनच— फ्रिजिड—

या शब्दाचा नेमका अर्थ? माणसं कोणत्या सुखासाठी अशी रानोमाळ होतात? आणि कोणत्या धक्क्याने फ्रिजिड होतात? अवेळी?

पण तो शब्द— सुटीत आजीची मिठी पडताच कसा ओला झाला, वाहायला लागला? आपसूक—

आजी— आजी— गं—

मनाचा सारा तळ आजीच्या कुशीत शिरून मोकळा झाला. सर्व ऐकून ती शहारून गेली.

''शिव— शिव
कृपा करी संभाळा दीना
तुजवीण रामा मज कंठवेना''

आजीनेसुद्धा स्वत:चा एकांडा रस्ता धरावा? तिला धक्का बसला होता, लेकीच्या वर्तनाचा धक्का - आजीचं दु:ख मोठं की जातीचं? देवीच्या पायाखालची भुई सरकली होती. आजी, आई, बाबा- तिघं तीन वाटांनी निघून गेले होते.

विश्वास—

—कुणावर— कसा ठेवायचा?

आत्मविश्वास! कुठून मिळवायचा?

तरी पावलं आजीच्या घराची वाट चालत इथवर पोहोचली होती. हा आत्मविश्वासच होता.

''प्राची, काय वेडेपणा? कामेरीला जाऊन काय करणार?''

फोनवरून आईचा फाटलेला आवाज—

''बेटा, प्लीज फरगिव्ह मी, प्लीज डोन्ट लिव्ह मी—''

बाबांचा वेदनेने भरलेला आवाज—

''माझं प्रेम आहे प्राची तुझ्यावर. आय लव्ह यू. पण मुंबई सोडून कामेरीत शाळा सुरू करण्याचं खूळ सोडून दे. मी शासनाचा क्लास वन ऑफिसर, मी काय करणार तिथं येऊन? सॉरी डिअर.''

बिपिनचा आवाज—

प्राची डोंगर चढत होती. आवाज मागं जात होते. आता या वाटेवर आवाजच नव्हते. रस्त्यावर दोन होले फिरत होते. प्राचीची चाहूल आली, तशी माना वळवून घूऽ घू करीत ते झाडीत नाहीसे झाले.

प्राची घरासमोर उभी होती. समोरची वास्तू आपुलकीने बोलावत होती. प्राचीचे डोळे भरून आले. आज आजी नव्हती. घणसू नव्हता. तरी ती वास्तू तिची होती. आडवा बांबू बाजूला करून तिने अंगणात पाऊल ठेवलं. सारं अंगण पाचोळ्यांनी भरून गेलं होतं. तुळशीवृंदावन— तुळशीशिवाय उजाड झालं होतं.

सूटकेस खाली ठेवून— तिने पायरीवर डोकं टेकवलं— आजी गं—

डोळ्यातल्या पाण्याने पायरी भिजत होती. साठलेले हुंदके गदगदून मोकळे होत होते. बेबीकॉटपासून ते आजवर— साठलेले हुंदके - पायरीला बिलगले होते.

संस्कार बरं बाळे? संस्कार. मी उमावरही संस्कार केले आणि तुझ्यावरही. ती तर माझ्याच रक्तामांसावर वाढलेली. नऊ महिने उदरात बाळगलेली - माझी पोर—पण वाया गेली— नासकं बीज पोटी आलं माझ्या— कुठल्या जन्मीचं— परंपरेचं ते बीज - माझ्याच पोटी जन्माला यावं? कोरड्या, नासक्या भूमीवर— माझे संस्कार कसे रुजणार?''

नवरा सोडायचा होता एक वेळ - पण पोटची पोर टाकून गेली? कावसट— झाडाने पछाडलं गं तिला— देवचार भेटला अवचित—

—तू — तिची लेक— पण माझे संस्कार, समजून घेतलेस. मूळ मातीला विसरली नाहीस.

—मयाबाई —उगी उगी बाय - रडू नको. डोळ्यातलं पाणी वाया घालवू नकोस. देव तुझं कल्याण करेल.

सोनं होईल तुझ्या जन्माचं! आजीचा आशीर्वाद आठवला— मायेचा स्पर्श आठवला. प्राचीने पदराने डोळे पुसले. थर्मासमधल्या पाण्याने तोंड धुतलं— तिला आता खूप हलकं वाटत होतं. ती पायरीवर बसून अंगणाकडे पाहू लागली. त्या पाचोळ्याने झाकून गेलेल्या अंगणाच्या जागी—

हिरवंगार अंगण दिसू लागलं. सारवणावर रांगोळीचे सुबक ठिपके उमटले. मंजिऱ्यांनी लगडलेली तुळस वाऱ्यावर डोलू लागली— तुळशीसमोर सूर्य, चंद्र, गायीची पावलं उमटली. सांजपणती तेवू लागली.

म्हणा,

'रामाय रामभद्राय रामचंद्राय वेधसे
रघुनाथाय नाथाय सीतायांपतये नमोनम: ।'

जीर्ण थकल्या हातांनी, कोवळ्या हातांना नमस्कार शिकवला. रामरक्षा, परवचा, दीपस्तोत्र, ठिपक्यांची सरस्वती, साती आसरांच्या कहाण्या - चिंधीचं गाणं आणि कितीतरी!

संध्याकाळी गुरगुट्या भात, तूप, मेतकूट या तुळशीकट्ट्याकडे बसूनच पोटात जाता जाता सोनेरी पंखाची परी डोळ्यात साठवतच झोपेने पांघरूण घातलं होतं. आजीच्या लुगड्याची मऊ चौघडी.

बाय माझी खेळे गो
अंगणात खेळे

वाजती घुंगरवाळे बाये तुजे ।
बाय माझी खेळे गो, वईले वशी
आईबापांचे कुशी जलमले.

जात्यातल्या, ओव्यांच्या आवाजाने जिणं सरत असे. आजी! या पायरीवर बसली असताना आठवण येत होती ती आजीचीच! जन्म आईने दिला होता खरा; पण आजीच आई झाली होती. आजी! आईची आई, पण त्या एकुलत्या एक लेकीपेक्षा या एकुलत्या एक नातीवरच आजीचा जीव जडला होता. इतका की, हे आजीचं कोकणातलं घर आणि घरालगतची प्रशस्त मोकळी जागा आजीने नातीलाच बक्षीसपत्राने दिली होती.

आजीच्या आठवणीने प्राचीचे डोळे भरून आले. आज आजी नव्हती. आईबाबा होते.

आईबाबांचे विचार मनात आले तशी प्राची झटकन उठली. त्या हालचालीने जांभळीच्या झाडावरचा बुलबूल उडाला आणि शेवग्यावर बसून जोडीदाराला बोलावू लागला. सूटकेस उचलत प्राची थबकली. तिने डोळे भरून जांभळं, शेवगा, आंबा, फणस, पोंगरा सारी झाडं पाहून घेतली. आजी नव्हती पण आजीची झाडं होती. अंगण होतं. घर होतं, घरादारांवर आजीच्या अस्तित्वाच्या खुणा होत्या. प्राचीने कुलूप काढलं, दमट, ओला वास घरभर भरून राहिला होता. तिने भरभरा खिडक्या उघडल्या. दगडी जिना चढून माडीवर गेली. माडीवर एकच खोली, लांबरुंद.

लाकडांच्या दारांच्या उंच खिडक्या, बिनगजांच्या आणि खोलीला लागून प्रशस्त गच्ची! गच्चीबाहेर आभाळ, ओणवून उभं असणारं!

दरवाजा उघडून प्राची गच्चीत आली. सूर्योदय नुकताच झाला होता. तांबड्या लाल रंगाने आकाश सारवलं होतं. डोंगरावर पहाटे उतरलेलं धुकं विरळ विरळ होत चाललं होतं. हवेतला गारवा आपुलकीने प्राचीला बिलगला होता. त्या आपुलकीने प्राचीचे साठवलेले अश्रू अनिर्बंध वाहू लागले, आपुलकीची हवा श्वासातून मनापर्यंत भिडली. तसं तिचं मन थोडं शांत झालं.

खरंतर मुंबईच्या माणसांच्या गर्दीमधल्या त्या उबदार घरापेक्षा हे घर मोकळं होतं. निर्मनुष्य, पण या जागीच प्राचीला उबदार वाटत होतं. त्या घरातली घुसमट, एकटेपणा— इथे जाणवत नव्हता. आईबाबांच्या त्या घरामधल्या जिवंत अस्तित्वापेक्षा या घरामधलं आजीचं अमूर्त अस्तित्वच प्राचीला जवळिकीने जाणवत होतं. ती वास्तू, अबोलपणाने प्राचीला गोंजारत होती. आजी गेल्यापासून कुणी मायेने जवळ घेतलंच नव्हतं. जेवण, कपडे, दागिने, मोटारी— सारं असूनही प्राची, एका मायेच्या स्पर्शासाठी भुकेली होती. सारं वैभव असूनही पोरकी प्राची!

'आजी! आज आजी हवी होती.' आजीच्या आठवणीने डोळे भरून आले.

'अशा रडत बसण्यासाठी आपण इथे थोड्याच आलो आहोत? आई-बाबांचं श्रीमंत घर आपण सोडून— आपण इथवर धावलो. रडण्यासाठी? रडायचंच होतं— तर आई-बाबांचं घर होतंच की! स्वतंत्र खोली होती. नोकरी होती. मैत्रिणी होत्या. मित्र— जिवाभावाचा मित्रसुद्धा होताच.

मित्र? की— शासनाचा क्लास वन ऑफिसर? पण ते आता तिचे कुणीच लागत नव्हते. दोन डोंगरउश्या पायथ्याला घेऊन— आभाळाखाली विसावलेलं हे कामेरी गाव— आणि हे घर— हे सारं तिचं होतं—

वारसा - आजीचा वारसा - तिला आला होता. आई एक वर्षाची असताना— आजोबा गेले होते. या गावात आजी एकटीच राहत होती तरुण, विधवा.

याच घरात— तिला काहीच कमी पडलं नव्हतं. गावाने आजीला जपलं होतं.

'तुझा बाप अवचित श्रीमंत झाला. कुठून आला गं, अवचित एवढा पैसा? सरळ मार्गाने थोडाच आला असणार? मुंबै ती? काळ्या पैशांचा धूर सोडणारी मुंबै! जन्माला काळोख फासणारी! म्हणत होते, अंतोबा, इथेच राहा. नारळ, काजूचा धंदा करा, पण छे! गेले मुंबैत धंदा करायला आणि ह्ये धंदे केलेन मेल्यांनी— अभद्र— शिंचे—

माय बाय— या जंगलाची, झाडाझुडांची, पाखरांची, आभाळाची सोबत फार मोलाची, तीच मोठं करते माणसाला. आभाळ बघा— डोंगर बघा— पाखरं बघा— मग रडू येणार नाही.'

या शब्दांच्या आठवणीसरशी प्राची उठली. गच्चीवरून अंगणात बघू लागली— दगडी गडग्यापलीकडची रिकामी जागा— आजीचीच होती— प्राचीची—

तिथे बालवाडीपासून हायस्कूलपर्यंत सारं उभं करायचं होतं. बक्षीसपत्राने आजीने सारं प्राचीला दिलं होतं. थोडं विकून— पैसा उभारता येणार होता. गेल्या खेपी गावकऱ्यांशी बोलणं झालं होतं. ते सर्व ऐकून गाव उचंबळून आलं होतं. प्रत्येक जण श्रमदान करणार होता. गावाचं भलं होणार म्हणून प्रत्येक घर फुलून गेलं होतं. लवकरच मुंबईचे लोक मास्टर प्लान घेऊन येणार होते. काम गच्च साठून आलं होतं. आता आठवणींना, रडण्याला वेळच नव्हता. सारं विसरायचं होतं. आई-वडिलांचं प्रेम न मिळालेली अनेक मुलं शाळेत येणार होती. त्यांना प्रेम द्यायचं होतं. संस्कार द्यायचे होते. त्यांची आई— अंहं - आजी व्हायचं होतं. शाळेचं नाव मनाशी पक्कं झालं होतं.

'आजीची शाळा.'

"प्राची बाय"—

अबोल्या अंगणातून हाका मारत होती. अबोल्याच्या येण्याने सारं अंगण सजीव झालं होतं. तिला पाहताच, दगडी जिना दडदड उतरून लहानपणीसारखीच

प्राची अंगणात आली.

"पडशील." सवयीने आवाज ऐकलासा वाटला. अबोल्याला मिठीत घेऊन, प्राचीने तिला गोल गोल फिरवलं.

"अगे, माजे बाये— पिशे लागला?"

"नाही गे माजे बाये— पिशे उतरला."

"म्हंजे?"

"हे बघ आता वेळ नाही, नंतर सांगेन कधीतरी - खूप काम आहे, चल."

अबोल्याने आणलेला चहा पिऊन, पदर खोचत प्राचीने झाडू हातात घेतला. "बाये, किते करता?"

"हेच करायचं अबोल्या अंगणातलं तण, पाचोळा काढायचा. अंगण स्वच्छ करायचं. सारवण घालायचं, तुळस रंगवायची, नवीन रांगोळी घालायची. कळलं तुका?"

अबोल्याला काही कळलं नव्हतं, पोंगऱ्याच्या झाडावरून काळ्या चिमण्या मात्र चिवचिवत उडाल्या. निळ्या आभाळावर नक्षी रेखाटायला, अंगणपार झाल्या.

◆

संध्याकाळचे पाच वाजले आणि सारं ऑफिस अंग चोरायला लागलं. ऑफिस सुटण्याची वेळ खरंतर साडेपाचची होती. पण पाच वाजल्यापासून सारे आवरायला लागत. प्यून लोकं खिडक्या बंद करायला लागत. टाइपरायटर झाकून ठेवले जात. फायलींची चळत नीट उभी राहत असे. लॉकर बंद होत आणि साऱ्या महिला कर्मचारी लेडीजरूमकडे धाव घेत. तिथे वॉश घेणं, हलकासा पावडर पफ चेहऱ्यावरून फिरवणं, साड्या ठाकठीक करून लिफ्टपाशी धावेपर्यंत तिथे पुरुषांचा क्यू लागलेला असे. ते सारं पार करून खाली उतरेपर्यंत बसची भली मोठी रांग उभी असे. ती पार करून, चर्चगेट स्टेशनवरची फास्ट पाच पंचेचाळीस पकडेपर्यंत उत्साहच संपून जात असे. लोकल अंधेरीला पोहोचेपर्यंत अंधेरी स्टेशनबाहेरची बससाठी राहिलेली लांबलचक रांग... त्यामधून मुंगीच्या गतीने सरकत सरकत बस गाठून घरी पोहोचेपर्यंत तिन्हीसांज उलटून गेलेली असे. या शहरात सकाळ, दुपार, संध्याकाळ हे असं वेगळं जाणवतच नव्हतं कधी! सकाळी उठल्यापासून ते रात्री झोपेपर्यंत एकच रंग डोळ्यासमोर असायचा. ट्यूबचा झगझगीत प्रकाश! सकाळचा रंग, दुपारचा, संध्याकाळचा हे फक्त कथा-कादंबरीत किंवा अलिबागेत वाचायचं वर्णन असतं, असं सपनाचं मत होतं. या मुंबई नगरीला फक्त दोनच रंग होते. एक तर भगभगीत दिव्यांचा प्रकाश किंवा काळोख. काळोख असला तरी त्यात रस्त्यावरच्या दिव्यांचा प्रकाश असेच. या सर्व रूटीनला सपना कंटाळून गेली होती. रूटीनचाच नव्हे, तर तिला

जीवन, व्यवहार आणि काव्य

साऱ्या जीवनाचाच कंटाळा आला होता. तिचं वय किती लहान आणि एवढ्यातच उभारी संपून गेली होती. या शहराचा तिला पूर्ण उबग आला होता. पण शहर बदलून जीवन थोडंच बदलणार होतं? आता काहीच बदलणार नव्हतं.

हे शहर, नोकरीची धावपळ, तो गुरुदेव अपार्टमेंटमधला मागच्या बाजूचा तळमजल्यावरचा अंधारा फ्लॅट. त्यावरचा काळ्या पट्टीवरचा पांढऱ्या अक्षरांचा नेम बोर्ड. 'मधुकर रामचंद्र कुलकर्णी'. त्या मधुकर रामचंद्राच्या नावाचं सपनाच्या गळ्यातील मंगळसूत्र, कपाळावरचा मधुकररावांचा शिक्कामोर्तब यामधलं काहीही, कधीही बदलणार नव्हतं. उलट कोकणातल्या प्रथेप्रमाणे वटपौर्णिमा करून आणखीन सात जन्म हेच जगणं दे म्हणून देवाला मागून झालं होतं आणि देवही मतलबी झाला होता. जे सपनाला हवं ते ऐकू येत नसल्यासारखं कानाआड करत होता आणि जे व्हायला नको होतं ते सारं न मागताच तो देत होता.

आता हे लग्नच! सपनाने मागितलं होतं काय? आणि मिळालं होतं काय? कु. अलका गजानन जोशी. एम.ए. अलिबागेच्या दूध डेअरी संघातील हेडक्लार्क. बघता बघता लग्न होऊन अंधेरी मुंबईतल्या गुरुप्रसाद अपार्टमेंटमधल्या मधुकर रामचंद्र कुलकर्णी यांची धर्मपत्नी झाली नव्हती?

कुठे अलिबागची भाव्यांची दूध डेअरी फर्म. त्यामध्ये अधिकाराने एम.ए.ची डिग्री मिरवत हेडक्लार्क असणारी अलका कुठे गेली? आणि सौ. सपना मधुकर कुलकर्णी एम.ए. एका खाजगी कंपनीतली टायपिस्ट कशी बनली व कधी, ते सपनाला समजलंपण नाही. तिच्या दोन्ही नोकऱ्यांशी तिच्या एम.ए. डिग्रीचा काहीच संबंध नव्हता. एम.ए. वुइथ मराठीचं दूध डेअरीच्या हिशेबाशी कोणतंही सोयरसुतक नव्हतं. तसं या दोराबजी सोराबजी कंपनीच्या टाइपरायटरशी पण नव्हतं. तिच्या अलिबागच्या जीवनाचा या गुरुप्रसाद अपार्टमेंटच्या जीवनाशी कोणताच दुरन्वयानेही काही संबंध नव्हता. तसंच कु. अलका जोशीचं या नव्या सौ. सपना कुलकर्णीशी कोणतंही साम्य नव्हतं. नातं नव्हतं. जिव्हाळा नव्हता. तरीपण सपना कुलकर्णीला आता याच रितीने याच गतीने धावायचं होतं. मरेपर्यंत.

लग्न लागल्यानंतर सप्तपदी चालून आली... आणि त्या सात पावलांनीच जीवनाला वेगळंच वळण लागलं होतं. ती सात पावलं चालणं... अजाणतेपणी झालं होतं. सपनाचं कुणी कधी ऐकलंच नव्हतं. लहानपणापासून तीच ऐकत आली होती. अनेक गोष्टी, अनेक फर्मानं, नियमावल्या आईच्या, अण्णांच्या, आजीच्या,

मुलीच्या जातीने...

मुलीच्या जातीला...

मुलीने ऐकावं...

अशा अनेक गोष्टी शाळेपासून कॉलेजपर्यंत रोजच्या रोज ती ऐकत होती.

वयाने वाढत होती. अलिबागच्या खऱ्या हवेवर शरीर उफाड्याने वाढत होतं, जोशी घराण्याचा गोरा रंग, निळे डोळे, उंच बांधा, लांबसडक केस... सारी देणगी देवाने मात्र सढळ हाताने दिली होती. गोऱ्या, गोमट्या मुलीकडे बघून आईला धन्य वाटलं होतं. धन्य अशासाठी की, पोटाला आलेल्या पोरीने जोश्यांचा काळा रंग, रूप डावललं होतं. तिच्या माहेरचा काळपट वर्ण या पोरीत आला असता, तर सासूने, नवऱ्याने खैर केली नसती. या मुलीबद्दल आईला वाटणारी भावना इतकीच, त्यानंतर ती घरात वाढणारी मुलगी फक्त जोश्यांची होती. जोशी कुटुंबाचा एक घटक, एक कर्तव्य. अलका वाढू लागली. दोन शेपट्या घालून पुस्तकं दप्तरात घालून शाळेला जाऊ लागली... तशी, आजी एखाद्या धनाच्या पेटीवर नजर ठेवून बसावं, तशी तिच्या येण्याजाण्याकडे, वागण्याबोलण्याकडे लक्ष देऊन राहू लागली. आपल्या कुळागरातल्या नारळाच्या किंवा फणसाच्या वाढत्या रोपाकडे पाहावं तसे तिचे अण्णा वाढत्या अलकाकडे बघत असायचे. आई बिचारी वाळवणं, रांधणं, वाढणं यांत वाकून गेलेली.

अशा जोश्यांच्या घरात अलकाचा जन्म! बांध्याने, चणीने ती जोशी होती खरी; पण मनावर मात्र जोशी या नावाचं काहीच उमटलं नव्हतं. अलका शाळेत जात होती. मुलींमध्ये मिसळत होती. क्रीडांगणावर खेळत होती. कबड्डी, खो-खो, भालाफेक, चेंडूफेक, उंच उडी- साऱ्यांत नंबर पटकावत होती. तिची उंची, रंग, आवाज या कारणाने गॅदरिंगला सर्वांना अलका हवी असायची. काव्यगायन स्पर्धा, कथालेखन, निबंधलेखन सर्वांत ती चमकत होती आणि जोश्यांच्या घरात कधीच नसलेला आणखी एक गुण अलकात उतरला होता. दहावीच्या वर्गात पोहोचेपर्यंत ती कविता करायला लागली होती. कविता वाचण्याची आवड लागली होती.

स्वभावाने अस्सल तुरट व खारट अण्णा जोश्यांच्या घरची ही असामान्य मुलगी? शाळेतले शिक्षक, बाया नवल करत. दरमहाच्या प्रगतिपत्रकावर हिशेबाच्या खतावणीवर सही करावी अशी अण्णा सही करत. 'पालकांची सही' हे चश्म्यातून नीट वाचून त्या ठिकाणी सही करत. पण त्यावरच्या मार्कांकडे त्यांनी एकदाही पाहिलं नाही. त्या आकड्यांना काही अर्थच नव्हता. ते आकडे व नारळ, फणस विकून येणारे आकडे यात फरक होता. खूपच! या आकड्यांचा उपयोग कदाचित लग्नाच्या वेळी अलकी खपायला झाला असता; पण तोसुद्धा होण्याचं कारण नव्हतं. मुलगी जोशी घराण्यातली. अण्णा जोश्यांची मुलगी. इतक्यावरच ती उजवली जाणार होती. अलका जोशींचं नाव दहावीच्या परीक्षेत जिल्ह्यात सर्वप्रथम झळकलं. पेपरात फोटो आले. पण अण्णा जोशी पेपर वाचत नसत. कुणी रस्त्यात थांबवून सांगितलं तर 'वाऽवा छान!' यापलीकडे शब्द नाही. आईने मात्र त्या दिवशी

जेवायला दुधाचा पायस केला होता. आजीने पाणी तापवायच्या चुलाणाकडे नेऊन, अलकीवरून मीठमोहऱ्या उतरवून टाकल्या होत्या. कॉलेजमध्ये अलकानेच नाव दाखल केलं. अण्णांनी त्यावर भाष्य केलं नाही. अलकीचं लगीन?

आजीने भुणभुण सुरू केली; पण धोरणी अण्णांनी अलकाला शाळेतून कॉलेजात सहज जाऊ दिलं. पीक पाडाला आल्यानंतरच कापायचं, हे अण्णा जोश्यांना बरोबर समजत होतं. अलकी नुसती बी.ए. किंवा एम.ए. होऊन चालणार नव्हतं तर तिने चार पैसे कमवून घरी आणायचे होते. मिळवती मुलगी म्हणून आपसूकच ती खपणार होती. हुंड्याशिवायच. तोवर अण्णा जोशी तटस्थपणाने बघत होते. अलका कॉलेजात जात होती. वाचत होती, शिकत होती, कविता करत होती, मनाने खुलत होती. नवथर तारुण्याने कॉलेजच्या वातावरणाने तिचे मन तरल बनले होते. इतर मुलींपेक्षा ती वेगळं जगत होती. इतर मुलींना घर होतं. त्या घरात एक संवाद होता. आपलेपणा होता.

अलकाला पण घर होतं पण त्या घरात हिशेबी अण्णा होते. जुनाट आजी होती, कामाने वाकलेली आई होती... अलका, त्या घरातच वाढत होती, पण मनाने त्या घरापासून शेकडो योजनं दूर होती. तिचं मन भावुक होतं. काव्याने तिथे जन्म घेतला होता. तिचं एकटीचंच एक लहानगं विश्व निर्माण झालं होतं. वयाने वाढता वाढता ती जास्ती एकटी व्हायला लागली होती.

आणि याच वेळी समेळ सर तिच्या जीवनात आले. कारण नसताना... अण्णा जोश्यांच्या मुलीचं जीवन म्हणजे अलका जोशीचं जीवन जसं जायला हवं होतं, तसंच जात होतं. मग हे समेळ सरांचं अवचित भेटणं... कारणाशिवायच होतं. अर्थहीन! पण आता ते मराठीचे प्राध्यापक म्हणून अलकाच्या कॉलेजात आले होते, तिला शिकवत होते. परिचय वाढत होता. तिच्या कवितांना दाद देणारं कुणी भेटलं होतं. प्रथमच!

'तुझ्या प्रीतीत रंगलेले दोन डोह ।
सदैव तुझ्या वाटेवरूनच पाझरले ।
तुझी वाट मुलायम करताना ।
या डोहातल्या अश्रूंनीच सिंचन केले ॥
आकाशाकडे लागलेली नजर
जरा जळव्याकडे वळव
ओल्या तळव्याचा मृदगंध
खूप काही सांगून जाईल ॥
अगदी मनातच भावणारी
उमलवणारी, खुलवणारी

तुझी माझी साथ,
कशी गुंफू मी शब्दांत? ।।'

अलका जोशीच्या कवितांचा हळूहळू बदललेला नूर समेळ सरांनी जरा नवलानेच बघितला आणि त्यांनी बारकाईने प्रथमच अलका जोशीकडे पाहिलं. ही जुईची नाजूक वळेसर गेली तीन वर्षं सरांच्या वर्गात शिकत होती. सर शिकवताना लांब पापण्यांनी एकटक नजरेने सरांकडे बघत होती. तिच्या निमुळत्या लांबट बोटांनी, खालमानेने वहीत लिहीत होती.

'आपल्या काहीच कसं लक्षात आलं नाही?' तिच्या कविता वाचून सरांना स्वत:चंच नवल वाटलं. असेल तिचा कुणी मित्र, असं सरांना म्हणता येईना. एम.ए.च्या वर्गात मराठीला फक्त दोन विद्यार्थी होते. एक अलका जोशी. दुसरा गजानन लेले. जाड भिंगाचा, जाड ओठांचा गजानन दुटांगी धोतर नेसून सायकल दामटत कॉलेजात येत असे. बी.ए. झाल्यावर तब्बल चार वर्षांनी दोन पोरांचा बाप झालेला गजानन लेले घरचं कुळागर राखत एम.ए.ला दाखल झाला होता. मराठी विषय घेऊन एम.ए. करणारा गजानन लेले या गोष्टीला 'हॉबी' असे इंग्रजीतून सांगत होता. या लेल्यावर कु. अलका जोशी कविता करणं शक्य नव्हतं.

काव्यगायनाच्या कार्यक्रमात अलका भावगीत गात होती. समेळ सर पहिल्या खुर्चीवरच बसले होते. माइक एका हाताने धरून, आपले निळे गहिरे डोळे समेळ सरांवर जडवून अलका जोशी गात होती.

'परीकथेतील राजकुमारा...
स्वप्नी माझ्या येशील का...
भाव दाटले मनी अनामिक,
साद तयाला देशील का?'

तेव्हा मात्र प्रा. समेळ चांगलेच गडबडले. शेजारी बसलेल्या सौ. प्रभावती समेळ पेंगत होत्या. गॅदरिंग, काव्य गाणारी मुलगी हे त्यांच्या गावीही नव्हतं. आपण दिसायला सुमार, आडव्या बांध्याच्या आणि कॉलेजात शिकणाऱ्या पोरींच्या स्वप्नीचा राजकुमार शोभावा, असा आपला नवरा आहे हे सौ. प्रभावती अनंत समेळ यांच्या ध्यानात येणं शक्यच नव्हतं. कारण त्या प्रा. समेळांना घट्ट बांधून ठेवलेलं दावं बाईंनी गळ्यातच बाळगलं होतं. म्हणून त्या बिनधास्त होत्या. खुशाल पेंगत होत्या. स्टेजवरचे सूर जरा जास्ती हळवे झाले, तसे सौ. समेळनी किलकिल्या नजरेने समोर बघितलं. त्यांना आश्चर्य वाटलं. तिथे तर जुईचा गजरा फुलून आला होता. इतकी सुंदर मुलगी आपल्या बावळट नवऱ्यावर कसली कविता करतेय? बाई निवांतपणे डुलकी घ्यायला लागल्या.

प्रा. समेळ मात्र बेचैन झाले. कुठेतरी काहीतरी घोटाळा झाला होता. कु. अलका

भालचंद्र जोशी... नक्कीच प्रेमात पडली होती. तो काव्याचा पूर, त्यांच्या दिशेनेच अंतर कापत येत होता. समेळना बरं वाटलं. खूप खूप बरं वाटलं. हे असलं काही घडावं असं त्यांना केव्हापासूनच वाटत होतं. ते कॉलेजात होते तेव्हा पण... पण कधी काहीच घडलं नव्हतं. कु. अलका जोशीच्या कविता, भावगीतं यांनी समेळ सरांना एकदम तरुण झाल्यागत वाटलं. उगीचच तरल, हळवं वाटायला लागलं. लेक्चर्स आता संपली होती. मग ते स्टाफरूममधून दिसणारा गुलमोहोर, लॅबरनम बघत बसू लागले. अलका जोशी आता कॉलेजात येत नव्हती. एम.ए.चे पेपर्स सुरू होते. कॉलेजमध्ये ती दिसावी असं त्यांना वाटायचं. ती यायची कमी झाली तसं त्यांना कॉलेज भकास, मोकळं वाटू लागलं. घरातल्या प्रभावती समेळ मग त्यांना अधिक बुटक्या, अधिक आडव्या वाटू लागल्या. ते उगीचच त्यांच्यावर धुसफुसू लागले. अलका जोशीचं एम.ए. पूर्ण झालं होतं. काहीच विशेष झालं नसताना नेहमी तिची वहीच मधे मधे समेळांना अडवत होती.

आणि एके दुपारी कु. अलका जोशी स्टाफरूममध्ये आली. प्रा. समेळ उगीचच इकडेतिकडे पाहायला लागले. पण ती सरळ समोर आली, ''सर, उद्या संध्याकाळी चहाला बोलवायला आलेय.''

''मला?''

समेळ उडालेच.

''हो. ना. सर गेली पाच वर्षं मी तुमची विद्यार्थिनी आहे. तुम्ही आपलेपणाने शिकवलंत. माझ्या कवितांना इन्स्पिरेशन दिलं. तुमचे अनंत उपकार आहेत, सर. म्हणून चहाला बोलावतेय.''

पण... पण...

समेळांना होकार तर द्यायचा होता पण...

''ते काही चालणार नाही, सर. उद्या यायचंच. पण सर, आमच्या घरी नको. तशी बैठकीची खोली वगैरे कुठाय आमच्या घरी? समुद्रावर या सर?''

तिचे निळे डोळे सागरागत भरून आले होते. समुद्रावर न जाताच समेळांना लाटांवर गरगरल्यासारखं झालं.

''प्लीज सर. आता कॉलेज संपलंच माझं. मी पुन्हा कुठे येणारेय? समुद्रावर निवांत बोलता येईल. याल ना?''

हे बोलताना अलकाला घाम फुटला होता.

ती समुद्रकिनाऱ्यावर जरा आधीच पोहोचली. थर्मासमध्ये चहा, डब्यात खायचं, प्लेट्स, चमचे सारं बास्केटमध्ये भरून आणलं होतं. मोगरीचा झेला बोटांवर गुंतून घालत समुद्रकिनाऱ्यावर वाळूत बसून, सरांची ती वाट पाहत होती. घर आणि कॉलेजची चौकट ओलांडून ती प्रथमच चाकोरीबाहेर आली होती. खारा वारा

अंगाला झोंबत होता. अलकाला खूप बरं वाटत होतं.

जन्माला आल्यापासून प्रथमच अशी आतुरता अनुभवत होती. कॉलेज, मराठीचा तास, कविता आणि ते शिकवणारे समेळ सर... इतकंच छोटं होतं तिचं भावविश्व! कविता खूप खूप सुचत होत्या. कळी उमलावी... तशा आपसूक मनात उमलत होत्या. शब्दांचे सुरेख वळेसर गुंफले की कुणाला तरी ते सांगावं असं वाटत होतं. आजी, अण्णा, आई किंवा नाकासमोर पण तिरप्या नजरेने बघणाऱ्या मैत्रिणी...

यांच्यापेक्षा कुणीतरी वेगळं हवं होतं. कविता ऐकणारं, दाद देणारं, कुणीतरी...

आणि नेमके समेळ सर भेटले होते, अलकाचं भावविश्व जाणून घेणारे... समेळ सर... मग तिची प्रत्येक कविता, त्यांच्या कौतुकासाठी लिहिली जाऊ लागली. कवितेच्या वहीत शब्दांच्या जागी, सरांचे डोळे दिसू लागले.

हा शब्द सरांच्या डोळ्यांना कसा दिसेल?

आणि आता कॉलेज शिक्षण संपलं होतं. सर आता भेटणार नव्हते. समुद्रकिनाऱ्यावर सरांची वाट बघणारी अलका जोशी विचार करत होती. 'सर येतील? यावं सरांनी.'

त्यांचं लग्न झालं आहे. होईना?

आपल्याला थोडंच लग्न करायचं आहे सरांशी?

सर तर आपलं इन्स्पिरेशन आहेत. स्फूर्ती! ते होते म्हणून स्फूर्ती होती. स्फूर्ती होती म्हणून कविता होती आणि कविता होती म्हणून अलका होती.

आज प्रथमच तिला काही जाणवलं होतं. समजलं होतं. आता सर भेटणार नव्हते. पण तरी कविता भेटायला हवी होती. तरच अलका जोशी जगू शकणार होती. या विचाराने अलकाला रडू फुटणार असं वाटलं. आज सर आले नाहीत तर?

किंवा आले तरी?

आपण काय सांगणार आहोत सरांना?

सरांबद्दल नेमकं जे वाटतं ते नेमकं कसं व्यक्त करायचं?

कोणत्या शब्दांत?

की न सांगताच सरांना समजेल?

सरांना असं समुद्रावर भेटायला बोलावणं चुकलंच का?

अलका जोशी, अशी संभ्रमात असतानाच...

समेळ सर आले.

नेहमीपेक्षा नीटनेटके, तरतरीत. पांढरा स्वच्छ मॅनिला, पांढरी पँट. सर आज नेहमीपेक्षा छान दिसत होते. काय बोलावं हे अलका जोशीला समजेना.

''बसा सर.''

सरांच्या हाती मोगऱ्याचा वळेसर देत अलका म्हणाली. त्या फुललेल्या

वळेसराचा धुंद वास सरांना जाणवला. काय बोलावं, हे सरांना पण समजेना. ते आणि अलका मग समुद्राकडेच पाहू लागले.

"हं. मग पुढं काय?"

"काहीच नाही, सर."

"अरे, मग इतकं शिकून उपयोग काय?"

या ठरावीक संभाषणापुढे गाडी जाईना. आपल्याला सरांबद्दल जे वाटतं, ते सांगायला अलकाला जमेना. उगीचच डोळ्यांत पाणी यायला लागलं. पुढं काय?

सर भेटणारच नव्हते. कविता होणार नव्हत्या. जगणं अवघड होणार होतं आणि हे सर्व सांगणं तर अतिशयच अवघड होतं.

सरांना तिच्या डोळ्यांतलं पाणी दिसलं. त्यांनाही गलबलून आल्यागत झालं. या एकाच विद्यार्थिनीने त्यांचा प्रत्येक शब्द, जिवाचा कान करून ऐकला होता. तो शब्द कवितेत गुंतून आणला होता. आतुरतेने त्यांना दाखवला होता. हे सारं समेळ सरांना मनातून आवडत होतं. फार आवडत होतं. हवंहवंसं! या भावुक मुलीने त्यांना एक आनंद दिला होता. ते हळवे व्हायला लागले; पण अचानक त्यांच्यामधला प्राध्यापक जागा झाला. कु. अलका भालचंद्र जोशी आता प्रा. समेळांची विद्यार्थिनी नव्हती. तिचं शिक्षण पूर्ण झालं होतं. तिने त्यांना घरी न बोलावता असं समुद्रावर बोलावणं शिष्टसंमत नव्हतं.

उद्या स्टाफला कळलं तर?

एवढंसं हे अलिबाग. चर्चा व्हायला वेळ लागणार नव्हता.

आणि त्यानंतर सतत पेंगणाऱ्या सौ. प्रभावती अनंत समेळ मग पूर्ण जाग्या होणार होत्या.

घरात, गावात, कॉलेजात मनस्ताप वाढणार होता आणि सारं कशासाठी?

कु. अलका भालचंद्र जोशी कुणी विदुषी होणार नव्हती की कुणी कवयित्री! शिक्षण संपलं की या पोरी लग्न लावून नाहीशा होतात. त्या पुन्हा कधी भेटतच नाहीत. भेटल्या तरी ओळखू येत नाहीत.

मग आता हे सर्व थांबलं पाहिजे. त्यांच्यासमोर, वाळूत खालमानेने रेघोट्या ओढणाऱ्या त्या भाबड्या मुलीचा हात हातात घ्यावा, असं रोमँटिक, खरंतर समेळांना आतून वाटत होतं. पण घसा खाकरत ते म्हणाले,

"हे पाहा मिस जोशी, आता त्या परीकथा आणि तो राजपुत्र विसरायचा बरं! अहो, हे असं काही नसतंच. फक्त असं वाटण्याचं एक वय असतं. आयुष्य म्हणजे कविता नव्हे. आयुष्य म्हणजे व्यवहार. म्हणजे असं की, तुम्ही मला घरी न बोलावता असं समुद्रावर बोलावणं व्यवहारात बसत नाही. मी खरं तर येणारच नव्हतो."

खरंतर रात्रभर ते शांत झोपले नव्हतेच, मिस जोशीचं आमंत्रण आर्जवाने आठवत होते. पण हे कसं सांगणार?

समेळ सरांना, जे बोलावंसं वाटत होतं नेमकं त्याच्या उलट ते बोलत होते.

"मिस जोशी, माझं लग्न झालं आहे. संसार आहे. मी प्राध्यापक आहे. जबाबदार नागरिक आहे."

बोलता बोलता समेळांचा आवाज पिचत होता. अंगावर येणाऱ्या वाऱ्याने शब्द नीट उमटत नव्हते. कु. अलका जोशी हतबद्ध होऊन सरांकडे बघत होती. आयुष्य म्हणजे काव्य नव्हे, हे सरांनी पाच वर्षं तिची कविता वाचून झाल्यावर सांगितलं होतं. अलकाला सरांना कसं थांबवावं आणि कसं सांगावं ते समजेना. तिची कवितांची वही जणू समोरच्या समुद्रात फेकून देऊन सर तिला कोरडा उपदेश करत होते.

गेली पाच वर्षं त्या जगलेल्या, जागलेल्या कविता...

सारं अर्थहीन होतं.

खरंच सांगत होते सर!

इन्स्पिरेशन- स्फूर्ती.

फराळाचे डबे बास्केटमध्ये भरून वाळूतून पाय ओढत अलका घरी पोहोचली, त्या दिवशीच कविता हरवली होती.

"उद्यापासून भाव्यांच्या दूध डेअरीत जागा रिकामी झालीये, क्लार्कची, मी शब्द टाकलाय भाव्याला. तिथे जायचं उद्यापासून, उगीच हे समुद्रावरून तिन्हीसांजा फरफटत येणं थांबवा." अण्णांचं फर्मान आलं. आज प्रथमच अलका समुद्रावर गेली होती. यापुढं सर भेटले नाहीत, तरी आजच्या भेटीच्या आठवणीवरच ती पुढंही कविता करणार होती. तो समुद्रकिनारा. लाटांवर आरूढ होऊन येणारे समेळ सर!

आणि त्यांच्याविषयी वाटणारी भावना व्यक्त करणारी अलका! इन्स्पिरेशन. स्फूर्ती.

फक्त कृतज्ञता व्यक्त करायची. किती सोपं होतं. समुद्रावर बास्केट घेऊन जाताना, सारं सोपंच वाटत होतं. पण सरांनी सारं अवघडच करून टाकलं, हळुवारपणाने कविता उलगडून शिकवणाऱ्या समेळ सरांनी...

अलकाची कविताच अवघड करून टाकली. स्वप्न, परीकथा, राजपुत्र, समुद्र... सगळं अवघडून गेलं. अलका जोशीच्या मनाचा एक नाजूक कंगोरा त्या संध्याकाळी, त्याचा पार मुरुड कानोला झाला होता. तिला जे सांगायचं होतं तेच सांगता आलं नव्हतं.

'माझं लग्न झालंय. संसार आहे मला.'

'पण सर मला संसार कुठे हवाय तुमचा? एक शब्द हवाय. एक फुंकर, कविता फुलवणारी ती कविता आहे म्हणून मी आहे. सर... कवितेशिवाय या नीरस घरात मी जगणार कशी, सर?'

असं खरंतर म्हणायचं होतं पण काहीच न म्हणता अलका जोशी घरी आली, कवितेची वही समुद्रावर ठेवून!

त्यानंतर अलकाच्या समोर भावे दूध डेअरीच्या खतावण्या आल्या. आप्पा भाव्यांच्या दूध डेअरीच्या पैशांचा हिशेब आकडेमोड- ताळा, जमा-खर्च यांच्या लांबलचक कीर्द वह्या समोर ठेवून अलका आकडेमोड मांडू लागली. त्याच वेळी एम.ए.चा निकाल लागला. अलका मराठी विषय घेऊन विद्यापीठात सर्वप्रथम आली होती. हा निकाल तिने आप्पा भाव्यांच्या सिमेंटच्या पत्र्याच्या हाफिसात बसून वाचला होता. पोरगी हुशार होती म्हणून आप्पा भाव्यांनी तिला पन्नास रुपये पगारवाढ करून हेडक्लार्क बनवली. अण्णांचे आडाखे अचूक होते. पास झाल्यावर सरांना पेढे द्यायला जावं असं अलकाला वाटलं नाही. असं जाणं कवितेत शोभलं असतं एकवेळ पण व्यवहारात नाही. आणि अलका जोशीची कविता समुद्रकिनाऱ्यानेच गिळली होती. समोर होते ते व्यवहारी आकडे– दूध डेअरीचे. ते अलका मांडत होती.

अलका जोशीच्या घरातून भावे दूध डेअरीकडे जाणारी वाट कुळागरांमधून जात होती. वाटेत समुद्रकिनारा भेटत होता. दूध डेअरीत बोगनवेल, कॉसमॉस, जिनिया फुलत होते; पण अलका जोशी मिटून गेली होती. त्या काव्यापाशी संबंधच नव्हता कधी, अशी तटस्थ झाली होती.

एम.ए. प्रथम वर्गात प्रथम श्रेणीने पास झालेली, हेडक्लार्क असणारी अण्णा जोश्यांची मुलगी हा लग्न बाजारात कौतुकाचा विषय होता. स्थळे चालून येत होती. अण्णा जोश्यांच्या अंदाजाप्रमाणे मालाला भाव चांगला होता आणि अगदी थोड्या खर्चात अलका खपणार होती. अण्णा जोश्यांना मुंबईचा जावई हवा होता. ते स्वत: अलिबाग सोडून कधीही कुठेही गेले नव्हते. म्हणूनच अलिबागेत अलकी त्यांना नको होती. गावातली सासुरवाशीण म्हणजे नित्य कटकटींना आमंत्रण, मुंबैचं ठीक. माल एकदा बसमध्ये चढवला की काळजी संपली. शिवाय काळजी करत मुंबैला एक फेरी मारता आली असती. जावयांच्या घरातून मुंबैचं मार्केट जवळ आलं असतं. अलकी हेडक्लार्क झाली तसे अण्णा हुरुपात आले.

आणि त्याच वेळी मधुकर रामचंद्र कुलकर्ण्यांचं स्थळ चालून आलं. मंत्रालयात हेडक्लार्क असणाऱ्या कुलकर्ण्यांचा जुहूला फ्लॅट होता. सरकारी पगार होता. रत्नागिरीला कुटुंब होतं. भाताचं आगर कुळागर सर्व होतं. मुलगा मुंबईत असला तरी पेन्शन मिळाल्यावर रत्नागिरीत घर होतंच. हे स्थळ अण्णा जोश्यांनी अलकासाठी

निश्चित केलं.

“हे बघा, मुलगी बंदा रुपया आहे. एम.ए. वुइथ डिस्टिंक्शन, कमावती, जन्मभर कमावून आणेल.”

“अहो, पण भावे दूध डेअरी मुंबईत कुठे असणार? नोकरी सरकारी थोडीच आहे?” चतुर कुलकर्ण्यांनी पेच टाकला.

“आता ते पुढचं तुम्ही बघून घ्यायचं, इथवरची जबाबदारी आमची, पाहा पत्रिका, छत्तीस गुणांनी जमतेय. मुलगी समोर आहे.”

कुलकर्ण्यांना पण ही मुलगी सोडवत नव्हती. अण्णांना तरी कुलकर्ण्यांना कुठे सोडवत होतं?

अलकाला कोणतंही कोडं सुटत नव्हतं. कविता म्हणजे जीवन नव्हे. जीवन म्हणजे व्यवहार. आणि समोर बसणारे जोशी व कुलकर्णी व्यवहार ठरवत होते. लग्नाचा व्यवहार!

सौदा पटला. अलकाचं लग्न ठरलं.

आमंत्रणपत्रिका निघाल्या.

सरांना पाठवावी?

छे!

सरांचा काय संबंध? एकदा वाटलं पत्रिका देण्यासाठी स्वत:च जावं आणि म्हणावं सरांना,

‘सर, तुम्ही खोटारडे आहात. भित्रे किंवा निव्वळ सर आहात सर.’

नकोच ते! सर आणखीन सौ. समेळांसमोर आशीर्वाद द्यायचे. व्यवहार म्हणून?

अलकाला आशीर्वाद नको होता. सरांचा संसार नको होता. जे हवं होतं ते फक्त तिलाच समजलं होतं. सरांना नाही की ज्याच्याबरोबर सात पावलं चालून झाली त्या मधुकर रामचंद्र कुलकर्ण्यांना पण नाही.

“आमच्या अलकाला समुद्राचं भारी वेड हो.”

“हो का? मुंबैला आमच्या मधूचा फ्लॅट समुद्रकिनाऱ्यावरच आहे!”

“अलिबाग, रत्नागिरी या गावांत काय दम नाही.”

“हो ना? म्हणूनच आमचा मधू पण मुंबैतच रमला हो. केवढी मोठी नगरी. रस्ते काय न् गाड्या काय!”

“आमची अलका छान गाते.”

“हो का? आता काय राजाराणीचा संसार गात गात करतील.”

विहिणी बोलत होत्या. तोडीस तोड होत्या. लग्न यथासांग पार पडलं. मधुकर रामचंद्र कुलकर्णी तसे चांगले होते. बोलणं-वागणं सुसंस्कृत होतं. दिसायला

बऱ्यापैकी होते. रत्नागिरीच्या घरात गृहप्रवेश झाला आणि तांदळावर अंगठीने नाव रेखलं 'सपना'.

ते वाचून अलकाला क्षणभर गरगरल्यासारखं झालं. हा पाच फूट पाच इंच उंचीचा माणूस, गंभीर वाटणारा चेहऱ्यावरून स्वभावाचा थांग लागू न देणारा त्याने... अलकाचं नाव चक्क सपना ठेवावं? सपना क्षणभर मोहरून गेली. लग्न हा व्यवहार होता खरा. पण कदाचित या व्यवहारातच सपनाला काव्य भेटणार होतं. रत्नागिरी ते मुंबई प्रवास सपनाने हुरुपाने केला. भल्या सकाळी बस मुंबई शहरात पोहोचली. ते भलं मोठं शहर, झोपेतून जागं झाल्यावर पडलेल्या स्वप्नासारखं तिला वाटलं. मधुकर कुलकर्णी बसमध्ये उगीचच जास्तीच लगटीने वागत होते. एखाद्या किल्लेदाराने विजयाने किल्ल्याचा दिंडी दरवाजा उघडावा तशी त्यांनी गुरुप्रसाद अपार्टमेंटची लॅच की फिरवली. सपनाने कौतुकाने आत पाऊल टाकलं. लोखंडी कॉट, दोन खुर्च्या, मधोमध टेबल, पायाशी आरशाचे गोदरेज कपाट, आतल्या खोलीत दोन माणसं उभी राहतील इतकं स्वयंपाकघर, स्टीलचे डबे, भांडी, गॅस... कोपऱ्यात फ्रीज.

मधुकर रामचंद्रांनी सर्व तयारी नीटसपणे केली होती. कुलकर्ण्यांची बायको पाहायला साऱ्या खिडक्या, गॅलऱ्यांत डोकीच डोकी दिसली आणि नाहीशी झाली. गुरुप्रसादमधला गृहप्रवेश होईपर्यंत मधुकर रामचंद्र अगदी नम्र होते. सौम्य होते. पण एकदा त्यांनी घरात प्रवेश केला आणि नवरा जागा झाला. त्या क्षणासाठीच तर सारा पसारा उभा केला होता. त्या घरामधली प्रत्येक वस्तू आणताना हेच स्वप्न पाहिलं होतं. संयम संपला होता आणि संयम पाळावा तरी का?

ही समोर उभी असणारी, अलिबागसारख्या आडगावामधली मुलगी आता त्यांची हक्काची बायको होती. धर्म ब्राह्मणांच्या साक्षीने त्यांनी तिला पत्नीपद बहाल केलं होतं. सौ. सपना कुलकर्णी ही मधुकर रामचंद्र यांची एकमेव खाजगी मालमत्ता होती आणि तिचा उपभोग घेण्याचा मधुकर रामचंद्रांना कायम परवाना मिळाला होता. म्हणून प्रत्येक क्षण ते ओरबाडत होते. हावऱ्यासारखे. जेत्याच्या आविर्भावात.

ऑफिसातून संध्याकाळी घरी परत येताना घामट हातरुमालातून पाव किलो भेंडी, मिरची, कोथिंबीर, तीन केळी असा ऐवज बांधून आणून तो रुमाल सपनापुढं ओतताना जणू मुंबापुरीतलं सारं वैभव त्यांनी आणलेलं असे. 'रुमाल स्वच्छ धुऊन ठेव. उद्याला होईल.' अशी एक ना अनेक फर्मानं सतत सोडताना मधुकर रामचंद्रांना विलक्षण आनंद होई.

"फ्रीजला ओला हात लावू नको. एकदा डाग पडले की निघणारेत का?"

"गोदरेजमध्ये माझेच कपडे ठेव. तुझे बॅगेतच असू देत."

रोज कामावर जाताना शेजारच्या वाळकेकाकूंना सांगायला विसरत नसत.

“काकू, लक्ष द्या हो. खेड्यातली आहे ना?” आणि इयत्ता सातवी पास वाळकेकाकू दयामय दृष्टीने सपनाकडे पाहत. बाहेर कुठे जायचंच नव्हतं. सारा बाजारहाट मधुकर रामचंद्र करत. एकदा सपना सहज गुरुप्रसाद अपार्टमेंट्सच्या समोरच्या बाजूला चक्कर टाकावी म्हणून बाहेर आली आणि दरवाजा बंद झाला. लॅचच्या दोन्ही चाव्या मधुकर रामचंद्रांच्या खिशात, संध्याकाळपर्यंत सपना दरवाजात, त्यानंतरचे दोन दिवस फर्मानांच्या ढिगाखाली सपना पार घुसमटून गेली होती.

“समुद्रावर जाऊ या?”

“कशाला? अलिबागला समुद्र कधी बघितला नाही? समुद्रासारखा समुद्र!”

त्यानंतर समुद्राचे नाव कधी निघालंच नाही. एकदाच एक मोगऱ्याची वेणी पानात गुंडाळून आणली होती.

“पाहिलंत? तीन रुपये पडतात या चार फुलांना.”

ती किंमत ऐकल्यावर फुलांचा गजरा उमललाच नाही.

“इथे दिवसाढवळ्या चोऱ्या होतात, दोन तोळ्यांचं गंठन घालून मुंबईत एकट्या बाईने घरी राहण्याचे दिवस नाहीत.”

असं म्हणत नकली मंगळसूत्र गळ्यात चढलं. नाहीतरी खरं काय होतं? सारं नकलीच तर होतं. संसार मधुकर रामचंद्रांचा. प्रत्येक वस्तू त्यांची होती. ते त्यांचं विश्व होतं. सपना हे मधुकर रामचंद्रांचं स्वप्न होतं. सपनाचं स्वप्न मात्र त्या संध्याकाळी समुद्रावरच हरवलं होतं. अलिबाग काय आणि मुंबई काय! काहीच फरक नव्हता. शृंगार, प्रेम... भावना... चावून ओरबाडून चघळून संपल्या होत्या.

प्रणय! असतो तो असा?

शृंगार, मीलन, आवेग... हे सारे शब्दच?

आणि प्रत्यक्ष अवतरताना जनावरासारखे, रानगटासारखे, हावरटासारखे यावेत? एक चिमणा दयाळ पक्षी केविलवाणे चीत्कारत निघून गेला. मधुकर रामचंद्रांचं कर्तृत्व सपनाला समजत होतं. दूर रत्नागिरीला आलेला मधुकर मुंबैत सरकारी ऑफिसात हेडक्लार्क बनतो. जुहूला फ्लॅट घेतो. बायको येण्यापूर्वी फ्रीज, गोदरेज, गॅस, कुकर सारं तयार ठेवतो. हा त्याचा प्रचंड पराक्रम होता. त्या विश्वाचा तो सम्राट होता. अधिकार गाजवण्याचा त्याला पूर्ण हक्क होता. सपनाची तक्रार नव्हतीच. जागाच नव्हती. इतर सर्व बायका अशाच जगत होत्या. तरी पण... त्यांचा हुरूप सपनाजवळ नव्हता. कारण तिला समजत नव्हतं. तरी पण... कुठेतरी एक दु:ख सतत ठुसठुसत होतं.

हे सारं असंच असणार होतं. कोंभट, शिळावलेलं. यात बदल असणार तरी कुठून होता?

मधुकर रामचंद्र रसिक काव्यमय असणार नव्हतेच. त्यांच्या दृष्टीने ते रसिकच

होते. पत्नीला कोणतीही तोशीस पडत नव्हती. महिन्याच्या पगारातून नियमित सेव्हिंग होत होतं. आठवड्यातून गोडधोडाचा स्वयंपाक होत होता. दुधातुपाला कमी नव्हतं. स्वतंत्र घर होतं जुहूला. तक्रार करण्याजोगं काहीच नव्हतं; पण सपनाचंच कुठेतरी बिनसलं होतं. ते नेमकं काय होतं ते तिचं तिलाच उमगत नव्हतं. पूर्वी पण आणि आतासुद्धा! तिचं मन उदासलं होतं. इतर स्त्रिया हुरुपाने संसार करताना ती बघत होती. तिने आपल्या संसाराचं चित्र फ्रेममध्ये घालून पाहिलं. सारं चित्र कसं रेखीव होतं. प्रत्येक टाका कसा नीटसपणे घातला होता. फक्त तो घालताना त्यात कुणी जीव ओतला नव्हता. ती फ्रेम सुंदर होती; पण त्यात जिवंतपणा नव्हता.

तिला जे हवं होतं, ते रोज तिच्या कविता वाचणाऱ्या समेळ सरांना पण समजलं नव्हतं.

मधुकर रामचंद्रांना समजणं केवळ अशक्य होतं. अधूनमधून तो सल अनावरपणे जाणवत असे. अस्वस्थ करून टाकत असे.

जीवन म्हणजे काव्य नव्हे तर
जीवन म्हणजे व्यवहार होता.

तो व्यवहार सपना पाळत होती आणि मनातले भावुक काव्य मरता मरत नव्हतं.

त्यावर उत्तम उपाय म्हणजे मधुकर रामचंद्रांनी सपनाला दोराबजी, शापूरजी फर्ममध्ये टायपिस्टची नोकरी लावून दिली. तेव्हापासून सपनाचे दिवस वेगाने पळू लागले. बसने स्टेशन गाठणं, फास्ट लोकल पकडणं, चर्चगेटलगतच्या जुन्या इमारतीमधलं वरच्या मजल्यावरचं दोराबजींचं ऑफिस. अंधारं जुनाट. टाइपरायटरसुद्धा सतत कुरकुरणारा. दरवाजापाशी बसणारा पारसी बावाजी. अधूनमधून ऑफिसात येणारी त्यांची मुलगी खुशनुमा... काम करणाऱ्या इतर मुली.

महिन्याला मिळणाऱ्या कोऱ्या नोटा. त्यावर मधुकर रामचंद्रांचे प्रसन्न हास्य...

या सर्व बदलाला सपना कुलकर्णी सरावली होती. नव्या नोकरीचं नवं वातावरण मिळालं होतं. गुरुप्रसादमधला तळमजल्यावरचा अंधार किंवा दोराबजी सोराबजीमधला वरच्या मजल्यावरचा अंधार... एकूण अंधारच. पण सपना प्रकाश शोधत होती. गुरुप्रसाद अपार्टमेंटमधल्या घरातले मधुकर रामचंद्रांचं साम्राज्य सांभाळत, चोवीस तास बसण्यापेक्षा दोराबजी शापूरजीच्या फायली उचकटणं थोडं सुसह्य होतं आणि त्या ऑफिसमधले रघुवीर दातार आपल्याकडे जरा अधिक लक्ष देत आहेत हे पण सपनाच्या ध्यानात आलं होतं. त्या ऑफिसातल्या पारसी पोरींपेक्षा सपना कुलकर्णी वेगळी होती. शिवाय रघुवीर दातारांची जातवाली होती. इतर पोरींसारखी थिल्लर जोक्स न मारता, लंचनंतरच्या वेळात ऑफिसच्या खिडकीतून

दिसणारं आकाश ती पाहत होती. रघुवीर दातारांना ती एकदम जवळची वाटायला लागली. तिच्या नकळत ते तिचं निरीक्षण करत होते.

पूर्वीची कु. अलका जोशी सुंदर तर होतीच पण आत्ताची ही सपना कुलकर्णी अधिक आकर्षक होती. पर्समध्ये 'पॉकेटमनी' होता. एक तारखेला कोऱ्या नोटांचं बंडल मधुकर रामचंद्रांना देऊनही पॉकेटमनी बऱ्यापैकी असायचा. कधीमधी ब्यूटिपार्लरला भेट व्हायची. साड्या झुळझुळीत होत होत्या. मानेवर आखूड केस रुळत होते. खांद्यावर पर्स लटकत होती. चेहऱ्यावर वेगळी झिलाई चढत होती. मधुकर रामचंद्र धोरणीपणाने बघत होते. लवकरच ती हेडक्लार्क व्हावी. पगार वाढावा ही अपेक्षा ठेवून. हे सारं समजूनही सपना कुलकर्णी खूपच व्यवहारी झाली होती. कोमल हळुवारपणाला मुरडून बंद केलं होतं.

"मॅडम, पाडगावकर आवडतात की सुरेश भटांची गजल?"

रघुवीर दातारांनी मुळातच हात घातला होता. मग कधी एकदा सुबक पेन, कधी आरती प्रभूंच्या कविता अशा भेटवस्तू ते सपनाला देऊ लागले होते. ती अवघडून म्हणाली,

"अहो पण!"

"असू द्या मॅडम. परतफेडीचा विचार कशाला करताय? सर्व गोष्टी व्यवहारातून थोड्याच पाहायच्या? आता सांगा, ऑफिसातल्या या उडत्या तबकड्यांसारख्या पोरी खैरून, रूबी, फ्रेना... यांना ग्रेस आहे हो. पण कवी ग्रेस यांना काय समजणार? कपाळ!

"ती गेली तेव्हा रिमझिम
पाऊस निनादत होता."

हाय हाय... असा कवी फक्त मराठीतच जन्मू शकतो."

सपनाला 'चंद्र माधवीचा प्रदेश' पुस्तक देत रघुवीर दातार म्हणाले.

आरती प्रभू, ग्रेस, पाडगावकर, सुरेश भट... सपना पुन्हा एकवार कवितांनी वेढली गेली.

त्या ऑफिसातच... नव्हे सर्व माणसांत दातारच जवळचे वाटायला लागले. ती स्वत: कविता करणं विसरूनच गेली होती; पण त्या पुस्तकांनी तिला पुन्हा जवळ ओढलं होतं. व्यवहार जपतच, काव्यही जपता येतं... हा अनुभव तिला नवीन होता. जगणं थोडं सोपं करणाऱ्या रघुवीर दातारांची ती मनोमन कृतज्ञ होती. नाहीतरी जीवन म्हणजे काय?

तर फास्ट लोकलने धावणं— त्यानंतर. घरी किंवा ऑफिसात— साईडिंग पडलेल्या मालगाडीसारखं रुतून बसणं. स्वयंपाकघराच्या ओट्याला, त्यानंतर मधुकर रामचंद्रासह लोखंडी खाटेला आणि बदल म्हणून दोराबाजी शापूरजीच्या

ऑफिसमधल्या जुन्या खुर्चीला. असंच जगायचं आणि असंच मरायचं, बँक बॅलन्स व्यवस्थित झाल्यावरच मधुकर रामचंद्रांना मूल हवं होतं. तोवर सपनाने बँक बॅलन्स वाढवण्यासाठी धावायचं आणि मग मुलाला वाढवत गुरुप्रसादमध्ये तळमजल्यावर पुन्हा रुतून बसायचं.

म्हणूनच रघुवीर दातारांच्या सहवासात सपनाला एकदम हलकं वाटायला लागलं. त्यांच्या बोलण्यातून कविता भेटे, समुद्र भेटे. वेंगुर्ल्याचा, अलिबागचा, रत्नागिरीचा आणि मुंबईचा. माणसांच्या गर्दीत घुसमटलेला मुंबईचा समुद्र सपनाने प्रथम रघुवीर दातारांसोबत पाहिला. कितीतरी दिवसांनी जुईचा गजरा भेटला. रघुवीर दातारांचं वागणं अदबशीर होतं. तिची कदर होती, कौतुक होतं. सपनाला समेळ सरांनी समुद्रात फेकलेली कवितांची वही पुन्हा आठवू लागली. रघुवीर दातारांची ती कृतज्ञ होती. त्यांनी तिला त्या रूक्ष धावपट्टीवर सुंदर सोबत दिली होती. तिच्या कवितांच्या जगापाशी आणून उभं केलं होतं. ही कृतज्ञता तिला कधीतरी व्यक्त करायचीच होती. मैत्री! स्त्री-पुरुषांची मैत्री. निव्वळ मैत्री?

अलिबागेत हे शक्य नव्हतं.

'माझं लग्न झालं आहे. मला संसार आहे. मी प्राध्यापक आहे. जबाबदार नागरिक... पीएच.डी.' समेळ सरांनी कोरडेपणाने म्हटले होते आणि हे वेंगुर्ल्याचे बी.कॉम. रघुवीर दातार काव्य जगत जपत होते. मैत्रीचा अर्थ जाणत होते. सपनाला हेच हवं होतं आणि तेच तिला नेमकं रघुवीर दातारांना सांगायचं होतं.

त्या दिवशी पारसी न्यू इयर होतं. दोराबजी सोराबजी फर्मच्या स्थापनेचा दिवस. दोराबजींची पुण्यतिथी. सर्व स्टाफला दर वर्षी जेवण असे. सपना पण नीटनेटकेपणाने सर्व आवरून दोराबजींच्या बंगल्यावर जाण्यासाठी चर्चगेट स्टेशनवर उतरली. गर्दीमधून वाट काढत ती दरवाजाकडे जात होती.

"अलका, ए अलका?"

तिने चमकून पाहिलं, तो गजानन लेले होता. तसाच! फक्त दुटांगी धोतरातून पँटीत आला होता.

"गजानन तू?"

अलका आश्चर्याने म्हणाली. तिला त्या गर्दीत तो एकदम जवळचा वाटला. आपला गजानन लेले बघून तिला एकदम भरून आलं. एम.ए.चे दिवस! कवितांचे दिवस, गुलमोहोराचे... लॅबरनमचे दिवस आठवले.

आपल्याला अलकाने ओळखलं याचा गजाननला विलक्षण आनंद झाला.

"मी म्हणालो ओळखतेस की कसं? पण मी ओळखलं बरं तुला. कसं चाललंय? छान चाललंय हे दिस्तंच म्हणा. मानवली हं मुंबै तुला. मुंबैकरीण झालीस."

तो आनंदाने बोलत होता. तिच्या जोडीने चालत होता. वजन करण्याच्या काट्याजवळ गर्दी कमी होती. तिथे ते दोघं उभे राहिले होते.

"आणि गजानन, तुझं कसं चाललंय? तुला पण अलिबाग मानवलंय की रे? काय करतोस?" सपना उत्साहाने विचारत होती.

"अगं मस्त चाललंय. काजूला सोन्याचा भाव आलाय. दणकून पैसा. एम.ए.च्या डिग्रीचा उपयोग काजू विकायला करतोय. कसं म्हणतेस?" हसत त्याने विचारलं. गजानन तसाच होता. सपनाला गंमत वाटली. लग्न झालं आणि तिचं स्वत:चं जीवन किती बदलून गेलं होतं. पण गजानन तसाच होता. अलिबागच्या सुसाट वाऱ्यासारखा. एम.ए.च्या डिग्रीची आठवण आली तसा गजानन लेले हलक्या आवाजात म्हणाला,

"तुला समजलं ना?"

"काय?"

"आपल्या समेळ सरांचं?"

"काय झालं?"

"माहिती नाही? गुदस्ता सरांनी आत्महत्या केली."

"आत्महत्या? समेळ सरांनी? पण का?"

"कुणास ठाऊक? चिठ्ठी वगैरे काहीच लिहून ठेवलं नाही. कारण कसं समजणार? जीवनाला कंटाळून आत्महत्या करतो. यावरून कारण काय समजणार? वाईट झालं. फार वाईट झालं."

गजानन लेलेच्या डोळ्यांत पाणी होतं. वजनकाट्याचे लाल दिवे उघडमीट करत होते. सपनाला काहीच ऐकू येत नव्हतं. गजाननचा निरोप घेऊन ती टॅक्सीने दोराबजीच्या ऑफिसात गेली. उशीर झाला होता. ऑफिस फुलांनी सजवलं होतं. दरवाजापाशी रांगोळी होती. बाजूलाच अंडी फोडून ठेवली होती. दोराबजी कुटुंब रुंद काठाच्या सिल्कने सजून उभं होतं. अलकाला काही समजत नव्हतं.

सरांनी आत्महत्या केली. का केली असेल? व्यवहार चुकला होता? की काव्य भेटलं नव्हतं? काय कुठे चुकलं असेल?

दोराबजी सेठच्या वरळीच्या बंगल्यातून समुद्र दिसत होता. त्या समुद्रावर समेळ सर दिसत होते, पांढरी पँट, पांढरा मॅनिला घालून अलकाच्या आमंत्रणावरून समुद्रावर येणारे...

अलकाची कविता न समजू शकणारे.

समेळ सर...

रघुवीर दातारांचं सपना कुलकर्णींकडे लक्ष होतं. आज ती खूपच सुंदर दिसत होती. पण हरवल्यासारखी!

"मॅडम घरी जाणार?"

दोराबजी सेठच्या बंगल्यातले जेवण आटोपून गेटबाहेर पडताना रघुवीर दातारांनी सपनाला गाठलं.

"घरी? हो..."

"पण आत्ता तर चार वाजताहेत, जुहूला जाऊ या? दोन-अडीच तास सहज मिळतात. टॅक्सीने घरी वेळेत पोहोचाल. प्लीज मॅडम. आज तुमचा मूड ठीक नाही ना? माझाही. चला."

भारवल्यासारखी सपना त्याच्याबरोबर टॅक्सीत बसली. मन उदासलं होतं. ती उदासीनता चेहऱ्यावर उतरली होती. डोळे भरून येत होते. या वेळी रघुवीर दातार शेजारी बसले होते. सपनाला खूप बरं वाटत होतं. ती समेळ सरांबद्दल दातारांना काही सांगणार नव्हती. काय सांगायचं? सांगण्याजोगं खूप असूनही काहीच नव्हतंही. खुद्द समेळ सरांना सांगता आलं नव्हतं. ते रघुवीर दातारांना काय सांगणार?

सपना मुकाट्याने टॅक्सीच्या काचेतून पळणारी गर्दी पाहत होती. रघुवीर दातार सपनाकडे पाहत होते. अचानक त्यांनी गुणगुणायला सुरुवात केली-

तू केव्हा अशी, तूं केव्हा तशी...

तू ऐल राधा, तूं पैल संध्या...

चाफेकळी प्रेमाची...

तूं केव्हा अशी...

काहीतरी बोलायचं म्हणून सपना म्हणाली,

"छान आहे आवाज."

"ओऽह! थँक्स फॉर द कॉम्प्लिमेंट्स पण हे खरं नव्हे. काहीतरी बिघडलंय खरं ना?" त्यांनी विचारलं.

"बिघडायचं काय त्यात? सगळं ठीक तर आहे. उद्या सुटी आहे. घर आहे. नवरा आहे. काय कमी आहे."

रघुवीर दातार फक्त हसले. टॅक्सीतून उतरून जुहू चौपाटीचा निवांत कोपरा गाठून तिच्याशेजारी अंतर ठेवून ते बसले. ती समुद्राकडे एकटक बघत होती. निळे डोळे आणि निळा समुद्र. एक रेषा तयार झाली होती. दातार ते पाहत होते. ते म्हणाले,

"खराय मॅडम, सर्व काही ठीक असूनसुद्धा खूप काही बिघडून गेलेलं असतं. असू शकतं. माझंही तेच आहे."

सपनाने चमकून पाहिलं.

"असं पाहा मॅडम. मलाही संसार आहे. बायको आहे. स्मार्ट आहे. सर्व ठीकच

आहे. पण..."

"पण काय?"

"संसाराला खरं तर इतकं पुरतं. व्यवहारी संसाराला इतकं खूप झालं. एक स्त्री- एक पुरुष- एक घर. नोकरी. खूपच झालं. पण मुख्य प्रश्न हा ते स्त्री-पुरुष एकमेकांना अनुरूप आहेत का? पण नेमकं तोच प्रश्न कुणी विचारात घेत नाही. म्हणजे असं, मला नीटनेटकेपणा आवडतो. काव्य आवडतं. चित्रकला, भावगीतं, गजला आवडतात. पण पत्नीला याचा गंध नाही. साधं सरळसोट धोपट जगणं. कुठे जाणं नाही. जोडीने फिरणं नाही. हा संसार परिपूर्ण नव्हेच ना? म्हणून मी तुमच्या सहवासात रमतो. कविता पाहिली की तुमचे डोळे चमकतात. ते पाहणं मला आवडतं. त्या जुनाट फायलींच्या ऑफिसांतून दिसणारा आभाळाचा तुकडा तुम्ही बघता ते मला आवडतं. खरं तर तुम्हीच आवडता."

रघुवीर दातार दोघांमधलं अंतर कमी करत जवळ बसत म्हणाले. त्यांचा आवाज घोगरा झाला होता. ते म्हणाले,

"सपना, आयुष्य परिपूर्ण कधी नसतंच. जे कमी आहे ते मिळवून ते पूर्ण करायचं असतं. ही गीतं, काव्य हे सगळं काय आहे? कशासाठी वाचतो आपण? एका परीने जे अपूर्ण आहे, लाभलेलं नाही, ते आपण कवितेत शोधतो. कवितेत उपभोगतो. पण इतकी मैत्री झाल्यावर नुसतं काव्य वाचण्यात मजा नाही. ते काव्य जगलं पाहिजे. जगता येईल."

"म्हणजे?"

"सांगू?"

झाली सखे पहाट! रात संपली
ही सोड मोकळी मिठी मधाळ आपुली!
ओलावली जरी दवांत लाजरी फुले
येथे तुझ्या नसानसांत रात झिंगली!

आता सांग सपना, हे फक्त वाचतच राहायचं? की जगत वाचायचं? हे सारं प्रत्यक्षात घडू शकतं."

तिचा हात हातांत धरत रघुवीर दातार म्हणाले. डोळ्यांत वासना पेटून उठली होती. सपना शहारून गेली. हात सोडवून घेत मागे सरकत म्हणाली,

"शी. काहीतरीच काय?"

"काहीतरी? हेच जीवन आहे. हेच काव्य आहे. एरवी काय आहे, त्या फास्ट लोकलच्या जीवनात? काव्य असं इथे या क्षणी फुलवता येईल. त्या बघ कॉटेजीस् दिसतात? तिथे गेलो तर साक्षात काव्य भेटेल. चल, मी काय म्हणतोय ते समजतंय तुला. प्लीज. कुणाला काही समजणार नाही. वेळेवर घरी

पोहोचू. चल...''

सपना झटकन उठली. तिला संताप येत होता. रडू येत होतं. खूप बोलावं, ताडताड बोलावं आणि या सुंदर आवरणाखालच्या वासनेला ओरबाडून काढावं असं वाटत असूनही ती इतकंच म्हणाली,

''सॉरी.''

रघुवीर दातारांकडे पाठ फिरवून वाळूतून पाय फरफटत सपना पाठमोरी झाली. अशीच पूर्वी एकदा रिकामी बास्केट घेऊन फरफटत घरी आली होती. काव्य, स्फूर्ती, व्यवहार सारं झूट होतं. ते समेळ सरांना कळलं नव्हतं की मधुकर रामचंद्रांना आणि रघुवीर दातारांना तर मुळीच नाही. तिला हुंदका फुटला.

ती पुस्तकं, त्या कविता, भेटवस्तू, मधाळ शब्द, जुहू किनारा, सुगंधी गजरा...

तिला घृणा आली, सर्व जीवनाचीच.

हात करून, तिने टॅक्सी थांबवली. मस्तक टॅक्सीच्या मागच्या सीटवर टेकवून डोळे मिटून ती पडली होती.

सारं जग खोटं होतं. विलक्षण खोटं.

सुंदर, मनमोहक शब्द.

सुंदर कपड्यांनी झाकलेली शरीरं वासनेने पेटलेली.

त्यात काव्य लपलेलं असतं की माणूस?

की जनावर?

माणूस!

कधी भेकड, कधी स्वार्थी, भित्रा, दुबळा, चतुर

हेच आपण पाहत आलो. अनुभवलं.

मग

काव्य? कुठे असतं? कुठे भेटतं?

ते जर मुळातच नसेल, तर हा शोध तरी कसला?

कशासाठी ही अस्वस्थता.

ही उदासीनता कोणत्या कारणासाठी?

काय कमी आहे जीवनात.

स्फूर्ती?

कशासाठी स्फूर्तीचा शोध?

स्फूर्ती! खरंच का कुणी कुणाची स्फूर्ती असते?

काव्याचा झरा कुठे असतो?

विचारांच्या वावटळीत सपना गरगरत होती. एक प्रचंड वेदना अनुभवत होती.

आणि काळ्या ढगांनी गच्च व्यापलेल्या आभाळातून, लखकन वीज उतरावी तशा दोन ओळी, तिच्या मुखावाटे निघाल्या. कितीतरी दिवसांनी! पाण्याने भरलेला बांध फुटावा तशा भावनांचा बांध कोसळत होता. शब्दांचा महापूर आवरता आवरत नव्हता.

हे मन असं सैरभैर
मोकाट, भिरभिरत्या पाखरागत
कधी उंच फांदीवर
आर्त भाव सावरणारे - जखमी,
सैरभैर मन-

या ओळी आपसूक जुळून आल्या आणि त्या अनुभवाने सपना थरथरून गेली. मनाची मरगळ निचरून गेली. मुका सल फुटत होता. वाहत होता. श्रावणसरीसारख्या शब्दसरी कोसळत होत्या. सपना चिंब भिजत होती.

अलिबागचा समुद्र, रत्नागिरीचा समुद्र, मुंबैचा समुद्र पार करून, कवितेची वही समोर उभी होती, तुकारामाची गाथा तरंगत यावी तशी!

कविता समोर उभी होती.

कोणत्याही स्फूर्तीचा आधार न घेता, कविता सजत होती.

'आभाळाला भिडावं, झाडांशी बोलावं
वसंतात न्हावं. फुलांत मिटावं.
पाण्यासंगं गाव बेभान व्हावं.
रंग गंधातले स्वप्न सजवावं.
आभाळातून चांदणं मनात उतरतं.
अलगद मोरपीस फिरवून जातं.
स्वप्नांना कधी मर्यादा नसते आणि
शोकान्तिका मान्य नसते.
माझ्या गाण्यांतून आळवायची आहे मला
आभाळाची धून, समुद्र गाणं
निळ्या पंखांची नाजूक फडफड
टिपायची आहे मला पापणीत'

समेळ सर, रघुवीर दातार- सर्वांनी भ्रमनिरास केला होता. माणूस समजून घेणं, किती अवघड असतं! माणूस कधी वाचताच येत नाही. प्रत्येक पानावर नवा पीळ, नवा गुंता-

ही माणसं इन्स्पिरेशन कशी असणार?

टॅक्सी गुरुप्रसाद अपार्टमेंटच्या दिशेने धावत होती. रस्ते माणसांनी भरून

वाहत होते; पण अलकाला आज एकटं वाटत नव्हतं. खूप प्रसन्न, खूप हलकं वाटत होतं. यानंतर तिची स्फूर्ती ती स्वत:च असणार होती. तिची वही तिला सोबत करणार होती. तिचं स्वत:चं एक विश्व. भावविश्व!

म्हणून सपना कृतज्ञ होती. जीवन समजावून देऊन, तिच्या विश्वापर्यंत पोहोचवणाऱ्या सर्व अनुभवांची, जीवनाची, व्यवहाराची आणि काव्याचीसुद्धा!

स्वत:च्या भावविश्वाची सोबत, आत्मविश्वासाने बाळगत, सपना टॅक्सीतून उतरत होती आणि व्यवहारी जीवनात गुरफटलेलं गुरुप्रसाद अपार्टमेंट सपनाकडे नवलाने पाहत होतं.

आज उशीर झालाय, म्हणजे दोराबजीने न्यू इयरचं प्रमोशन दिलंच असणार. हेडक्लार्क?

मधुकर रामचंद्र पट्ट्या पट्ट्यांचा लेंगा घालून दरवाजातच विचारत होते; पण आज सपनाला त्याचं दु:ख नव्हतं. ती एका आनंदात तुडुंब भिजली होती. जीवनव्यवहाराच्या जगातच काव्य जगत होती. स्वत:च्या धुनीतच जगणार होती.

एकटीच!

◆

जास्वंदी

बघता बघता आमचे सुरेख बेळगाव शहर जातीय दंगलीत होरपळून गेले.

सारे वातावरण सुन्न बधिर व शहरावर भीतीचे सावट!

या हिरव्या शहराला आता मात्र दृष्ट लागली. या विचाराने मन खंतावले.

कोल्हापूरहून येताना आंबोली भेटावी किंवा गोव्याहून येताना, खानापूरचा पूल ओलांडावा, की बेळगाव भेटण्याआधी, मलमली हवाच आधी भेटते. मनात सुखद गारवा. मायेचे गाव! इथे हा हिंसाचार उद्‌भवलाच कसा, या विचाराने मन उदासले.

'नॅशनल इंटिग्रिटी' नव्याने, वारंवार ऐकू येणारा शब्द! पण हा शब्द जन्मण्याआधीचा, त्याचा अर्थ साऱ्या जनमानसात पूर्ण रुजला होताच, अठरापगड जातीची माणसे गुण्यागोविंदाने याच भूमीवर नांदत नव्हती? मग या निधर्मी राजवटीतच 'धर्म' असा 'अधर्मी' कसा बनला? आधीच जीवन हे अवघड कोडे बनले आहे, त्यावर समाज असा अस्वस्थ, अशांत. शेवटी हे सारे या देशाला कुठे घेऊन पोहोचवणार आहे? डोळ्यांत अश्रू उभे राहतात आणि त्या अश्रूंच्या पडद्यावर साकारते 'जास्वंदी!' जासू. फार वर्षांपूर्वी या भूमीवर भेटलेली जासू. राष्ट्रीय एकात्मता, साक्षरता हे शब्द माहिती नसणारी, निर्मळ, स्वच्छ मनाची जास्वंदी! कातर मनावर हलकासा शिडकावा करून जाते.

गोमंतक भूलोकीचे नंदनवन, देवांची वस्ती केलेला 'देवलोक'. इथे नजरेला फक्त 'पाचूचा' रंग जाणवतो. या पाचूच्या भूमीवरून वाहणारे वाहाळ, दुथडी भरून वाहणाऱ्या नद्या, समुद्राच्या ओढीने धावणाऱ्या मीलनाचा

जास्वंदी । ९३

अचूक क्षण साधणाऱ्या, दाट झाडीला न जुमानता, जमिनीवर उतरणारी सूर्यकिरणे. पक्ष्यांनी आणि फळांनी लगडणारी झाडे, गाणारी आणि सुगंधी! झाडीत विसावलेल्या वाड्या, या वाड्यांतून, खोपटातून जगणारी निकोप मनाची, पापभीरू, प्रेमळ मनाची माणसे! ही जासूची कथा घडली तेव्हा तिथली सारी माणसे अशीच होती. खडबडीत दिसणारी, पण गोड असणारी. आंबा, काजू, फणस, अननसासारखी आणि मुरट्यासारखीसुद्धा. गोड, आंबट, तुरट माणसांतच जासूचा जन्म झाला. त्या जासूची ही कथा.

''हिचं नाव जास्वंदी दवरुया.''

नुकत्याच जन्माला आलेल्या चिरगुटात गुंडाळलेल्या, तांबड्या लाल गोळ्याकडे बघत भाग्या म्हणाली. त्या मुलीला बघून भाग्याचे मन पिसागत झाले होते. श्रम हलके झाले होते.

''जास्वंदी? ह्यो कसले गो नाव? हिजं नाव लक्ष्मी दंवर, देवीचोच प्रसाद हो.''

भाग्याची सासू राधा करवादली.

''जा. जास्वंदीच.''

भाग्या ठामपणे म्हणाली. खाटल्यावर पडल्या पडल्या तिची नजर अंगणातल्या त्या उंच, शेलाट्या झाडाकडे होती. आज प्रथमच त्या झाडावर ते सुंदर, टप्पोरे गुलाबी फूल फाकले होते. काल संध्याकाळपासून भाग्या बाळंत वेदना सोसत होती. त्या वेळीच त्या झाडावरची कळी टप्पोरली होती. ती कळी उमलली आणि भाग्याच्या खोपटात मुलगी जन्माला आली. तिचे नाव भाग्याने हट्टाने जास्वंदी ठेवले. भाग्याच्या सासूला, नवऱ्याला म्हणायला अवघड म्हणून जास्वंदीची 'जासू' झाली. जासू. सर्वांचीच जासू!

भाग्या! वैनीबायच्या बागेत पाणी शिंपणारी वावराडी. भल्या मोठ्या कुळागरात वैनीबायचे भले थोरले घर! पाठीमागे नारळी, पोफळी, केळी, पपई, निरफणसे, साऱ्यांनी कुळागर गच्च भरलेले आणि घरासमोर जाया, जुया, अबोली, शेवंती, मोगरी, दरुणीने भरलेली भरगच्च फुलबाग. पाण्याने भरलेल्या बावीतून, पाणी पाटातून सोडलेले असायचे. ते पाटातून झुळझुळणारे पाणी, पोवलीने झाडांना शिंपायचे काम भाग्याचे. त्या गारव्याने सांजकळ्या हळूच पाकळ्या उघडायच्या. उन्हात तापलेली अबोली भाग्याच्या पोवलीतले पाणी पिऊन गायत्री 'पिशी' व्हायची. त्या बागेवर भाग्याचा जीव जडला होता. तशात वैनीबायने तिच्या कुळागरातून एक शेलाटे रोप आणून बागेत रोवले.

''भाग्या या रोपाकडे लक्ष दी. नाजूक असा ते हळू उदा घाल.''

वैनीबायने भाग्याला सांगितले. वैनीबायच्या माहेरचे रोप खरे पण ते नाजूक रोप मग भाग्याच्या काळजात रुतले. ती निगुतीने रोप जपू लागली. त्याची तांबूस, लाल

पाने, उंच होणे, त्याला कळी येणे... सारे भाग्या डोळ्यांत तेल घालून पाहत होती. त्या संध्याकाळी पाणी शिंपून घरी परत जाताना, भाग्याने त्या रोपावरची टप्पोर कळी बघून ठेवली होती. उद्या सकाळी वैनीबायच्या बागेत भाग्या पुन्हा येईस्तोवर, त्या कळीचे फूल होणार होते.

कसे असेल ते फूल? कोणत्या रंगाचे?

पिवळे, तांबडे, जांभळे की धवे?

भाग्याची उत्सुकता शिगेला पोहोचली.

वैनीबायच्या घरापासून भाग्याची खोपटी थोडी दूर अंतरावरच होती. घरी जाता-येता, महालक्ष्मी मंदिराचा प्राकार लागे. जाणारी-येणारी माणसे, तेथे क्षणभर थांबून देवीला हात जोडून पुढे जात असत. तिथून देवीची मूर्ती दिसत नसे पण गाभाऱ्यासभोवतालचे दीपरत्न स्पष्ट दिसत असे. मनाला उभारी देई. शेवटी महालक्ष्मीच त्यांचा सर्वांचा आधार होती. शेणामातीच्या खोपटामधली ती सारी माणसे 'सुस्सेगपणाने' जगत होती, ती या महालक्ष्मीच्या आधारावरच. महालक्ष्मी मंदिराच्या मागच्या डोंगरावर पहारा देणारा कटामगाळीचा देवचार आणि मंदिरात जागरूक असणारी ती महालक्ष्मी! हे दोघे होते म्हणूनच दोन वेळेचे पेज-पाणी कमी पडत नव्हते. पोरंबाळं सुखरूप होती.

भाग्या पण वैनीबायकडे कामाला जाता-येता, महालक्ष्मीच्या प्राकारात उभी राहून हात जोडल्याखेरीज पुढे जात नसे. पण ज्या संध्याकाळी दुरुणीची टप्पोरी कळी दिसली, त्यानंतर सकाळी कामावर जाताना भाग्याचा देवीला नमस्कार चुकला होता. गेटला घुंगुरमाळा लावली होती. त्याचा होणारा खऽळऽळ असा आवाज भाग्याला खूपच आवडायचा. पण आज त्या आवाजाकडे तिचे लक्षच नव्हते. दसणीवर तिचे लक्ष गेले आणि भाग्या जागेवरच खिळून उभी राहिली. आनंदाने, आश्चर्याने. भान हरपून भाग्या दसणीवरचे ते कौतुक पाहत होती. कालच्या कळीच्या जागेवर आज टप्पोरे गुलाबी फूल आनंदाने झुलत होते. मोठ्या गुलाबी पाकळ्यांचे, अति नाजूक, पिवळ्या तांबूस परागांचे ते फूल पाहताना वैनीबाय हळूच म्हणाली, "जास्वंदी." भाग्याने पण त्या फुलाचे नाव मग जास्वंदी ठेवले. इतर साऱ्या झाडांना ती 'दसणी' म्हणायची; पण ही मात्र 'जास्वंदी', तिचे एक रोपच भाग्याने आपल्या खोपटाच्या दारालगत लावले. त्यानंतर भाग्याला दिवस गेले. जास्वंदीचे पहिले फूल आणि मुलीचा जन्म एकाच वेळी झाला. त्या मुलीच्या रूपाने फुलानेच भाग्याच्या घरी जन्म घेतला, या भावनेने भाग्या मग जासूला जपू लागली. तिचे लाड करू लागली. भाग्याच्या कडेवरून जासू वैनीबायच्या घरी येऊ लागली. वैनीबायची बाग, झोपाळा, परसदारीचे कुळागर, वाहाळ जासूला धावायला पुरे पडत नव्हते. वैनीबायची बाग फुलत होती; पण वैनीबायचे घर मात्र फुलत

नव्हते. पण जासू आली आणि वैयनीबायचे जीवनच तिच्या येण्याने फुलून गेले. ती जासूला छान कपडे घालायची. तिचे सोनेरी केस विंचरायची. भाग्याची जासू. मग घरची, बागेची काळजी घेऊ लागली. रांधणे, वाळवणे, सारवण, शिंपणे सारे जासू करू लागली. विजेसारखी लवलवत साऱ्या कुळागरे फिरू लागली. घरात फक्त वैनीबाय व काकासाब आणि आता जासू. तिने सारे वातावरणच भारून टाकले. घरचे- वाडीचे! भाग्या आणि वैनीबाय. त्या दोघींच्या मधोमध उभी असणारी महालक्ष्मी! इतकेच होते जासूचे विश्व. त्या विश्वात निकोप मनाची जासू वाढत होती. झाडाफुलांच्या सोबतीने, जासू चंद्रप्रभेसारखी वाढली होती. गुलाबी, गोरा रंग, बदामी डोळे, काळेभोर दाट केस, साधे राहणे. यामुळे जासू सर्वांच्या नजरेत भरत होती. हा रत्नहार आता कसा जपायचा? या विचाराने भाग्या अस्वस्थ होऊ लागली. जासू लग्नाच्या वयाची झाली होती. ज्या सोयरिकी जासूला येत, ती माणसे बघून भाग्या धास्तावून गेली. कुठल्यातरी वाडीमधली ती ओबडधोबड ओंगळ माणसे त्यांच्या हाती ही जासू कशी सोपवायची? गरिबी चालेल. झोपडी असू दे पण माणसे चांगली नकोत? या विचाराने भाग्या हैराण होऊन गेली.

"वैनीबाय ह्ये रत्न देवीने माझ्या पदरात कित्याक दिलं?"

पण अलीकडे वैनीबायही अस्वस्थ झाली होती. सौंदर्याच्या त्या वळेसराकडे अलीकडे काकासाबची नजर पुन:पुन्हा वळत होती. नवऱ्याची चाळवलेली नजर वैनीबायच्या घरी रेंगाळत नव्हती. काम संपले की घर गाठत होती.

भाग्या पण सारखी देवीला मागणे मागत होती. प्रसाद लावत होती. गोपाळभट भाग्याचे साकडे देवीला पोहोचवत होता. उजवी पाकळी मागत होता.

एके दिवशी भाग्या, एका दूरच्या वाडीची सोयरगत पाहायला म्हणून गेली, ती परत आलीच नाही, वाटेतच कोसळली. ओळख पटून मग कुणीतरी काकासाबला खबर दिली. भाग्याचे निर्जीव कलेवर खोपटाच्या अंगणात आणून ठेवले. कंदिलाच्या उजेडात सभोवती जमलेली सारी माणसे भाग्यापेक्षा जासूलाच बघत होती. त्यांच्या नजरा बघून आयुष्यात प्रथमच जासूला भीतीची जाणीव झाली. नुकताच तिचा बाप पाण्याच्या डबक्यात पडून मेला होता.

धाय मोकलून रडणाऱ्या जासूच्या हातांची मिठी वैनीबायने कोरड्या मनाने सोडवून घेतली. जासू वैनीबायची लेक होती खरी. पण वैनीबायची दृष्टी, काकासाबजवळ नव्हती. त्या दृष्टीपासून जासूला वैनीबाय वाचवू शकणार नव्हती. दुबळी वैनीबाय जासूला सांगत होती,

"ऐक, जासू रडू नको. मी काय सांगते नीट ऐक. माझं हे काम सोडून दे."

"आणि?"

जासूने धसकून विचारले.

"नीट समजून घे जासू. ही सारी बाग, भाग्याने फुलवली. ही सारी फुलं, तू रोज संध्याकाळी घेऊन जात जा. त्यांचे झेले कर. आणि मंदिराच्या समोर विकत जा. तेवढे पैसे तुला पुष्कळ होतील. कमी पडलं, तर मी आहे. शिवाय मी आपू, तितू, मोकूला सांगितलंय. ते तुझ्यासाठी मुलगा बघतील. महालक्ष्मीच्या साक्षीने मी तुझं लगीन लावून देईन. समजलं ना?"

वैनीबायने, जासूची हनुवटी वर उचलून विचारले. जासूच्या बदामी डोळ्यांतून आषाढघन बरसत होते. वैनीबायच्या डोळ्यांचे माठ दरदरून वाहत होते.

"वैनीबाय... वैनीबाय..." जासू हुंदकत होती. रडता रडता घराला पाठमोरी होत होती. वैनीबाय देवघरात पाटावर बसून देव्हाऱ्यामधल्या महालक्ष्मीसमोर गालफडावर हात मारून घेत होती. जासू निघून गेली. गेटच्या घुंगुरमाळा खळकन वाजल्या. वैनीबायचा बांध कोसळला. देव्हाऱ्यात महालक्ष्मीची चांदीची उभी मूर्ती होती. तिच्या हातात भांगराची सुबक कांकणे होती. गळ्यात भांगराची सर्पळी अन् माथ्यावर जास्वंदीचे गुलाबी फूल!

"आई, चुकतंय माझं? अश्राप लेकरासारख्या जासूला मी दूर केलं. फुलं विकायला पाठवलं, माणुसकी सोडून मी वागले. आई तिला जगापासून वाचवणं माझं कर्तव्य होतं. पण मी दुबळी आहे, आई. कुंपणच कधी शेत खाऊन जाईल मला समजणारही नाही. ते पाप मी कसं घडू देऊ? आई, मला बळ दे. जासूसाठी चांगला मुलगा शोधून दे. मी तिचं लग्न करून देऊन, भाग्याच्या ऋणातून मोकळी होईन. शक्ती दे आई."

वैनीबायचे काळजातले जास्वंदीचे फूल! त्या फुलासाठी वैनीबाय तळमळत होती.

उदासवाणी होऊन, जासू वैनीबायच्या घरामधून बाहेर पडली. गेटचा आवाज आज कानांवर पडलाच नाही. भाग्या उन्मळून पडली.

वैनीबाय कोरडी झाली.

जासूने जावे तरी कुठे? भिरभिरत्या पाखरासारखी जासू देवळात आली. मंदिर शांत होते. मधल्या चौकात जासू बसली. दीपरत्नांच्या प्रकाशात देवी प्रसन्न दिसत होती. जासू तारवटल्यागत तिला बघत होती, विचारत होती,

"कोणती परीक्षा घेते आहेस आई? आई गेली. वैनीबाय दुरावली.

तू तरी आहेस ना गं? सांग? या जासूने आता कुठे जावं? उत्तर देणार की नुसतीच अशी सजून बसणार आहेस? आजवर तुला हात जोडत राहिले. आणि तू मात्र रागावलीस? सरळ मनाची माझी आई! तिने जगावेगळं स्वप्न पाहिलं. जास्वंदीच्या फुलाचं स्वप्न! गरिबांनी स्वप्नं पाहूच नयेत? आणि पाहिली तरी फुलांची स्वप्नं पाहू नयेत. त्याची सजा तू अशी देते आहेस? मार्ग दाखव, आई!

या जासूला दुसरं आहे तरी कोण?''

भरदुपारी जासू अशी अश्रूंचा अभिषेक देवीला घालत होती. गोपाळभट चौकटीतून तिला पाहत होता. कुणा भटाबामणाच्या पोरीला लाभावे असे रूप जासूला लाभले होते. पाटी-पेन्सील घेऊन शाळेत जाणारी जासू, गोपाळ भट पाहत असे. भाग्या देवीला कौल लावून बसे. देवीने कौल नेहमी उजवाच दिला होता. भाग्याने जासूसाठी केलेले नवस गोपाळभटाने खूपदा ऐकले होते. अचानक चक्रीवादळाने या पोरीला घेरले होते. त्याचा अर्थ गोपाळभटाला लागला नव्हता. देवीकडे बघता तो पुटपुटत होता,

"सर्वज्ञे, सर्व वरदे सर्व दुष्टभयंकरी,
सर्व दुःखहरे देवी, महालक्ष्मी नमो नमः ।''

"जासू, हा घे तीर्थप्रसाद. सगळी चिंता या आईवर सोपव. श्रद्धेने फुलं विकत जा. देवीने, भाग्याला नेहमीच चांगला कौल दिलाय. उजवा. आता तीच तुझं रक्षण करणार.''

"आप्पा, वैनीबायनं सांगला तुमका?'' जासूने विचारले; गोपाळभट हसला. झारीमधले तीर्थ त्याने जासूच्या हातावर घातले अन् तबकामधले फूल जासूच्या हाती ठेवले.

"देवी तुझा सांभाळ करेल. देवी तुझं मंगल करेल.''

आप्पाभटाने मायेने आशीर्वाद दिला तसा जासूला धीर आला. निश्चयाने ती घरी गेली. आप्पाभट होता. वैनीबाय होती आणि रक्षणकर्ती महालक्ष्मी होती. ती सर्व सांभाळून घेणार होती. तिने भाग्याला नेहमीच उजवा कौल दिला होता. मग घाबरायचे का? या विचाराने जासू सावरली.

आज पुष्कळ दिवसांनी तिने घराकडे पाहिले. त्या घरावरून कितीतरी दिवसांत कुणी मायेने हात फिरवला नव्हता, घर कसे उदास, केविलवाणे दिसत होते. अंगणात वाळक्या पानांचा खच पडला होता. केळीच्या पायाशी गच्च काळे पाणी साचले होते. कडेची अबोली, मोगरी सुकून गेली होती. जासूने साडी वर खोचून घेतली. पदर घट्ट खोवला आणि खराटा हाती घेऊन, तिने सारे अंगण स्वच्छ केले. बावेचे पाणी काढून सारी झाडे शिंपून काढली. वाऱ्याच्या झुळकेने ओली पाने झुलू लागली. भाग्याची जास्वंदीपण! तिच्यावर मात्र मोठाली फुले फुलली होती. त्यामधल्या एका फुलाला ओंजळीतून पाहत जासू म्हणाली, "माझ्या जन्माआधीपासून माझी आई, तुझ्यात माझं रूप पाहायची. आईला जास्वंदी हवी होती. मी जास्वंदीच होईन.''

हंड्यामधले कढत पाणी घेऊन जासूने माथ्यावरून न्हाऊन घेतले. ओले, मोकळे केस पाठीवरून निथळत होते. जासूने तुळशीजवळ दिवली पेटवली.

कोनाड्यातल्या महालक्ष्मीच्या फोटोवर जास्वंदीचे फूल चढवले. डोळे मिटून देवीसमोर बसली, तोवर मनामधले सारे वादळ पार झाले होते.

चुलीवर भाताचे तपेले खदखदत असतानाच शेजारची लहानगी शेवंता घरात येऊन म्हणाली,

"जासूबाय तू एकलीस असा नू? हांव निजता तुजंसरी. भिऊ नाका. हाव आसा गो." छोटी शेवंती बोलत होती? की... महालक्ष्मी? जासूने शेवंतीला मिठीत घेतले.

त्यानंतर जासूचे जीवनच बदलून गेले. रोज सकाळी फुलांचे झेले टोपलीत घेऊन ती देवळाच्या प्रवेशद्वारापाशी उभी राहू लागली. त्या आधी, एक गजरा आईच्या फोटोवर, दुसरा देवळात देवीच्या तबकात आणि तिसरा वैनीबायच्या भरघोस केसांत. त्यानंतर दिवसभर जासू इतर मुलींसोबत अबोली, अनंत, शंकर, दसणी, शेवंतीचे झेले घेऊन उभी असे. स्वच्छ, साधे पातळ, मनगटावर काचेची कांकणे, मानेवर केसांची सैलसर गाठ, त्यावर एकच गुलाबी दसणी. जासू उठून दिसे. तिच्या सात्त्विक रूपाकडे पाहून, भाविक तिचीच फुले घेत. नव्या बदलाचा जासूला सराव होत होता.

एक दिवस शाळेतला रघूमास्तर देवळात जात होता. फुले विकणारी जासू बघून तो थबकलाच.

"जासू गे? पाड पडो ते साक्षरताप्रसार. शाळा सोडलीस गं?"

पुन्हा विचार करत म्हणाला,

"ते खरंच आहे. तू तरी दुसरं काय करणार? उपाय नाहीच. पण कष्टाने जगतेस, ते चांगलं आहे. आता हे जग हीच तुझी शाळा बरं! अनेक अवघड गणितं सोडवावी लागतील. धडे गिरवावे लागतील. पण एकच कर पोरी माणुसकीने वाग, धर्म सोडू नकोस बरं."

जासूने दिलेला फुलांचा झेला, देवीसमोरच्या तबकात ठेवत रघूमास्तर म्हणत होता, "त्राही त्राही महालक्ष्मी! त्राही त्राही सुरेश्वरी."

आणि, एक दिवस अवचित असा उजाडला की, ज्याने जासूचे सारे जीवनच बदलून गेले. त्या दिवशी सकाळी दहा-अकराच्या सुमारास, देवळालगत थांबणाऱ्या मडकई बसमधून तो खाली उतरला. तशा फुलवाल्या पोरी धावल्या.

"बाबा, फुलं घे रे देवीक् घाल तुजे काम जातले."

त्या पोरींच्या गराड्यात उभा राहून, तो बसमधले आपले सामान उतरून घेत होता. इतर प्रवाशांपेक्षा त्याचे सामान वेगळेच होते. मोठमोठे फळे, सामानाची आडवी बॅग, खांद्यावरच्या शबनममधून कागद डोकावत होते. खिशातून दहा रुपयांची नोट काढून, एका मुलीच्या हाती देत तो म्हणाला, "हे पैसे घ्या आणि

सर्व जणी मिळून देवीला फुलं चढवा.''

''पुन, तूं घाल मरे फुलं.''

''मी? देवळात?''

खांदे उडवून, हसत त्याने सामान उचलले आणि तो जवळच्या चहाच्या दुकानाकडे निघाला. एवढ्यात ती दहा रुपयांची नोट हातात घेऊन जासू समोर आली.

''साहेब, हे पैसे परत घ्या. या मुली भिकारी नाहीत. फुलं विकतात त्या. पैसे तुमचे फुलंही तुम्हीच घाला देवीला. नाहीतर हे पैसे परत घ्या.''

खणखणीत आवाजात जासू म्हणाली. हिरव्यागार दाट झाडीतून मूर्तिमंत लावण्य अवचित समोर उभे ठाकले होते. त्यावरून नजर बाजूला करणे अवघड होते. साधे, स्वच्छ, निरागस लावण्य! स्वतःला सावरत तो म्हणाला, ''पण... मी त्यांना भिकारी कुठे समजतोय? फक्त या पैशांची फुलं त्यांनी देवीला चढवावी, इतकंच मी म्हणालो.''

''का? पैसे तुमचे, फुलंही तुम्हीच वाहायची.'' जासू आग्रहाने म्हणाली.

''मी? मी कसा वाहणार? मी देवळात कसा जाणार?''

''का नाही?''

''कारण माझा धर्म वेगळा. मी धर्म मानत नाही. पण मंदिर तुमच्या धर्माचं आहे. मी आत कसा जाणार? मी मुसलमान आहे. घेतील मला देवळात?''

त्याने हसत विचारले. साऱ्या फुलराण्या ऐकत होत्या. हे काहीतरी वेगळे होते. पूर्वी कधीच न ऐकलेले.

''आप्पा, समजा, माणूस मुसलमान असला धर्माने आणि त्याने देवीला फुलं घातली, तर देव बाटतो?''

जासूने घरी जाताना, गोपाळभटाला विचारले.

''ना गे बाय. देव कसो बाटतलो? देवाले सगळी माणसे सारखीच. देवीला भेटायला किरिस्ताव येतात तशी मैरं पण येऊ शकतात, पण ते येणार नाहीत. त्यांना मूर्तिपूजा मान्य नाही. ते कुराण वाचणारे.''

बोलता बोलता गोपाळभट थबकला. जासूकडे बघत त्याने विचारले, ''पण का गे बाये? हे तू का विचारतेस आज?''

''काऽय ना आप्पा. वोऽग्गी विचारले.'' देवीला हात जोडत जासू म्हणाली.

त्यानंतर तो कुठे दिसलाच नाही. भेटला असता, तर जासू त्याला देवळात नेणार होती. त्याच्या हाताने झेला तबकात ठेवणार होती. तिची नजर त्याला शोधत होती. एके दिवशी डोंगरावर शंकराची फुले तोडायला गेलेल्या पोरी सांगत होत्या, तो त्या डोंगरावरच्या पोंगऱ्याचे चित्र काढत होता. पोंगऱ्याच्या झाडाचे चित्र?

जासूला नवल वाटले. ती डोंगरावर गेली. पोंगऱ्याचे झाड तांबड्याकंच फुलांनी गच्च फुललेले होते. पण तो तिथे नव्हता. मुरटे खात खात पोरी डोंगर उतरून खाली आल्या. तो मंदिरालगत हातात पाण्याची रिकामी बादली घेऊन उभा होता. जासूला हसू आले. ''म्हणे मुसलमान! यालासुद्धा पाणी लागतंच की! सगळी मनीस सारखीच.''

आप्पाभट म्हणाला नव्हता?

''तुमच्या गावात, एक बादली पाण्यासाठी फिरावं लागतं.''

रिकामी बादली दाखवत तो म्हणाला, ''का? या गावात उदकान् भरलेल्या बावी आहेत की!''

त्याच्या हातून बादली घेत जासू म्हणाली.

सोसायटीच्या मागच्या दोन खोल्यांत तो राहत होता. खोलीच्या चार पायऱ्या उतरून खाली सरळ शेताच्या रुंद बांधावर पोहोचता येत असे. बांधालगतचा वाहाळ खळखळ करत वाहत होता. माड घुमत होते. त्यापलीकडे टेकडीवर कोपेल. त्याची घंटा नजरेत भरत होती. त्यालगतच्या रामनाथ मंदिराचे कळस दुपारच्या उन्हात चमकत होते. आज प्रथमच जासूला त्यांचे सौंदर्य जाणवले. त्याने न सांगताच पाण्याचा माठ भरून ठेवला. बादलीत साठलेले कपडे समोरच्या बावेवर जाऊन धुऊन आणले. तोवर तो बाहेरच्या वल्तैरांत थकून कोसळून पडला होता.

तो मोठा चित्रकार होता. दिल्लीत भरणाऱ्या आंतरभारतीय चित्रप्रदर्शनात तो या प्रदेशावरची चित्रे पाठवणार होता. गोवा त्याची मायभूमी होती. पणजीलगतच्या खेड्यात तो राहत होता. त्याच्या घरी त्याचे आई-वडील व मोठे खानदान होते. त्याला या परिसरातील निसर्गाची चित्रे काढायची होती. जासूने मग फर्मागुडीच्या उतारावरच्या कलिंगडाच्या वेलांनी भरलेल्या बागा दाखवल्या. नागूमामाचे 'अप्रमेत' दाखवले. कोपेलच्या पाठीमागच्या बाजूने दूरवर दिसणारा निळाईत समुद्र दाखवला. दुर्भाटची खाडी, गावण्याची पाण्याने भरलेली खाजणे, मडकईहून कुट्टाळीला जाणारी फेरीबोट, मारुती कडावरून दिसणारे शांतादुर्गा, रामनाथ, नागेश, महालक्ष्मी मंदिराचे कळस दाखवले. या सर्व ठिकाणी पोहोचताच त्याने मनपसंत दाद दिली होती. त्याच्या चित्रांच्या रंगात आणि नकळत, त्याच्याही... जासू हरवून जात होती. हे नव्याने भेटलेले रंग किती वेगळे होते! या जगात भाग्या, वैनीबाय, काकासाबची आधाशी नजर नव्हती. गोपाळभट, रघूमास्तर, फुलराण्या, झेले, मंदिर... काहीच नव्हते. इथे फक्त रंग होते. रंगांत बुडून जाणे होते. त्यामधला आनंद होता. ते सारे सारे जासूला भारून टाकणारे होते. आता वैनीबायच्या बागेतल्या सांजकळ्या उमलून गेल्या तरी जासू तिथवर पोहोचत नव्हती. कधी नव्हे तो देवीला झेला चुकत

होता. सकाळी न चुकता मंदिराच्या दरवाजात उभी असणारी जासू, आता कधीमधीच दिसू लागली तशी मंदिरालगतच्या गाडेकार, पसरेकार फुलकारणींची कुजबुज सुरू झाली. आधी हळूहळू आणि नंतर लांबलचक गाव गजाल बनली; वडा, पिंपळाच्या कट्ट्यावर रंगू लागली.

"जाणा मू? भाग्याली चली?"

अशा गजाली सुरू होऊन गावाच्या साऱ्या वस्तीमधून फिरत, मंदिराच्या प्रवेशद्वारात थबकून राहत; पण जासूला कशाचेच भान उरले नव्हते. तिच्या आईने जास्वंद फुलाचे स्वप्न पाहिले होते व ते स्वप्नफूल आता पूर्ण उमलले होते. पाकळीपाकळीवरून वेगळा तजेला ओसंडत होता. दोन महिने भिरभिरत्या कापसासारखे सरले. चित्रे काढून झाली होती. जासू अस्वस्थ होत चालली होती.

जासूपेक्षाही तो!

सामान भरता-भरता अचानक त्याने जासूला विचारले,

"जासू येतेस माझ्याबरोबर? आता यानंतर तुझ्याशिवाय जगणं अवघड आहे. मी तुला अंतर देणार नाही. खूप त्रास सोसावा लागेल, पण आपण दोघं सोसू. मी आहे ना!"

ते ऐकताच जासू त्याच्या पायावर कोसळली. कुठे तो! एक तालेवाराचा मुलगा. उंचापुरा, गोरा स्वप्नीचा राजकुमार असावा असा! आणि कुठे ती! झोपडीतली एक पोरकी पोर! भविष्याला कोणताही आकार नसणारी! निराधार. त्याचा आणि तिचा धर्म वेगळा होता. असेना?

"सारी माणसं सारखीच!"

गोपाळभट सांगत होता.

"माणुसकी म्हणजेच धर्म."

रघूमास्तर सांगत होता.

"प्रेम म्हणजेच धर्म!" कोपेलवरचा फादरबाबा सांगत होता आणि त्यापेक्षाही तो सांगत होता, "तुझ्याशिवाय जगणं अवघड आहे." आणि यानंतर जासू तरी त्याच्याशिवाय कशी जगू शकणार होती? जासू मंदिरात आली. भटजींना सांगून देवीला प्रसाद लावला. एकटक नजरेने जासू देवीकडे बघत होती. "देवी, तुज्या मनात असल्यावर उजवी दे." गोपाळभट साकडे घालत होता आणि प्रसाद लागला. तिच्या हातावर तीर्थ फुले घालत गोपाळभट म्हणाला, "प्रसाद चांगला झाला तुज्या मनासारखं जातले. शुभं भवतु. देवी आई, तुजे बरे करतली."

जासूचे डोळे भरून आले होते. या आप्पाने तिला नेहमीच धीर दिला होता. तिच्यासाठी देवीकडे सदा चांगले मागितले होते. तिने गोपाळभटाला वाकून नमस्कार केला.

"का गं? आज काय विशेष?" त्याने आश्चर्याने विचारले.

"काऽय ना आप्पा वोग्गीच."

पाया पडता पडता जासू म्हणाली, उद्या ती हे गाव सोडणार होती. घर सोडणार होती. कोण जाणे! परत कधी येणार होती की नाही? जाताना निरोप तरी कुणाचा घ्यायचा?

घरी येऊन तिने सारा संसार लाकडी पेटीत भरून ठेवला. एका पिशवीत स्वत:चे कपडे भरले. महालक्ष्मीचा फोटो ठेवला. रात्रभर डोळ्याला डोळा लागला नाही. डोळे भरभरून वाहत होते. आई, बाबा, वैनीबाय सारे आठवत होते. हे सारे पाश एक एक करत तुटले होते. जासूचे मन नव्या पाशात अचूकपणे गुरफटले होते. लोक पाठीमागे वाट्टेल ते बोलणार होते. बोलेना? जासू थोडीच ऐकणार होती? देवीने प्रसाद चांगला दिला होता.

त्या विश्वासावरच, भल्या पहाटे जासूने घर सोडले होते.

त्या गोष्टीला आता दहा-बारा वर्षे लोटली होती. जासूला घेऊन दिलावर जेव्हा त्याच्या घरी पोहोचला तेव्हा त्याचे सारे खानदान ओट्यावर गोळा झाले होते. त्याच्या अब्बाजान फुफीजानने सारे घर डोक्यावर घेतले होते. शत्रूच्या गोटातून आलेल्या फितुराकडे पाहावे, तसे घरदार जासूकडे डोळे वटारून पाहत होते. या फुले विकणाऱ्या, झोपडीत राहणाऱ्या मुलीला सून म्हणून पत्करणे शक्यच नव्हते. तशात ती हिंदू होती. सुंदर असली म्हणून काय झाले? त्यापेक्षाही जन्नतच्या पऱ्या दिलावरला मिळू शकणार होत्या. पण दिलावरने हा मूर्ख विचार सोडून दिला नाही, तर सारी जमात खानदानाची छी थू करणार होती. त्याच्या वडिलांचे कुणी खानदानी घराणे पत्करणार होते? हां! आता त्यावर एकच उपाय होता. अब्बाजाननी विचार केला. या पोरीला धर्म बदलून आपल्या धर्मात घ्यावे, मग तिचा दिलावरशी निकाह लावावा. होय. त्यानंतर ही झोपडीमधली पोर घरात एक नौकरानी म्हणून वापरता येणार होती आणि काही वर्षांनंतर दिलावरचा निकाह काणकोणजवळच्या गावातील सुलेमान सेठच्या नसीमबानूशी लावता येणार होता.

अब्बाजाननी विचार केला. पोरगा आता ऐकण्याच्या मन:स्थितीत नाही. थोडे सबुरीने घ्यावे. त्यांनी दिलावरला घरात घेतले आणि समजावून सांगितले. ते ऐकून दिलावर ताडकन उठला, "नाही, अब्बाजान. धर्म कुणीच बदलणार नाही! आणि धर्म बदलल्याखेरीज निकाह होणार नसेल, तर तो निकाह नकोच मला."

दिलावर बाहेर आला. ओसरीलगत जासू थरथरत उभी होती. तिचा हात धरून तो म्हणाला, "चल जासू."

जासू आणि दिलावर घराला पाठमोरे झाले. पाठीमागून अब्बाजान, अम्मीजान, फुफीजान ओरडत होते.

"अरे, सत्यनाश होईल तुझा.
या घरातले कुसकूटसुद्धा मिळणार नाही.
पुन्हा या घरात घेणार नाही.
तुला दफनायलाही कुणी येणार नाही.
ये जालीम लडकी! मार डालेंगी तेरेको ।
याद रख दिलावर, तुझं तोंड पुन्हा म्हणून दाखवू नकोस."

यानंतर दिलावर घरी परत गेलाच नाही. त्या घटनेला आता बारा वर्षे झाली होती. साऱ्या जातवाल्यांनी त्याला वाळीत टाकले होते. त्याच्या प्रेतालासुद्धा कुणी हात लावणार नव्हते. सर्वांनी त्याला पुन:पुन्हा हेच सांगितले होते. माणसांचा हात लागलेल्या चिमणीला इतर चिमण्या टोचून हैराण करतात, तसे त्या दोघांना झाले होते. जगणे असह्य झाले होते. दिलावर मूर्तिपूजा करत होता. याचा राग जातवाल्यांना होता. दिलावरने धर्म बदलला तरच कुणी भट शास्त्रोक्त लग्न लावून देण्यास तयार होता. एरवी असे लग्न लावण्यास कुणीच तयार झाला नव्हता.

"माझ्यामुळे... माझ्यामुळे तुम्हाला इतका वनवास भोगावा लागला."

जासू कळवळून म्हणाली.

"आणि तू? तू नाहीस वनवास भोगत? जे आहे, ते आपण दोघं सोसू, माणूस हा आपला धर्म आहे. तो सोडायचा नाही." दिलावर म्हणाला.

जासूला रघूमास्तर आठवला तोही असेच सांगायचा.

लग्नाचा विचार त्यानंतर मनातून हद्दपार झाला. एका बऱ्यापैकी वस्तीत त्यांनी घर केले. दिलावरने चित्रकलेचा क्लास सुरू केला. आंतरभारतीय चित्रप्रदर्शनात, दिलावरला वरच्या दर्जाचा मान मिळाला. चित्रे विकली गेली. चित्रांना मागण्या आल्या. त्या चित्रांनी त्याला नाव दिले. स्थैर्य दिले. जीवनाला सुसंगतपणा दिला.

"ही चित्रं इतकी छान का झाली सांगू? ही सर्व ठिकाणं, तू मला दाखवलीस. ही चित्रं काढताना तू जवळ होतीस, तुझा जास्वंदी रंग, या चित्रांत मला ठायीठायी दिसतो."

दिलावरचे बोलणे ऐकून जासूला धन्य वाटायचे. तो तिचा परिसर होता खरा! पण त्याने अधिक अधिकच सुंदर केला होता. ते कोपेल, फुलराण्या, कलिंगडाचे वेल, वैनीबाय, आप्पाभट- जासूला सर्वांची आठवण यायची. भिंतीवर महालक्ष्मीचा फोटो होता. पण... पण, जास्वंदीचे फूल कुठून आणायचे? ते झाड तर खोपटाच्या दारातच राहिले होते. जास्वंदीच्या फुलासारखीच निरागस मनाची जासू घराची, गावाची आठवण आली की सैरभैर व्हायची. एक सुंदर स्वप्न पाहण्याची सजा इतकी कठोर असते? ती फोटोमधल्या महालक्ष्मीला विचारत असायची. तेवढे दु:ख वगळून, तिचे सारे जीवन सुखाने भरून ओसंडत होते. दिलावरच्या चित्रांच्या

रंगात निर्मळ प्रीतीचा रंग मिसळून गेला होता. बाहेरचे जग बाहेरच राहिले होते. त्या जगाने उच्चारलेले कटू शब्द घरात पोहोचतच नव्हते.

आणि जास्वंदीच्या फुलाला नागसर्पाने डंख मारावा, तसे डॉक्टरांनी दिलावरला तपासल्यानंतर सांगितले, "हार्ट डिसीज."

दिलावरचे हृदय कमजोर झाले होते. यानंतर त्याला पूर्ण विश्रांती घ्यावी लागणार होती. जासूचे मन अशुभाच्या भीतीने धास्तावून गेले. रात्रंदिवस ती विचार करत राहू लागली. सेवेत कसूर ठेवत नव्हती. दिलावरही उशीवर मान ठेवून, तासन्‌तास विचार करू लागला. जासूने विचारले, "कसला विचार करता आहात? आठवण येते घरची? बोलावून घेऊ या?"

"घाबरलीस? वेडे आपण बोलावून ते येणार नाहीतच. मी त्यांचा विचार करत नाही. मी तुझा विचार करतो आहे. माझ्या माघारी कसं होणार तुझं? कावळ्यांच्या चोचा परवडल्या; पण... माणसांच्या जिभा, माणसांची नजर फार वाईट. काय करणार तू?"

अश्रू उशीवरून टपटपत होते. डॉक्टरांनी त्याच्या आजाराची पूर्ण कल्पना जासूला दिली होती. जासूने देवीसमोर सतत पेटती समई ठेवली होती. फूल चढवले होते. पण देवीने मौन धारण केले होते. "सर्व मंगल मांगल्ये शिवे सर्वार्थ साधके. शरण्ये त्र्यंबके गौरी... नारायणी..." जासू सतत स्तोत्र पुटपुटत होती. आज एका टोकावर त्यांचे जीवन उभे होते. आजवर जगलेले जीवन सोपे होते; पण आता समोर उभे ठाकलेले मरण किती अवघड होते? जातवाले कुणीही त्या दोघांचे दफन किंवा दहन करणार नव्हते. बेवारशी मरण! त्या मरणाच्या कळा दिलावरला लागल्या होत्या. त्यापेक्षाही जासूला! या वेळी त्यांचे आदर्श प्रेम, कलावंत मन कुणीही समजून घेणार नव्हते. फक्त धर्म समोर उभा राहणार होता. जासूने दिलावरच्या घरी निरोप पाठवूनही कुणी आले नव्हते. "माणुसकी सोडू नकोस." रघूमास्तर आठवत होता.

आणि... अखेर तो क्षण आला. त्या दिवशी सकाळीच जासू उठून स्वयंपाकघरात गेली. तिचे मन चरकले. समई मांजराने कलंडून टाकली होती आणि देवीचे फूल डावीकडे पडले होते.

"जाऽसू."

दिलावरची हाक कानी आली, तशी जासू पुढच्या खोलीत धावली. तो अंथरुणात पालथा पडला होता. मुठीनी चादर गच्च धरून ठेवली होती. तीव्र वेदना चेहऱ्यावर उमटली होती. आरडाओरडा करून टॅक्सीत घालेपर्यंत सारे संपले होते.

"हार्ट फेल."

डॉक्टरांनी सांगितले. डॉक्टरांच्या टेबलावर दिलावरचा निष्प्राण देह पडला होता.

“डॉक्टर.”

“सॉरी, मॅडम. त्यांना घरी घेऊन चला.”

“घरी?”

जासूला ब्रह्मांड आठवले. जिवाच्या आकांताने रडावे असे वाटत असूनही जासू काष्ठवत झाली. आईचा मृत्यू, बापाचा मृत्यू जासूने पाहिला होता. तेव्हा ती धाय मोकलून रडली होती. पण आज रडायचे नव्हते. ती निश्चयाने उभी राहिली.

दिलावरचा मृतदेह तिने शववाहिनीत ठेवला. स्वत: त्याच्याजवळ बसली. अश्रूंच्या धारा गालावरून वाहत होत्या. शववाहिनी दिलावरच्या गावाच्या दिशेने जात होती. लहानगे! मुसलमान वस्तीमधले गाव. सारी माणसे दारादारातून गोळा झाली. शववाहिनी दिलावरच्या घरासमोर उभी राहिली. सारी वस्ती, सारे खानदान अंगणात जमा झाले. अब्बाजान चरकले. मुलाच्या आजाराचे वृत्त त्यांना समजले होते; पण अहंकार आड आला होता.

जासूने घर ओळखले. डोळे पदराने कोरडे करून जासू खाली उतरली. सारे जण तारवटल्या नजरेने तिला पाहत होते. अब्बाजान कडाडले, “का आलीस या घरात?”

जासू त्यांच्या पायावर कोसळली नि उठून म्हणाली, “अब्बाजान, मी आली नाही. दिलावर आलाय तुमचा दिलावर. तो नुकताच गेला. मी त्याला घरी नेलं नाही तर तिथे तो बेवारशी ठरला असता. दहन करायचं की दफन यावरून जातवाले भांडले असते. तुम्ही सर्व असताना, तो बेवारशी कसा? बेवारशी मी आहे. वैर माझ्याशी करा. पण त्याला घरात घ्या.” फुफीजान त्वेषाने ओरडली, “जालीम तूने मार डाला उसको.” सारे खानदान शववाहिनीकडे हलकेच सरकत होते. दरवाजा उघडला. दिलावरचे निर्जीव कलेवर बघून सर्वत्र रडण्याचा आकांत उसळला. अम्मीजान छाती पिटून घेऊ लागली. शव बाहेर उतरवले गेले. तशी जासू मागे सरकली. पाठमोरी होऊन चालू लागली. तिने माणूस धर्म निभावला होता. तिचे अश्रू दिलावरची पुढची वाट ओली करत होते. जासू चालत होती. अनवाणी पायांनी.

एकटीच? कुठे? कोण जाणे!

◆

सारे सभागृह तुडुंब भरले होते. पुण्याच्या बाबा पद्मसी हॉलमध्ये मोजकेच रसिक निमंत्रक जमले होते. सनईचे नाजूक सूर हॉलभर गुंजत होते. सारे जण प्रमुख पाहुण्यांची वाट पाहत होते. हॉलच्या दर्शनी भागालगतच्या अरुंद जागेवर पुस्तकांचे स्टँड लावले होते. त्यावरची रंगीबेरंगी मुखपृष्ठांची पुस्तके देखणी दिसत होती. आणि सर्वांत मधोमध एका खास टेबलावर ठेवले होते 'स्वरमयी' पूर्वा ठाकूर! मराठी साहित्यामधली प्रथितयश लेखिका! आज तिच्या 'स्वरमयी' या पंचविसाव्या पुस्तकाचे प्रकाशन होते. प्रमुख पाहुणे होते नामवंत गायक पंडित भैरवनाथ. पूर्वा ठाकूर. रसिक वाचकांची आवडती लेखिका. नुकतीच उदयाला आलेली आणि बघता बघता यशाचे शिखर गाठलेली. तिच्या लेखणीने साऱ्यांना भुरळ पाडली होती. मानवी मनामधले पापुद्रे अलगद उलगडणाऱ्या तिच्या कथा वेगवेगळ्या अंगाने, मानवी मनाला भिडणारा त्या कथांचा वेगळा बाज, सुरुवातीपासून शेवटपर्यंत वाचकांना कथेभोवती उत्कंठित मनाने बांधून ठेवणारी कथांची मांडणी आणि पूर्वा ठाकूरची वेगळी भाषा. तलम, तरल, रेशमी वस्त्रासारखी. त्या भाषेच्या फुलोऱ्यामागे थुइथुइ कारंजाप्रमाणे उडणारे तिचे अनोखे विचार, फुलपाखरां-सारख्या नाजूक पंखाने वाचकांना स्तिमित करणारी कथाबीजे आणि त्या सर्वांमधून स्पष्ट जाणवणारी एक तीव्र वेदनेची रेषा. कथा मांडता मांडता सुंदर शब्दांमधून अवचित व्यक्त होई ती एक व्यथाच! कोऱ्या कॅनव्हासवर चिघळत उतरणाऱ्या लाल रेषेसारखी! प्रत्येक मानवी मनाचे दुःख मात्र

स्वरमयी

एकच असते. पूर्वाची कथा... नेमकी या दु:खाला अलगद स्पर्श करत असे. म्हणून प्रत्येक वाचकाला पूर्वाची कथा, कथेची व्यथा आपली वाटत असे. लेखिकाही आपली वाटे. म्हणूनच आज तिचे सारे चाहते, वाचक तिच्या पंचविसाव्या पुस्तकाच्या प्रकाशनाला मोठ्या संख्येने हॉलमध्ये उपस्थित होते. कॉलेज विद्यार्थिनी, विद्यार्थी, स्त्री-पुरुष, जाणकार सारे जण आज या प्रकाशनासाठी जमले होते. समोरचे व्यासपीठ फुलांनी सजवलेले होते. पाठीमागे शेवंती, गुलाब फुलांनी, तंबोरा व लेखणीची प्रतीके रेखाटली होती. मधोमध पांढऱ्या मोगऱ्यांच्या पडद्यावर अक्षरे झळकत होती, 'स्वरमयी'.

वाचक मोठ्या उत्कंठेने 'स्वरमयी'च्या प्रकाशनाची वाट पाहत होते. त्यानंतर त्यांची आवडती लेखिका आज त्यांना वेगळ्या रूपात भेटणार होती. ते पंचविसावे पुस्तक होते, पूर्वा ठाकूरचे आत्मचरित्र! वाचक तिला समजून घेण्यासाठी उत्सुक होते. कोणताही डामडौल न करता, समाजात जास्ती न मिसळता, चतु:शृंगीलगतच्या एका छोट्या बंगलीत राहून पूर्वा लेखन करत होती. कधीही कुठे भाषण वा मुलाखत देत नव्हती. प्रसिद्धीपासून दूर राहत होती. ती पूर्वा आजवर फक्त कथांमधून, कादंबऱ्यांमधूनच भेटणारी... आज आत्मचरित्रामधून व्यक्त होणार होती, 'स्वरमयी'.

नेमका कोणता स्वर वाचकांना गवसणार होता?

कोणत्या स्वरगंगेत वाचक नाहणार होते?

व्यथेचा असेल का तो सूर?

की नवीन आशेचा दीप पेटवणारा?

कदाचित तिच्या वेदनेची नस स्वरमयीत सापडेलही.

वाचकांची उत्सुकता शिगेला पोहोचली होती.

व्यासपीठावर पूर्वा ठाकूर, पंडित भैरवनाथ, प्रकाशक बर्वे आणि प्रमुख वक्ते प्रा. सदानंद दुभाषी आसनस्थ झाले होते. त्या सर्वांना पाहून प्रेक्षकांनी टाळ्यांचा कडकडाट केला.

दीपप्रज्वलन, पुष्पहारांनी स्वागत हे सारे झाल्यानंतर प्रकाशक प्रास्ताविकासाठी उभे राहिले. पूर्वाच्या पहिल्या पुस्तकापासून तेच तिचे प्रकाशक होते. आजचे पंचविसावे पुस्तक प्रकाशित करताना त्यांचे मन भरून आले होते. किती जुना परिचय होता त्यांचा आणि पूर्वाचा! चतु:शृंगीच्या पायथ्यालगतच्या वसाहतीतल्या छोट्या बंगल्यात पूर्वा राहायला आली होती. तेव्हा ती जशी होती, तशीच आजही! नम्र, संकोची. पण लेखनात मात्र निर्भयता असे. एकदा मनपसंत लेखन हातावेगळे झाले व एकदा ते प्रकाशकांकडे सोपवले की, पुन्हा त्यात लक्ष घालत नसे. 'माझं काम लिहिण्याचं. बाकी सारं तुमचं.' सुबक अक्षरामधली फेअर कॉपी प्रकाशकांच्या हाती सोपवत ती म्हणत असे. त्या दिवशी प्रकाशकांना तिच्या घरी आग्रहाने जेवायला ठेवून घेतले जाई. तिचे

घर, त्या घराची कलात्मक मांडणी, तिची साधी राहणी, उच्च अभिरुची, साहित्यावरची अढळ निष्ठा व त्यांच्यावर टाकलेला विश्वास... सारे प्रकाशक बर्वे भरभरून बोलत होते. ते ऐकताना श्रोते सुखावत होते. पूर्वा संकोचत होती.

त्यानंतर पंडित भैरवनाथ बोलायला उभे राहिले. ते म्हणाले, "रसिक हो, आज एका पुस्तक प्रकाशनाला प्रमुख पाहुणा म्हणून माझ्यासारखा संगीत क्षेत्रामधला माणूस असणे हे आश्चर्यकारकच वाटत असेल; पण माझा आणि पूर्वाचा परिचय..."

बोलता बोलता पंडितजी थबकले. घसा खाकरून ते पुन्हा बोलू लागले.

"मी तिला एकेरी संबोधतो. क्षमा करा. पण ती माझी शिष्या आहे. तिच्या वयाच्या पंधराव्या वर्षी मी तिला संगीत शिकवण्यास सुरुवात केली होती आणि त्यानंतर दहा वर्षं सलगपणे मी तिला संगीत शिकवलं. तिच्याजवळ कष्ट करण्याची विलक्षण ताकद आहे. मेहनतीने तिने खूप काही साध्य केलं. आज खरंतर ती आघाडीची गायिका असायला हवी आहे. तिच्या आवाजामधली मिठास, दर्द, तानांमधली पल्लेदार झेप, ताकद हे फार थोड्या जणींजवळ असतं."

हे बोलताना पंडितजींच्या नजरेसमोर तंबोरा हाती धरलेली, गोल मनगटे, तारा छेडणारी कमळाच्या देठासारखी नाजूक बोटे आणि भैरवनाथांच्या चेहऱ्यावर खिळलेले, भावुक डोळे आठवले.

'मारा जी भुलो ना मने
भुलो ना...
अब तुम बीन राता डर... राता डर
लागे मोहे...
कुछ नहीं सुझे,
दु:खी जिया... मारा जी ऽऽ भुलो ना मने'

ती करुण सुरावट पुन्हा एकवार ऐकू आली. ती आर्जवी धून आणि ते कठोर मनाने तोडून जाणारी स्वत:चीच छबी आठवली. अपराधी भावना मनाला जाळून गेली. शब्द अडखळले. आवाज रुद्ध झाला. डोळे भरून आले. सभागृह धूसर झाले. पंडितजींना आठवले,

"गुरुजी, आपण जाऊ नका. आपण गेलात तर पिताजी माझं शिक्षण बंद करतील. दुसऱ्या कुणाकडे शिकू देणार नाहीत. मला माहिती आहे की या गावात तुम्हाला भरपूर बिदागी मिळत नाही. राजस्थान सरकारने सन्मानाने तुम्हाला बोलावलंय. तिथे तुमच्या कलेचं चीज आहे. मान आहे. स्थैर्य आहे. समजतंय मला गुरुजी. पण मग माझं काय?

मला घेऊन चला. मी येते. जिथे राहाल तिथे मी राहीन. सेवा करेन. गाणं शिकेन. तुम्ही गेलात तर गाणं बंदच. मग जगण्यात अर्थच काय? पिताजी लग्न

करून देतील ते लग्न मी मान्य करू? सांगा गुरुजी, माझा नाश पाहावेल?''

पूर्वाने परोपरीने विनवले होते. त्या सुंदर मुलीत भैरवचे मनही गुंतले होतेच. गुलबर्ग्याच्या श्रीमंत घराण्यामधली पूर्वा. त्या ठाकूर घराण्याचा मानबिंदू. तिला गाणे शिकवायला भैरवची नियुक्ती झाली. तेव्हा तो ऐन पंचवीस वर्षांचा होता व पूर्वा १५ वर्षांची किशोरी. दहा वर्षे अखंड संगीत साधना सुरू होती. कॉलेजचे शिक्षण घेता घेता पूर्वा आणि भैरव एका स्वरसंगमावर उभे होते. मने कमळाप्रमाणे पूर्ण विकसली होती. स्वरपरागावर मनांमधली नाजूक प्रीतपाखरे अलगद उतरत होती. गुरुजींनी आज शिकवलेली तान, आवर्तने, सारे अचूक झेलून समेवर येण्यासाठी पूर्वा पहाटेपासून रियाज करत असे. ती तान मग... दुसरे दिवशी, अचूक रितीने पेश करताना पूर्वाला अपरिमित सुख होत असे. त्यानंतर गुरुजी कौतुकाने पाहणार याची जाणीव असे. त्या नजरभेटीसाठीच तर उमलत्या कमळासारखे पूर्वाचे डोळे आतुर असत. ही अनोखी, स्वर्गीय मैफल सलग दहा वर्षे सुरू होती. दोघांचीही मने साधनेत आणि एकमेकांत पूर्ण भिजून जात होती. बघता बघता पूर्वा बी.ए. झाली होती. पंचवीस वर्षांची पूर्ण विकसित युवती होती ती आता.

पंडित भैरवनाथांना माइकसमोर उभ्या उभ्या साऱ्या सुरावटी आठवत होत्या. ती भरली मैफल विसकटून जाण्याचे कारण ते स्वत:च होते. तेच होते जबाबदार पूर्वाच्या त्यानंतर घडलेल्या विनाशाला. भैरवचा, भैरवनाथ झाला व भैरवनाथांचे पंडित भैरवनाथ झाले होते. नाव, मानसन्मान, स्थैर्य, पैसा सारे त्यांना भरभरून मिळाले होते. अनेक शिष्य मिळाले होते. नाव उज्ज्वल झाले होते; पण पूर्वाची अपूर्ण मैफल मात्र पंडितजींना अस्वस्थ करून टाकत होती. त्यांनी कधीही स्वत:ला माफ केले नव्हते. आज ती पूर्वा एक नामवंत लेखिका बनली होती. गायिका होणारी पूर्वा लेखिका बनली होती. पंडित भैरवनाथांनी स्वत:ला सावरले. लोक आतुरतेने ऐकायला जमले होते.

पूर्वा ठाकूर!

पूर्वीची गायिका? आजची...

लेखिका?

पंडितजी म्हणाले,

''नियती माणसाचं भाग्य त्याच्या कपाळावर जन्मत:च रेखाटत असावी. गायिका बनू पाहणारी पूर्वा...

आज गात नाही. बोलत नाही. मौन हीच तिची शक्ती आहे. एक व्यथा, तिच्या लेखनातून व्यक्त होत असते. जेव्हा माणसाच्या काळजात अशी व्यथा सतत डंख करत असते तेव्हाच कलेला आर्तता प्राप्त होते. आतून उमटणारा हुंकार... जो कदाचित तिच्या गायनात तुम्ही अनुभवला असता, तोच हुंकार तिच्या लेखनातून अनुभवत आहोत. व्यथा, वेदना, आर्तता तीच आहे. फक्त व्यक्त होण्याचं माध्यम

बदललं. शेवटी कला ही एक व्यक्त अभिव्यक्तीच आहे. कलावंताच्या मनाने, नजरेने-टिपलेली. माणसाच्या जीवनाची भावस्पंदनं.

'स्वरमयी' हेच नाव या पुस्तकाला योग्य आहे. गाण्यामधून उमटणारी आर्तता शब्दांमधून व्यक्त झाली आहे. पूर्वा ही आजची तुमची आवडती लेखिका, खरोखरच स्वरमयी आहे. तिचं मन, तिचा प्रत्येक शब्द स्वरांनी भिजलेला आहे. आपण हे पुस्तक वाचणार आहातच. आपण लवकरच माझ्या शब्दांची प्रचिती घेणार आहात. हा माझा विश्वास आहे.''

पंडित भैरवनाथ पुस्तकांवरचे रंगीत कागद सोडवत होते. देखण्या मुखपृष्ठाचे स्वरमयी त्यांनी उजव्या हातात धरून सर्वांना दाखवले. टाळ्यांचा कडकडाट झाला. फोटो निघाले. एक एक प्रत त्यांनी व्यासपीठावरील पूर्वा, प्रा. दुभाषी व प्रकाशक बर्वे यांच्या हाती दिली. पूर्वाने पुस्तक हाती धरले. तंबोऱ्याच्या झनकारांनी धुंद झालेल्या एका लावण्यलतिकेचा भावविभोर चेहरा मुखपृष्ठावर रेखाटला होता. तिचे डोळे लांब पापण्यांआड दडले होते. पूर्वाचे डोळे भरून आले.

हीच होती पूर्वा! पूर्वा, भैरवची शिष्या. भूपेंद्र ठाकुरांची लाडकी लेक. जन्मापासून स्वरांची वेडी. सुरांची चाहती. म्हणून तर, घराण्याचा रिवाज सोडून भूपेंद्रांनी पूर्वाला गाणे शिकवले होते. एम.ए.पर्यंतचे शिक्षण दिले होते. तिच्या मेहनतीचे खूप कौतुक केले होते. भैरवसारख्या कोवळ्या आवाजाच्या गायकाची निवड केली होती. पूर्वा एके काळी अशीच साधनेत मग्न झाली होती. भैरवच्या सुरावटीत भिजून चिंब झाली होती. तिचे तन मन व्यापून गेले होते. सुरांनी, भैरवच्या सुरांनी.

ते सारे चित्र आता पुसून गेले होते. पार नाहीसे.

तो भैरव... आता पंडित भैरवनाथ बनला होता.

ती स्वरमयी पूर्वा आता लेखिका बनली होती.

तंबोऱ्याच्या तारांचा कंप लेखणीत उतरला होता.

आज सारे बदलून गेले होते.

पंडित भैरवनाथ म्हणाले, ते खरेच होते.

माणूस जन्माला येण्याआधीच त्याचे भाग्य नियतीने त्याच्या कपाळावर रेखाटलेले असते. आज या पुस्तकाचे प्रकाशन पंडित भैरवनाथांनी करावे हेच नियतीला मंजूर होते. पूर्वा ठाकूर व भैरवनाथ यांनी एकत्र संगीत सभा गाजवाव्यात हे नियतीला मंजूर नसावे. नाहीतर आपल्याला सोडून, मानसन्मानासाठी राजस्थानला जाण्याची बुद्धी पंडितजींना का झाली असती?

पूर्वा स्वरमयीचे मुखपृष्ठ पाहत होती. भैरवनाथ बोलत होते.

''ही चांदीची सरस्वतीची मूर्ती मी माझ्यातर्फे पूर्वाला भेट देतो आहे. सरस्वती, वीणा वाजवणारी, विद्येची, कलेची देवता. ती पूर्वावर प्रसन्न आहेच. या वीणेच्या

कंपाप्रमाणेच सुंदर असे शब्दस्वर पूर्वाच्या साहित्यामधून यानंतरही उमटावेत. माझ्या शुभेच्छा मी तिला देतो आहे.'' चांदीची सुबक मूर्ती पूर्वासमोर धरत पंडितजी उभे होते. पूर्वा व्यासपीठाच्या मधोमध आली. मूर्ती घेताना दृष्टिभेट झाली. दोघांचेही डोळे भरून आले होते. आजचे अश्रू समंजस होते. आज विरहाची आग त्यात नव्हती. निराशाही नव्हती. एक समंजस वेदना त्या डोळ्यांमधून व्यक्त होत होती. पूर्वाला पंडितजींनी मोगरीचा घवघवीत हार घातला आणि चांदीची मूर्ती दिली. पूर्वाने त्यांना वाकून नमस्कार केला. पूर्वा व पंडितजी व्यासपीठाच्या मधोमध उभे होते. फोटो निघत होते. सभागृह असामान्य असा तो क्षण डोळ्यांत साठवत होते. किती साधी, सात्त्विक होती पूर्वा ठाकूर! मोतिया रंगाची साधी साडी, लांब हातांचा ब्लाउज, हातांत मोत्यांची नाजूक कांकणे, गळ्यात मोगरीचा हार आणि हाती सरस्वतीची मूर्ती!

साक्षात सरस्वतीच!

लोक बेहोशपणे टाळ्या वाजवत होते.

त्यानंतर प्रा. सदानंद दुभाषी बोलायला उभे राहिले. पंडितजींची कहाणी संपली होती, तिथूनच सदानंदांची कहाणी सुरू झाली होती. नाही. पंडितजींची कहाणी सुरू होती तेव्हाच-

सदानंदांची कहाणी सुरू झाली होती. पूर्वा प्रा. सदानंदांची विद्यार्थिनी त्यांच्या कॉलेजची गायिका! तेव्हापासून सदानंद पूर्वाला ओळखत होते. तिच्या जीवनावर संगीत आणि भैरव यांचा विलक्षण प्रभाव होता. सदानंद शिकवत असताना ती मन एकाग्र करून ऐकत असे. पूर्वा ही लक्षात राहण्यासारखीच विद्यार्थिनी होती. बी.ए.पर्यंत खेळकर वाटत होती. पण एम.ए.ला मराठी घेऊन ज्या थोड्या विद्यार्थिनी सदानंदांच्या वर्गात आल्या त्यांमध्ये पूर्वाही. तेव्हापासूनच पूर्वा त्यांना जवळून परिचित झाली. आधी दिसणारी पूर्वा होती खळखळत्या नदीसारखी... पण एम.ए.ला आलेली पूर्वा संथ, गंभीर प्रवाहासारखी वाटत होती. ही मुलगी अशी अकारण गंभीर का? तिच्या नोट्स पाहतानाच सदानंदाला तिची तलम भाषा जाणवली.

चंदेरी वस्त्रांसारखी पारदर्शक आणि रेशमासारख्या मऊ, मृदू शब्दांनी पूर्वा लिहीत होती. ती पूर्वा गायिका होण्यासाठी धडपडत होती. ही मुलगी मनात आणेल, तर उत्कृष्ट लेखिका बनू शकेल. पण हे पूर्वाच्या गावीही नव्हते. ती सुरात पूर्ण हरवून गेली होती. पूर्वाचे डोळे नेहमीच एका वेगळ्या स्वप्नात असल्यासारखे भारून गेलेले असत. ते डोळे पाहिले की सदानंदांना गावाच्या तळ्यात उमलणारे कमळ आठवत असे. रात्रभर एका स्वप्नात भिजलेले, कमळ सकाळी उमलताना, सदानंदाने अनेकदा पाहिले होते. त्यांचे शिकवणे ऐकताना, गालांवर हात ठेवून,

पूर्वा त्या डोळ्यांनी पाहू लागली की सदानंदांना ते तळ्यांमधले उमलते कमळच आठवे.

आणि एके दिवशी, संध्याकाळी पूर्वा सदानंदचे घर शोधत आली. आली तीच वादळवेलीसारखी थरथरत. भैरवने शिकवणी सोडून दिली होती. तो राजस्थानला चालला होता. गाणे बंद होणार होते. त्यापेक्षा जगणे कठीण होणार होते. भावनावेगात पूर्वाने सदानंदला सर्व सांगून टाकले होते.

"गुरुजीशिवाय मी कुणाकडेही गाणं शिकणार नाही. मला जमणार नाही. माझे सूर विसकटून गेले, सर. माझी मैफल अपूर्णच राहणार. मला यानंतर गायचं नाही. सर, मी हे सारं तुमच्याजवळच का मोकळं करावं, हे मला समजत नाही. काही वेळा भावनांचा असा गुंता होऊन जातो की, काहीच कशाचा उकल होत नाही. भैरव माझे गुरू, आणि तुम्हीही! एका गुरूने तर प्रतारणा केलीच; पण तुम्ही मला फक्त धीर द्या, सर, फक्त धीर!"

मनातले सारे वादळ, सदानंदसमोर मोकळे झाले, तशी पूर्वा शांत झाली होती. त्यानंतर तिच्या दुःखाचा सारा भार सदानंदचा झाला होता. पूर्वाने एम.ए. पूर्ण करावे. तिला प्रथम वर्ग मिळावा. तिच्या मनाला विरंगुळा वाटावा यासाठी तो धडपडू लागला. आभाळाला भिडू पाहणारी पूर्वा आता शांत जलाशयासारखी वाटत होती. आभाळाचे स्वच्छ प्रतिबिंब उरात साठवणाऱ्या नितळ जलाशयासारखी! ती वाचन करत होती. वाचनाने प्रगल्भ होत होती. तंबोरा गवसणीत बंदिस्त झाला होता. घराच्या एका कोपऱ्यात स्तब्ध उभा होता. झनकार आतल्या आत साठवत.

"सर, गायचं कशासाठी? कशासाठी करायचा मी रियाज? गुरुजींनी शिकवलेले अपूर्ण राग आळवत कशासाठी बसायचं? ना मला आनंद, ना त्या गाण्याने इतर कुणाला! अपूर्ण साधनेतून मैफल कशी फुलवायची, सर? मी विसरून गेलेय. बागेश्री, बिहाग, तोडी, काफी, खमाज... साऱ्या सुरावटी आल्या न् गेल्याही. कदाचित जाण्यासाठीच आल्या होत्या, सर." ती खिन्नपणे म्हणायची.

सदानंद काहीच न बोलता पूर्वाचे बोलणे ऐकत असे. किती सुंदर शब्दांत ती बोलायची! तिचे विचार, तिची भाषा. साऱ्यांना असणारा मुलायम पोत! ते कमळपुष्प आता पूर्णपणे उमलून गेले होते. तिने लिहावे, असे सदानंदांना वाटे. त्यांनी एकदा सुचवलेही. पण पूर्वाने उत्तर दिले, "लेखन? नको सर. पुन्हा एक मोह नको. अपूर्णाची मला भीती वाटतेय. मग ते अपूर्ण एक व्यथाच बनते. सुखाने जगू देत नाही. पूर्णाचा शोध घेण्यासाठी प्रथम आपलं जीवन, हे आपलं असायला हवंय ना, सर? माझं जीवन हे आहे ठाकूर घराण्याचा मानबिंदू! त्या घराण्याच्या रितीप्रमाणे मी जगणार हे मला आधी माहिती असतं ना सर, तर मी संगीत शिकले नसते. कधीही. पिताजींनी मला संगीत शिकवलं, एक शौक म्हणून. बी.ए.पर्यंत शिकवलं, त्यांच्या रईस घराण्याची शोभा वाढावी म्हणून! माझ्या अपुऱ्या साधनेचं त्यांना दुःख

नाहीच. त्यांच्या दृष्टीने माझं व संगीताचं नातं फक्त दहा वर्षांचंच, माझं आणि शिक्षणाचं नातं मी एम.ए. होईपर्यंतचं आणि आता माहेरचं नातंही संपलं. माझं नातं आता दूर मध्यप्रदेशातील धारच्या ठाकूर घराण्यांशी जोडलंय. ठाकूर घराणं, घरात राम, सीतेच्या सोन्याच्या मूर्ती आहेत. वाडा आहे. मोठं कुटुंब आहे. मुलगा?

मी पाहिला नाही, सर. आमच्या घराण्याची पद्धत तशी नाही. पिताजी, काकाजी पाहून आलेत. आशीर्वाद द्या. लग्न आहे माझं.''

आणि लग्न होऊन पूर्वा सासरी निघूनही गेली. संगीताची आराधना करणारी, लेखनाचा पिंड लाभलेली पूर्वा धारच्या तिच्या सासरी निघून गेली. तिच्या सासरच्या देवघरात सोन्याच्या मूर्ती होत्या. बस्स. इतकेच?

माणसाला सुखी असायला, खरेतर इतके पुरते. पण पूर्वासारखी एखादी मुलगी असते. जी घराण्यापेक्षाही एक वेगळा अंश घेऊन जन्माला येते; पण त्याची कुणाला मुळी जाणीवच नसते. भाऱ्यातला कडबा उचलावा, तसेच तिलाही उचलले जाते. इतर सर्वांसारखेच! एका घट्ट दोरीने बांधून तो भारा, एक भार समजून उतरवला जातो माथ्यावरून. त्यात ओला आणि सुकाही कडबा असतो. आधीचा ओलावा मग हरवत जातो आणि माणूस होतो कोरडा. भाऱ्यामधल्या इतर गवतासारखा.

पूर्वा लग्न होऊन सासरी गेली... तसा सदानंदही कोरडा होत गेला. पूर्वा, पूर्वाचे संगीत, पूर्वाचे भैरववरचे प्रेम, भैरवचा निष्ठुरपणा, स्वार्थी वृत्ती. त्यानंतर हरवलेली पूर्वा- सासरी गेली. पण सदानंदचे मन मात्र विसकटून गेले होते. दिवस उगवत होते. मावळत होते. वर्ग भरत होते. मोकळे होत होते. पण सदानंदचे मन मात्र कशातच लागत नव्हते.

आता या समारंभात तो हजर होता. त्याला बोलायचे होते, पूर्वाबद्दल... पण इतके सारे बोलूनही पूर्वाबद्दल त्याला जे वाटत होते ते व्यक्त होणार नव्हतेच आणि ते अव्यक्तच राहायला हवेही होते. सदानंद बोलायला उभा राहिला.

''रसिक हो, पंडितजींप्रमाणे मीही पूर्वाचा गुरुजीच आहे. फक्त ते गुरुजी आहेत, मी सर आहे. कॉलेजमधले एम.ए.चं शिक्षण पूर्ण होईपर्यंत पूर्वा ठाकूर माझी विद्यार्थिनी होती. भाषा हा विषय घेऊन ती एम.ए. झाली आहे. या अर्थाने मी सर आहे. पण खरंतर या मुलीनेच मला खूप काही दिलं आहे. जे मी शब्दांमधून सांगू शकणार नाही. जग हा मोठा आरसा आहे. त्यात स्वत:ला स्वत: पाहून प्रत्येकाने स्वत:चा शोध घ्यायचा आहे. 'स्वरमयी' हा शोध आहे. एका अस्फुट अभिव्यक्तीचा शोध! पंडित भैरवनाथांनी सांगितल्याप्रमाणे पूर्वा ठाकूर ही उत्कृष्ट गायिका होऊ शकली असती; पण कंठात मधुर सूर घेऊन जन्माला आलेली ही मुलगी फार मनस्वी आहे. तिची मैफल अपूर्ण राहिली. पण मी या पूर्वाला संगीताचे पंख लावून, गीतांच्या रिमझिम पावसात भिजताना पाहिलं आहे.

सावरिया चैन कहांसे लावूं
अपना दुख
किसे सुनावू...
सावरिया- साऽवरिया -
चैन कहांसे लावू-''

पूर्वाने गायलेली दर्दभरी ठुमरी आता या क्षणीही सदानंदाने काळजात जपून ठेवली होती. बोलता बोलता त्याने अवंढा गिळला. ''पूर्वा ठाकूर भाषा विषय शिकत होती. तिची भाषा निशिगंधासारखी आहे हे मला जाणवत होतं. निशिगंध! कुठेही त्याची एखादी काडी फुलली, तरी गंध आपल्याला शोधत येतो आणि एक गंध भारली अवस्था आपण अनुभवतो. अशी होती तिची भाषा. पण भाषेचं दालनही तिनेच बंद करून घेतलं. कठोरपणाने. कारण- संगीत काय किंवा साहित्य काय. कला आहेत या दोन्ही आणि कला हवी तर साधना हवी ही पूर्वा ठाकूरला फार पूर्वीपासून जाणीव आहे. ती साधना करण्यासाठी तिच्या जीवनाचा निर्णय ती घेऊ शकत नव्हती. इथे सुरू होते भारतीय स्त्रीची कहाणी. तिच्या जीवनाचा निर्णय तिला का घेता येऊ नये? स्वत:मधल्या गुणांचा शोध घेण्यासाठी तिला वयाची चाळिशी गाठावी लागली. जीवनाचा प्रवास अचाट पर्वातून करावा लागला. एका भयानक अग्निदिव्यातून तिला जावं लागलं. त्या धक्क्याने तिचा आवाजच गेला. हे मी शब्दश: खरं सांगतो आहे. तीन वर्षं या मुलीला बोलताच येत नव्हतं...''

सदानंद बोलता बोलता थांबले. सभागृह चकित झाले.

''रसिक हो, आपण स्वरमयी वाचणार आहातच. त्यात हे सर्व वाचणारही आहात. तीन वर्षं मौन, न बोलता राहण्याची शिक्षा डॉक्टरांनी सुनावली ती पूर्वाच्या भल्यासाठीच हे खरं. पण त्या तीन वर्षांतच ती मनाने प्रवास करत होती. संगीत, विरह, आभास, वैफल्य, क्रौर्य, अमानुषता हे सारे तिचे जीवनानुभव, मनावर नोंदवले गेलेले... खोलवर रुजलेले... सारे अनुभव... त्यानंतर वयाने विचारांना आलेली परिपक्वता, अनुभवांना समर्थपणे सामोरे जाण्याची क्षमता, कधी दुबळी असहायता...

माणूस हा एकाच वेळी अनेकही असतो. कधी भित्रा, कधी उदार, कधी शूर, कधी उत्साही, कधी निराश! त्या त्या रूपात माणूस इतरांसमोर व्यक्त होत असतो. माणसाची वेगवेगळी प्रतिबिंबं चित्रित केली आहेत. जगाची आणि त्या प्रतिबिंबांनुसार उमटलेली तिची भावस्पंदनं.

आत्मचरित्र लेखन, हे खरंतर लेखकाच्या उत्तर जीवनात लिहिलं जातं. पूर्वा ठाकूरचं मात्र हे शेवटचं पुस्तक नव्हेच. यानंतरही ती लिहीलच; पण स्वरमयी लिहून हातावेगळी झाली, हे पुढच्या लेखनाच्या दृष्टीने चांगले ठरणार आहे. या सर्व अनुभवांनी मन जे सतत घुसमटून गेलेलं असेल ते अनुभव स्वरमयीत व्यक्त झाले

आहेत. यानंतरच मला वाटतं, पूर्वा अधिक मोकळेपणाने लिहू शकेल. लेखक हा मनाने पूर्ण मोकळा असेल, तरच ते लेखन अधिक वास्तव होऊ शकेल. ती मोकळी आकाशझेप यानंतर तिच्या लेखनामधून यावी ही शुभेच्छा देऊन मी थांबतो.''

प्रा. सदानंद बोलत होते. पूर्वाचे मन भरून येत होते. तिच्या जीवनावर सर्वांत अधिक प्रेम सदानंदानेच केले होते. पूर्वा...

भूपेंद्र ठाकूर, भैरव, पूर्वाचा पती वीरेंद्र ठाकूर आणि सदानंद... या चार पुरुषांमध्ये सदानंदनेच खरे प्रेम केले होते. पूर्वाने फुलावे... पुन:पुन्हा फुलावे...

यासाठी फक्त सदानंदनेच जिवापाड प्रयत्न केले होते.

भैरवने प्रतारणा केली तेव्हा...

सदानंदने तिला भाषेच्या अभ्यासात गुंतवले होते.

आणि लग्नानंतर वीरेंद्रने केलेल्या अमानुष अत्याचाराने,

मूक, बधिर, संज्जाहीन, अवस्थेमधल्या पूर्वाला-

सदानंदनेच जिवंत ठेवले होते.

पूर्वाच्या परत येण्याने पिताजी कोसळून पडले होते.

त्या वेळी दूर राजस्थानात भैरवचा भैरवनाथ झाला होता.

वीरेंद्रचे घर पूर्वाने, परत न जाण्यासाठीच सोडले होते.

या एकाकी अवस्थेत...

सदानंदनेच तिला सोबत दिली होती.

तिला चांगल्या डॉक्टरांना दाखवले होते.

गुलबर्ग्याची शेती विकून पुण्यात चतु:शृंगीलगत छोटी बंगली घेण्यास मदत केली होती. मन सावरण्यासाठी तिच्या हाती लेखणी दिली होती. इतके करूनही सदानंद स्वत: गुलबर्ग्यालाच नोकरी करत होता. पूर्वाच्या नाजूक मन:स्थितीचा त्याला सहज फायदा घेता आला असता. आतापर्यंत त्याने मनात जिरवलेल्या वादळाची पूर्ण कल्पना आली होती. त्यापेक्षाही स्वरमयीचे लेखन करताना पूर्वाला स्वत:लाच तिच्या मनाची अचूक रेषा गवसली होती.

पूर्वा विचारात हरवून गेली होती.

स्वरांमधून, शब्दांमधून एक शोध घेणे सुरू आहे.

प्रत्येक वळणावर वेगळा अनुभव येतो आणि तो अनुभव मनाने भोगणे इथे नवा शोध जन्माला येतो. हा शोध कशाचा आहे? कशासाठी सुरू आहे ही जीवनाची शोधयात्रा? या यात्रेत भेटणारा प्रत्येक पथिक एक वेगळा अनुभव. कुणी जीवन समृद्ध करून जाईल, तर कुणी सारी यात्राच दिशाहीन करेल. कोण कोणत्या वळणावर भेटेल हे सांगता येत नाही; या यात्रेला नेमका आकार नाही; आपण खूप ठरवून चालत राहू... पण असा वादळवारा येईल की, सर्व दिशाच अस्ताव्यस्त होतील...

सारे अनिश्चित...

जन्माला येताच... मरण... ठरलेले...

घेतलेला श्वास शेवटचाही ठरू शकणारी... अनिश्चितता...

तरी पाय चालतच असतात... मन भरकटत असतं तरीही आपण म्हणतो जीवन समजले. खरेच समजते जीवन? लेखकाने, जीवनाच्या उत्तरार्धात आत्मचरित्र लिहावे. पण तेव्हा तरी हा शोध पूर्ण होतो?

किती माणसे भेटली या यात्रेत! खरेतर, 'माणूस' हेच एक मोठे पुस्तक आहे. प्रत्येक पान वाचूनही... न समजणारे... पुस्तक!

प्रत्येक पानावर अवघड वाटणारे... प्रश्न अनेक, अनुत्तरित.

भैरव, आपल्यावर प्रेम करणारा... इतका स्वार्थी कसा झाला? त्याने फसवणूक केली नाही. फसवणूक आपली आपण करवून घेतली. तो स्वार्थीच होता. आपण त्याला प्रेममय समजलो. दोष कुणाचा?

त्यांचे प्रेम... भुलावण होती... इथे फसलो आपणच.

दोष त्याला कशासाठी?

पिताजी! त्यांनी प्रेम केले. पण त्यांच्या चौकटीत. पण ते प्रेम खरे होते. म्हणूनच ना ते आपली दशा पाहून झटक्यात गेले.

आपला पती, वीरेंद्र ठाकूर. रईस घराणे, घरात सोन्याच्या राम सीता असूनही राक्षसी वृत्तीचा वीरेंद्र ठाकूर... वारसा हक्कासाठी पत्नीला मरणप्राय यातना देणारा...

पूर्वाच्या नजरेसमोर... कॉटला हातपाय बांधलेली विजेचे झटके भोगणारी... असहाय स्वत:ची स्थिती आठवली. मृत्यू नैसर्गिक आहे, असे सांगण्यासाठी पैशाने विकत घेतलेले डॉ. शर्मा आठवले. त्या मृत्यूच्या प्रतीक्षेत भीतीने वाचा गेलेली स्वत:ची अवस्था आठवली. प्रसंगावधान राखून पूर्वाला वाचवण्यासाठी पोलीस स्टेशनवर धावलेली दाई, रूपा आठवली, तसे पूर्वाचे डोळे भरून आले.

कोण कुठली ती रूपा!

तिने जीवनदान दिले.

ते हे जीवन इथवर धारेने वाहत आले.

किती तऱ्हेने भेटतो हा माणूस नावाचा प्राणी?

कुणी जीवन उद्ध्वस्त करण्यासाठी... तर,

कुणी जीवनदान देण्यासाठी...

कुणी अगदी परके... तटस्थ.

त्यांच्यात आपल्यात कधी नाते जमूनच येत नाही.

जीवनाचे परिघ कधी जुळतच नाहीत.

आणि सदानंदसारखी काही माणसे...

ज्यांच्या परिघातच आपण उभे असतो. अजाणतेपणे.

ती माणसे सावलीगत पाठीशी उभी असतात.

जणू पूर्वजन्माचे देणे देण्यासाठीच ती भेटतात. त्या देण्यातून मुक्त होण्यासाठीच ती आपल्या वाटेवर उभी असतात.

या सदानंदने काय केले नाही आपल्यासाठी?

वीरेंद्रच्या अमानुषी वर्तनाने सैरभैर, संज्ञाहीन अशा आपण परतलो. आपली अवस्था पाहून पिताजी जागच्या जागी कोसळले. ठाकूर घराण्याच्या मुलीची ही विटंबना? या विचाराने पिताजी कोसळले...

पण ही विटंबना माझी एकटीचीच होती का? या दु:खाचे फक्त घराण्याशी नाते होते? हुंडाबळी ठरणारी प्रत्येक जण एक स्त्री असते. राक्षसी प्रवृत्तीला बळी पडलेली स्त्री! आणि... वीरेंद्र ठाकूर... ठाकूर घराण्याचा पुरुषच नव्हे फक्त... मानवी प्रवृत्तीचा एक व्यक्त झालेला अमानुष भाग.

पिताजीशिवाय त्या प्रचंड हवेलीत राहताना नोकरचाकरांनी जपले आपल्याला.

ती माणसे ठाकूर घराण्यामधली नव्हती. तर माणसे होती फक्त.

आणि हा सदानंद... ज्याने लेखणी दिली. मनात साकळलेले मौन दु:ख व्यक्त करण्यासाठी.

याचे मन आभाळागत मोठे आहे. आपल्या जीवनाच्या या शांत जलाशयात... जे आभाळाचे प्रतिबिंब उतरले आहे... ते विशाल आभाळ... हा सदानंद आहे... हे... स्वरमयी लिहितानाच आपल्याला जाणवले,

उशीर झाला म्हणून काय झाले?

आभाळ अन् जलाशय तर चिरंतनच आहेत?

तिथे प्रतिबिंब उमटणे, ही महत्त्वाची अवस्था...

बाकी युगे, ऋतू, दिशा, वेळ, सारे गौणच...

ती आहे एक महान, अथक यात्रा!

एक शोधयात्रा!

तिला तीन वर्षे मौन पाळावे लागले. डॉक्टरांच्या उपचाराने मौनावस्था पण संपली. पण त्या तीन वर्षांनी असीम शांती दिली.

शक्ती!

स्वत:च्या सुरांचा, शब्दांचा शोध घेता आला.

पशू, पक्षी, प्राण्यांना... स्वत:ची शक्ती किती लवकर परिचित होते?

मर्यादा, कक्षा समजते पण माणूस मात्र स्वत:ला समजून घ्यायला असमर्थ ठरतो.

कारण तो शब्दांच्या वावटळीतच भिरभिरत असतो का?

त्या मौनातूनच सुरांचा अर्थ गवसला. सारे पूर्वी शिकलेले,

राग सुरावटी स्वच्छ समजल्या. ते वाया गेले नव्हते. मनात खोल रुतले होते. या सदानंदने नेहमीच आपल्या पावलांखाली गुलाबपाकळ्यांची पखरण पसरली. त्यांच्यामुळेच शब्द, सुरांची शोधयात्रा पार करत होते.

पूर्वा सदानंदचे भाषण ऐकत होती. पण विचार पाठपुरावा सोडत नव्हते. स्वरमयीचे लेखन हा एक वेगळा अनुभव होता. लिहिताना स्वत:चे मन डहाळून पाहण्याचा अनुभव... किती अनुभव मनावर खोलपणे आपला ठसा उमटवून गेलेले असतात. अजाणतेपणे आपण ते मनात बाळगलेले असतात. हे सारे अनुभव आनंददायी... तसेच क्लेशकारकही...

आता ते जीवन आपण वाचकाच्या हाती सोपवतोय.

कशासाठी लिहितात माणसे? आपले जीवन, भोगवटे हे फक्त आपले असताना... माणूस का उलगडतो ते इतरांसमोर? माणूस... माणसाला जिथे समजून घेत नाही तिथे पुस्तक वाचून माणूस माणसाला कसा समजावून घेईल? पण त्याने माणूस समजून घ्यावा, यासाठीच तर असते साहित्य... पूर्वा क्षणभर प्रकाशन समारंभ विसरूनच गेली होती. अचानक तिचे लक्ष वेधले ते एका युवतीने. व्यासपीठाच्या पायऱ्या चढून ती येत होती. ती होती शेफाली दोशी. पूर्वाच्या साहित्यावर डॉक्टरेट करणारी. ती आजची प्रमुख वक्ती होती. शैली, भाषा, कथाबीजे जे सारे तिने पूर्ण अभ्यासले होते. ते ती बोलत होती. अचानक ती म्हणाली,

"पूर्वादीदी, खरंतर ठाकूर घराण्यामधल्या स्त्री. या घराण्यामधल्या स्त्रिया चूपचाप सोसतात. जोहार करतात, सती जातात. हवेलीच्या उंच भिंतीत बंदिस्त होता होता संपून जातात. पण बोलत नाहीत. या पार्श्वभूमीवर पूर्वा ठाकूर यांची 'स्वरमयी' एक वेगळं पाऊल टाकते आहे. सर्वसामान्य स्त्रीला वाटत असतं की, उच्च घराण्यातली स्त्री किती सुखी असेल! वैभव, संपत्ती, दागदागिने, सेवक, मिष्टान्नं... काय कमी असतं त्या हवेलीत? रईस पिता, सोन्याचे राम सीता देवघरात पुजले जाणारे ठाकूर पती... इतकं सारं लाभूनही नशीब हे प्रत्येकाचं वेगळंच संचित असतं. या स्वरमयीच्या जीवनाला सुखाची झालर आहे. पण या झालरीच्या आतमधले जीवन किती करुण आहे! मघा पंडितजी म्हणाले, तसे जन्माआधीच कुणीतरी आपली नियती कपाळावर लिहिलेली असते. ते सारं अटळ असतं. अटळ! पण त्यामधूनही शोध घेत घेत पूर्वा दीदीने शब्दांची वाट शोधली. ती वाट सुरांनी ओलीचिंब झालेली आहे. माझं भाग्य थोर की अभ्यासाच्या निमित्ताने मी या सुरेख वाटेवरून थोडी फार चालते आहे. या अभ्यासाने माझी मीच समर्थ बनते आहे. हा माझा अनुभव खूपच रोमांचकारक आहे. मला विश्वास आहे की हाच रोमांचकारक अनुभव 'स्वरमयी' वाचताना आपण घेणार आहात."

टाळ्यांच्या आवाजाने सारा हॉल भरून गेला होता. काही केल्या आवाज थांबत नव्हता. कारण...

पूर्वा बोलायला उभी होती. तिचे पंचविसावे पुस्तक प्रकाशित होईपर्यंत... ती कुठेही कधीही एक शब्दही बोलली नव्हती. सत्कार समारंभ टाळले होते. अलिप्त जीवन जगत होती. ती पूर्वा ठाकूर... आज तिच्या वाचकांशी बोलण्यासाठी उभी होती. सारे सभागृह... आनंदाने बेहोश होऊन टाळ्या वाजवत होते...

पूर्वाचे मृदू शब्द कानात साठवत होते.

''रसिकहो, आपल्या प्रेमाबद्दल मी ऋणी आहे. जीवनाच्या प्रत्येक अनुभवाची मी कृतज्ञ आहे. आपण कौतुकाने स्वरांतून... शब्दांपर्यंत पोहोचणारे माझे अनुभव स्वीकारलेत... त्या बळावरच झाला हा प्रवास. उशिरा जाणीव झाली मूळ प्रवृत्तीची. पंडितजी म्हणाले, मी उत्तम गायिका होऊ शकले असते... तर सर म्हणाले की, मी केव्हापासूनच लेखिका होते. यांमधली मी? मी कोण? याचा शोध म्हणजेच 'स्वरमयी' आहे. अनेक अंगाने मी जीवनाला सामोरी गेले. सर्वसामान्य चाकोरीपेक्षा वेगळ्या रितीने जीवन भेटत गेले. माणसं भेटली. अनुभव आले.

हजारो वर्षं, माणूस अनेक चुका करत जगतो आहे. मीही त्यामधलीच एक. मी चुका केल्या नाहीत व मीच बरोबर असा दावा माणसाने कधीच करू नये. मीही करत नाही. हे माझं जीवन आहे.

मी अशी जगले बस्स. इतकंच मला मांडायचं होतं व ते मी स्वरमयीत मांडलं आहे. सुखाची किनार असणारं हे जीवन दु:खाच्या धाग्यांनीही विणलं जातं. या सर्व धाग्यांनी मला लोकविलक्षण अनुभव दिले. सूर भेटले. आजही माझं जीवनावर, त्या जीवनामधल्या सौंदर्यावर, शांतीवर विलक्षण प्रेम आहे. ते प्रेम आहे, म्हणून मी आहे. ते प्रेम फक्त माझ्या वाचकांनी मला दिलं आहे. मी जाणते. माझ्या अवतीभोवती अनेक विचारवंत आहेत. त्यांचे व माझे जीवनप्रवाह सर्वस्वी भिन्न आहेत... चाकोऱ्या भिन्न आहेत. अनुभवही! पण माझे वाचक मात्र माझ्या जवळपासच सतत वावरत राहिले. माझा विश्वास वाढवला... म्हणूनच ही 'स्वरमयी' मी कृतज्ञ भावनेने माझ्या वाचकांना अर्पण केली आहे. यानंतरही दहा दिशांचे व ऋतूंचे अनुभव शब्दबद्ध मी करेन ते तुमच्या प्रेमामधूनच.''

पूर्वाचा आवाज रुद्ध झाला होता. डोळे भरून आले होते. टाळ्यांच्या कडकडाटाने हॉल निनादून गेला होता. हे वाचक होते म्हणून ती होती. जीवनाने तिला खूप काही दिले होते. पूर्वाचे मन कृतज्ञतेने भरून आले होते. हळूहळू हॉल रिकामा होत गेला. पंडित भैरवनाथ आपल्या शिष्यांसह निघून गेले. थकलेल्या सदानंदांना पायऱ्या उतरण्यासाठी पूर्वाने हात दिला होता.

स्वरमयीचे जीवन पुढे सरकत होते.

जीवनाची शोधयात्रा चालत राहणार होती.

◆

पौर्णिमेचा चंद्र आभाळातून अंगणात उतरून आला होता. निरभ्र आभाळामधला पूर्ण चंद्र... आणि त्याच्या पूर्णत्वाने भारावून उभे असणारे आसमंत. त्या चंद्रकिरणांत चमकून उठलेली झाडे, पाने, फुले...

त्यावरचा चांदीचा वर्ख...

हे सारे पाहत लीना तिच्या बंगल्याच्या पायरीवर केव्हापासून बसली होती.

हा पौर्णिमेचा चंद्र!

त्याच्या अस्तित्वाने भारावून गेलेला आसमंत,

त्या आसमंताला व्यापून उरलेली शांती!

त्या शांतीने मनात दाटलेली, एक हुरहुर... हे सारं

आज आपण प्रथमच अनुभवतो आहोत... असे लीनाला आज प्रकर्षाने जाणवत होते.

'आज प्रथमच?'

इतकी वर्षे, हा चंद्र होताच की? चंद्र होता, पौर्णिमा होत्या. आपणही होतोच!

पण ही वेगळीक कधी जाणवलीच नव्हती.

वय वाढत जाते... तसे साऱ्या जगण्याचे संदर्भच बदलून जातात का?...

जीवनात येणारे सारे अनुभवच, मग सारे संदर्भ बदलून टाकत असावेत.

अनुभव!

पदोपदी येणाऱ्या अनुभवांची मालिका म्हणजेच का जीवन?

माणसांच्या स्वभावाची सारी लकबच त्यानंतर मग बदलून जात असावी.

जन्माला येताना, निरागस असणारे, माणसाचे मन...

आयुष्याच्या अखेरीस कसे जखड म्हातारे

हरवलेला चंद्र

होऊन जाते?

आपल्यासारखेच!

वय लहान... मन म्हातारे...!

या विचाराने लीनाला हसू आले.

तिला शेजारच्या भागवतकाकू आठवल्या. पंचाहत्तरीच्या आसपास असणाऱ्या भागवतकाकू!

'भल्या पहाटे उठून लक्ष प्राजक्ताची फुलं गोळा करणाऱ्या आणि कुणा डोहाळणीचं डोहाळेजेवणाचं ताट सजवणाऱ्या भागवतकाकू.

ते सारे श्रम, त्या थकल्या जिवाला कसे झेपत असतील?

आपण मात्र!

पार मरगळून गेलो आहेत.

या पौर्णिमेच्या चंद्रसारखंच... स्वच्छ... आर्जवी असं जीवनाचं आश्वासक, आमंत्रण समोर उभं आहे.

आणि तेव्हापासून...

आपण पार... घरकोंबड्या होऊन घरात बसलो आहोत.

पुन्हा ते निमंत्रण आलं तर?

त्याचा स्वीकार करायचा?

की...?

त्याला पाठमोरं व्हायचं?'

या विचारांनी, पाठपुरावा केल्यापासून लीनाची झोपच उडाली होती; म्हणून मध्यरात्रीही, ती जागीच होती.

भरमध्यरात्री...

बंगल्याच्या पायरीवर बसून... सारा परिसर पाहत होती.

नि:स्तब्धपणे!

वेंगुर्ल्याच्या समुद्रकिनाऱ्यालगतच्या मँगनीजच्या खाणीत काम करणाऱ्या कर्मचाऱ्यांची ती लहानशी कॉलनी होती. आखीव..रेखीव..लहान लहान बंगले, मधोमध स्वच्छ रस्ते, रस्त्याच्या कडेने गुलमोहोर, लॅबरनमची झाडे, खालच्या बाजूला कामगारांची वसाहत... बरॅकसारखी एकाच छपराखाली, लांबलचक घरांची रांग, मोठ्या मैदानाला लागून पत्र्यांची शाळा, वरच्या बाजूला ऑफिसर्स लोकांचे बंगले, ऑफिसे...

दूरवर कोपरे साधून, समुद्रकिनारा दृष्टीस पडेल अशा जागी बांधलेले सिमेंटचे बाक, त्यामागचे प्रशस्त गेस्टहाउस. या नेटक्या कॉलनीमधल्या एका लहान बंगल्यातच लीना राहत होती. वेंगुर्ल्यापासून दूर असणाऱ्या या जागी नोकरी

करण्यास माणसे नाखूश असत. पण जी माणसे नोकरीनिमित्त येत त्यांची कंपनी चांगली सोय करत असे. लीनाने जेव्हा प्रथम ही कॉलनी, शाळा, घर पाहिले तेव्हाच तिने इथे येण्याचा निर्णय मनाशी पक्का केला होता. साऱ्या जगापासून दूर, असा... निवांत कोपरा तिला हवा होताच!

इथे येईपर्यंत...

साऱ्या अनुभवांनी मन कसे कडू जहर बनून गेले होते. ते जहर पचविण्याची ताकद तिच्या ठायी नव्हती. संत मीराबाईने विषाचा प्याला हसत हसत ओठाशी लावला होता!

कुणीतरी पाठीराखे असणार हा विश्वास तिला होता. आणि...

मृत्यू आलाच असता तरी... तो मृत्यू असणार होता,

राजराजी— संत— मीराबाईचा मृत्यू!

मृत्यू!

मृत्यू— एकच!

पण— व्यक्तिगणिक मृत्यूचे संदर्भ बदलतात.

एखाद्या राजाचा मृत्यू!

त्या मृत्यूचे स्वागत, शाही इतमामाने होते आणि

एखाद्या भिकाऱ्याचा मृत्यू!

रस्त्याकडेचा तो बेवारशी मृत्यू— म्युनिसिपालिटी स्वीकारते.

नाइलाजाने!

जीवन कडू जहर विषाला प्याला बनलेले असेल,

तरीपण लीनासारख्या सर्वसामान्य स्त्रीला तो प्याला चूपचापपणे प्यावा लागतो. पचवावा लागतो आणि— जगावेही लागते.

हजारो मरणे भोगूनही— जगणारी माणसे— कोडगी असतात? की चिवट?

लीनाही चिवटपणाने जीवनाला चिकटली होती. जगापासून दूर अशा या कोपऱ्यात जगत होती. इथे येऊन प्रथमच तिने मोकळा श्वास घेतला होता. इथे ती स्वत:साठी जगत होती. फक्त स्वत:साठी!

'तसं तर आपलं वय, फक्त पाच वर्षांचंच आहे.'

या विचाराने लीनाला नेहमीच अप्रूप वाटायचे.

'मग गेली पस्तीस वर्षं आपण जगलो ते? ते काय होतं?'

याचे तिला कोडे पडायचे, ती वर्षे आठवणीत होतीच.

त्यामधली पहिली दहा वर्षे तरी जाणिवा, नेणिवांचे पंख लावून उडणाऱ्या फुलपाखरांची होती. तेव्हा जीवनाची दगडी पाटी कोरी नवीन होती आणि पूर्ण चंद्राशी मामाचे नाते जडलेले होते.

चिरेबंदी भल्या थोरल्या वाड्यात राहणारा चांदोमामा तिला लिंबोणीच्या झाडामागे लपून वाकुल्या दाखवत होता. कधी थकून जात होता.

तूपसाखरेचा घास लीनाला भरवून— स्वत: कधी कधी उपाशीच राहत होता.

त्यानंतरची दहा वर्षे होती, चिंता, कैऱ्यांच्या, चिमणीच्या घासाची, तरंगण्याची, गोष्टी, गीते, सख्या आणि फुलांत हरवून जाण्याची. तेव्हा गणिताची रीत सोपी होती. बेरीज, वजाबाकी करून, तोंडी हिशेबांचा ताळा आपसूक जमत होता. हातचे राखून न ठेवता सारे हिशेब तोंडी सोडवून कंसात उत्तर मांडून— त्याच्यासमोर 'हे उत्तर' असे ऐटीत मांडता यायचे.

कोऱ्या दगडी पाटीवर, दुधी पेन्सिलीने ते उत्तर मांडताना अभिमान वाटायचा. पाटीवर उमटणाऱ्या अक्षरांनादेखील एक नाद असायचा. त्यावर मास्तरांची 'बरोबर'ची खूण! आणि पैकीच्या पैकी मिळणारे गुण! सारे जीवनच त्या इवल्या दगडी पाटीवर स्वच्छ उमटलेले!

हाच चंद्र, त्या वेळी पौर्णिमेला भेटत असे. भर चांदण्यात, चांदणी भोजनात तो लीनाच्या शेजारी बसून, तिच्या पानात तुपसाखरेचा घास ठेवून जात असे आणि आट्यापाट्यांच्या रंगलेल्या डावात तो भोजा बनलेला असे.

केवढा आधार वाटायचा त्याचा!

त्यानंतरचा चंद्र खरेतर मधुचंद्र असायला हवा होता. पण नेमकी त्याच वेळी चंद्राने साथ कशी सोडली?

मधुचंद्राच्या रात्रीच— लक्षात येते की हा प्याला मधुर नाही— तेव्हा तो कडू घोट-हुंदक्यासोबत चूपचाप गिळला जातो आणि तेव्हाच— चंद्रही जीवनातून हरवूनच जातो.

खरेतर— या वयात भेटणारा चंद्र— रसिक असतो. त्याला साक्षी ठेवून कितीतरी रोमांचकारक अनुभव घेता येतात.

हे सारे लीनाने कथा-काव्यातून वाचले होते. पण— प्रत्यक्ष अनुभव मात्र विदारक होता— हे जाणवले, तेव्हा— लीनाने खिडक्यांना जाड कापडाचे पडदे लावून घेतले.

चंद्रप्रकाशाला मुळी आत येऊ दिलेच नाही.

तेव्हा चंद्र हरवला होता?

की लीना?

पायरीवर नि:स्तब्धपणाने बसून, पौर्णिमेच्या चंद्राकडे पाहताना त्याचे मोकळे सान्निध्य अनुभवताना—

लीना विचार करत होती.

चंद्र तोच होता. तेच स्थिर वातावरण होते. पण— आपण मात्र ते सर्व

वेगळेपणाने कसे अनुभवले? बदल होता— तो आपल्याच जीवनात.

भरधाव आगगाडीतून धावताना बाहेरची झाडे पळत असल्याचा भास होतो. पण खरेतर आपणच पळत असतो.

दमछाक करणारे जीवनाचे गाठोडे पोटाशी धरून कधी आगगाडीतून, बसमधून— तर अनवाणीच कधी चालत होतो.

आपण— एकट्याच!

चंद्र तर स्थिरच होता.

जीवनाचे गाठोडे चिंध्यांनी भरून गेले— तरी ते पोटाशी घट्ट धरून ठेवलेय— चालत आहोत.

असे कसे हे माणसाचे मन?

चिंधी चिंधी जपणारे

किंवा दुसऱ्याच्या मनाच्या चिंध्या उडवणारे!

आजही लीनाला एक एक चिंधी आठवत होती. त्या चिंधीनेच तर मनाच्या साऱ्या जखमा बांधून टाकल्या होत्या. इथवर वाटचाल झाली होती.

आई-वडिलांनी चांगल्या घरामधला रसिक मुलगा बघून लग्न लावून दिले होते. त्या वेळी जीवन भरजरी होते. अनेक सुंदर स्वप्नांच्या फुलांचा गुच्छ बनून, जीवन हसतमुखाने सामोरे उभे होते. गेली वीस वर्षे मन व शरीर जे निर्मळपणाने जोपासले होते, त्याच्या उमेदीवरच तर सप्तपदी चालून झाली होती. सभोवताली सनई, चौघडे, फुलांचे हार होते. माणसे होती पण—

गोंगाटच अधिक होता.

दोन जीवने एकमेकांना समर्पित करण्याचा तो क्षण माणसे साक्षीभावाने का बघत नाहीत, त्या क्षणाकडे?

मांडवात जमलेले ते सारे स्नेही असतात. सोयरे असतात. नातेवाईक असतात. पण— खरेतर— ते कुणीच नसतात. मांडवशोभा फक्त!

ती सात पावले चालून झाल्यानंतर— स्वर्ग भेटणार की गर्तेत कोसळणार आहेत, ती दोघे?

हा विचार लग्न मुहूर्त साधताना कुणाच्याही मनात नसतो. नंतरही ते कुणीच कुणाचेच नसतात.

मग? कशासाठी या निमंत्रणपत्रिका अन् गोंगाट अकारण?

लग्न मुहूर्ताच्या शुभ वेळेचा गोंगाट बघून लीनाचे मन अस्वस्थच झाले. त्या क्षणी तिला कोलाहल नको होता. शांतता हवी होती.

'सावधान'चा गजर ऐकताच, पळून जाणे शक्य असते तर...?

कारण सप्तपदी चालतानाच काळजाचा ठेका चुकला. त्या पहिल्या नजरभेटीत—

आश्वासन नव्हते— तर— त्या नजरेमधली धगधगती वासना जिवाला जाळून गेली होती.

लीनाला आठवत होते, एल्साचे लग्न! एल्सा लीनाची जिवाभावाची मैत्रीण. तिचे चर्चमध्ये लागलेले लग्न—

पायघोळ शुभ्र झग्यांमधली, राजहंसीसारखी डौलदार पावले टाकणारी एल्सा!

तिच्या झग्याचा घोळ सावरत तिच्यामागे चालणाऱ्या त्या छोट्या शुभ्र पऱ्या—

चर्चमधले शांत वातावरण— फादरने उच्चारलेली धीरगंभीर वचने, मधुर संगीत.

सर्वांदेखत पतीच्या बाहुपाशांतून-चर्चभर फिरणारी एल्सा; हसणारी, विनोद करणारी, अभिवादने करणारी तरुण मुले. त्या वेडिंग बेल्स—

आनंदी, उत्साही वातावरण—

ते लग्न खऱ्या अर्थाने 'लग्न' होते. जीवनाचा मधुर क्षण किती उत्कटपणाने स्वीकारला होता?

सात पावले चालताना, एल्सा आठवत होती. चर्चबेल आठवत होती.

इथे बँड वाजत होता. भटजी मंत्र उच्चारत होते. विहिणी भांडत होत्या. पहिल्या पंगतीची ताटे खण्णा खण्ण वाजत होती. घासावर घास रिचवले जात होते.

मंत्रोच्चार ऐकू येतच नव्हते.

पावित्र्य कुठे नव्हतेच.

गर्भादान!

तो किळसवाणा शब्द ऐकून लीना मनोमन शहारून गेली होती. या क्षणीही.

सारे संस्कार मर्यादेने जपणाऱ्या सुसंस्कारी घरात हा शब्द किती कर्कशपणे उच्चारला जातो?

लग्नवेदीचे सारे पावित्र्यच गमावून टाकतो.

तो शब्द ऐकून— लीनाचे मन शरमून गेले. तो विधी, ते मंत्र आणि तो प्रसंग— आसुसलेल्या त्या क्षणांनी, सारी नजाकतच घालवून टाकली. दोन जीवांचे मीलन— ते मीलन—

मनाचे की फक्त शरीरांचे? आडदांडपणाने जीवनाची सारी कोमलताच संपून गेली होती.

त्या आठवणीने लीनाचे डोळे भरून आले.

'सावधान'चा गजर ऐकता ऐकतानाच माणूस किती बेसावध असतो? कोणत्या भरवशावर जीवन उधळून टाकले जाते?

आंधळेपणाने?

कुणीतरी दान केल्याच्या आवेशात काही यायचे आणि— कुणीतरी— याचकाच्या भूमिकेतून ते दान स्वीकारायचे. मुळात कुणी याचक का असावे?

आणि— नको असणाऱ्या त्या दानाचा स्वीकार का करावा? मनाच्या या अखंड उलाघालीत असतानाच— त्या दानाने आकारही धारण केला आणि त्याचीच प्रतिकृती असणारा एक मुलगा— घरात वावरूही लागला.

लीना हतबद्धपणे त्या मुलाकडे पाहत असे.

'हा आपला कोण?

कोणत्या क्षणाचा हा नेमका आविष्कार?

याचं आपलं नातं?

ज्याच्या मनाशी कधीही संवाद साधला नाही असा—

आपला नवरा—

आणि त्याच्या प्रवृत्तीचा वारसा घेऊन वाढणारा हा—

आपला मुलगा—

अशी कशी ही नातीगोती?

केवळ रक्ताचे संबंध— आणि मन मात्र— शतयोजनं दूर—

कुठे कशाचाच ताळमेळ नव्हता.

प्रयत्न करूनही उत्तर सापडत नव्हतं. 'हे उत्तर' असं कंसात मांडता येत नव्हतं. कोऱ्या दगडी पाटीवर गिचमीड रेषांचं जाळं पसरलं होतं.

तरी— एकत्र राहणं, जगणं— आणि संसार करणं...' या चक्रात लीनाचे मन अखंड बेचैन होते.

पूर्ण चंद्र, पौर्णिमा, चांदणे—

यांना तिने खिडकीच्या जाडजूड पडद्याच्या आत डोकावू दिलेच नव्हते. त्या दहा वर्षांच्या संसारात चंद्राला प्रवेशच नव्हता.

तेव्हा चंद्र हरवला नव्हता. हरवली होती लीना!

आणि अचानक नवऱ्याचा अपघाती मृत्यू..!

आणि— श्रीमंत सासू-सासऱ्यांनी घराण्याचा वारसा त्यांच्या गावी नेणे. एकाने मृत्युलोक गाठला. दुसऱ्याने श्रीमंतीचा वारसा खुशीने गाठला. दोघे दोन वाटांनी निघून गेले. त्यांनी येताना लीनाला विचारले नाही की जाताना!

मरणाचा अर्थ समजत नव्हता की जगण्याचा!

लीनाचे कर्तव्यच संपवून टाकले होते. लग्न करणे, गर्भ धारण करणे— आणि घराण्याचा अंश, त्यांच्या स्वाधीन करणे. वंशसंवर्धन! फक्त इतकीच होती, लीनाची गरज?

त्यानंतर किती तटस्थपणाने ते सारे निघून गेले होते! तिची दखल न घेता?

जीवन असे रिते झाले— तेव्हा लीनाला जाणवले प्रथम की— ती अमावस्या होती. पूर्ण काळोखाची.

त्या काळोख्या रात्रीकडे तारवटलेल्या नजरेने लीना पाहत राहिली.

त्या काळोख्या नजरेला सवय झाली. त्यानंतर—

हळूहळू, एक एक चांदणी नजरेला दिसू लागली. नक्षत्रांचे झगमगते झुंबर नजरेत भरू लागले आणि त्या शून्य विमनस्क अवस्थेतच— पूर्ण चंद्रही पुन्हा नजरेस पडला.

लीनाला त्याची प्रथम ओळखच पटेना. चिरेबंदी वाड्यात राहणारा, आट्यापाट्यात भोजा होणारा, चांदणी भोजनात पंगतीत शेजारी बसणारा, पूर्ण चंद्र—लिंबोणीच्या झाडामागून लीनासमोर उभा ठाकला आणि— त्यानेच प्रथम तूपसाखरेचा घास पुढे केला.

त्याच्याकडे पाहूनच अश्रूंचा साचलेला बांध प्रथम कोसळला. गारठलेल्या मनाला संवेदना आली आणि विचारशक्ती काम करू लागली.

'लीना, विसर ते सारं. अगं मनाचा संवाद साधत नाही तो कसला संसार? तो संसार करणं— अगर न करणं सारखंच. बरं झालं मुलगा आताच सोडून गेला. नाहीतरी पुढं तो जाणारच होता. तेवढ्या खस्ता काढणं वाचलं.

लीना, अशी अकाली प्रौढ होऊ नकोस गं! लाइफ इज वर्थ लिव्हिंग. ते खिडक्यांचे जाड जाड पडदे काढ पाहू.

छान झळझळीत प्रकाश आत येऊ दे.

प्रकाश बघ. चंद्रकिरणं बघ?'

एल्सा-लीनाला सारखी सांगायची. तिचा संसार पूर्ण फुलून गेला होता. दोघे जोडीने चारा गोळा करत होते. घरात दोन गोजिरवाणी मुले होती. एल्साचे जीवन भरभरून वाहत होते. एल्सानेच मग लीनाला या कॉलनी स्कूलमध्ये दाखल केले होते. नोकरी लावून दिली होती. घर लावून दिले होते.

या जागेत एकटेपणा जाणवत नव्हता. शाळा होती. आनंदी मुलांची आनंदी सोबत होती. स्वतंत्र बंगला राहायला होता. घरासमोरच्या मोकळ्या जागी जाई, जुई, प्राजक्त, गोकर्ण, मधुमालती, कुंदा, बोगनवेली— आणि

सुकल्यानंतरही आसमंत भरून टाकणारी— बकुळी सारे— सारे त्या एवढ्याशा जागेत छानपैकी रुजले होते. ते बघून लीनाला आश्चर्य वाटायचे.

'असं कसं हे माणसाचं मन?

आणि माणसाचं जगणं?

खरंतर— तो नेहमी जगतो, ते स्वत:साठीच! आणि प्रत्येक वेळी, त्या

जगण्याचं समर्थनही किती छान करतो?'

लीनाला जगण्यात रस वाटत होता. झाडासोबत ती पण रुजत होती. चांदोमामाच्या तूपसाखरेने जीवनाची कटुता कमी झाली होती. मुलांनी जीवनात आनंद भरला आणि फुलांनी सुगंध!

जीवन धारेने वाहता वाहता एका किनाऱ्याला भिडले होते. तो किनारा रेताड नव्हता. त्या किनाऱ्यावर आनंदाने निथळणारी घरे होती. सूर्यप्रकाशाने वाहणारी झाडे, फुले होती. समुद्राची गाज होती. पौर्णिमेचा चंद्र होता.

आणि इथे ती स्वतःची स्वत: होती.

आपल्याला एक मन आहे. आवडनिवड आहे.

आपण हसू शकतो. गुणगुणता येते.

आपल्याला एक सुंदर चेहरा आहे, आपण विसरून कशा गेलो होतो? काळाने त्या चेहऱ्यावर एक एक सुरकुती उमटवली म्हणून काय झाले?

तो चेहरा आपला आहे.

आपली काही खास आवड आहे. हे समजायला पस्तीस वर्षे लागावी?

आपल्याला मेंदीचा, फिक्या गुलाबाचा रंग आवडतो. भीमसेन जोशींच्या पहाडी आवाजापेक्षा कुमार गंधर्वांची देवाची भजने, मन कातर बनवतात आणि हिरव्या मिरचीचा ठेचा गरम भाकरी-दह्याबरोबर अमृतासारखा लागतो.

हे सारे शोध आता लीनाला नव्याने लागले होते. लहानपणी बाबांची आवड, लग्नानंतर त्याची आवड, एल्साची आवडनिवड सारे कसे पाठ होते आणि दहा वर्षांच्या मुलाने तर श्रीमंतीचा आवडता रस्ताही शोधला होता आणि नावडती म्हणून तिला सोडूनही गेला होता तो!

वाटेवरच—

''जा त्यांच्या गावी आणि भांड हक्कासाठी. लग्नाची बायको आहेस.''

एल्सा सारखी सांगायची पण त्या कडू जहर प्याल्याकडे पुन्हा पाहण्याची लीनाची तयारी नव्हती.

या बंगल्यात पाऊल टाकून तिने प्रथमच मोकळा श्वास घेतला होता. जमिनी फिनाईलच्या पाण्याने स्वच्छ धुऊन घेतल्या होत्या. भिंतींना जाळीदार, लेसचे पडदे लावले होते. त्यामधून सकाळ-संध्याकाळी, कोवळी हवा आत येत होती. चंद्रप्रकाश थेट आतवर घुसत होता. रातराणी घमघमत होती. पहाटे प्राजक्त सुगंधी नि:श्वास टाकत होती.

रुपेरी केसांच्या, मानेवरच्या सैलसर गाठीवर बकुळीचा वळेसर चढत होता. पावलांत बळ आले होते. नजरेत आत्मविश्वास. स्वतःच्या जगात लीना पूर्ण फुलली होती.

"तुला एकटं नाही वाटत?"

"एकटं? का? तुम्ही नाही का माझ्या सभोवती?"

"मी तुला सर्वांचं विचारत नाही. मी काय विचारतेय हे समजतंय तुला. एक चॅप्टर आता संपला. नवा सुरू होऊ शकतो."

"म्हणजे?"

"का? लीना, तू सांगितलं नाहीस तरी बघतेय मी. इंजिनिअर साने? प्रेमात पडलाय तुझ्या? करेक्ट?"

एल्साने स्वभावानुसार सरळ प्रश्न केला.

"माझ्या प्रेमात? इंजिनीअर साने?" लीना आश्चर्याने म्हणाली.

तिला इंजिनीअर साने आठवला. गोरा, उंच, रुबाबदार तिच्या कॉलनीत, जवळपास राहणारा, तिला नेहमीच वाटेवर भेटणारा, क्लबमध्ये, सी-व्ह्यू पॉइंटवर, सिनेमा हाउसमध्ये अनेकदा तो भेटला होता. आपुलकीने वागला होता. तिच्या आवडीनिवडी विचारता विचारता, त्याने एकदम लग्नाचा प्रस्ताव तिच्यासमोर मांडला होता. तेव्हापासून लीनाने स्वत:ला घरात बंद करून घेतले होते. शाळेत येणे-जाणे सोडून ती कॉलनीत कुठेच जात नव्हती. एका धारेने वाहता जीवनप्रवाह अचानक गोठूनच गेला होता.

प्रेम!

प्रेम असे असते? पाच-सहा महिन्यांच्या गाठीभेटीने माणूस पूर्ण समजतो?

लगेच जन्मजन्माचे प्रेम जडते?

की ती एक गरज—?

पुन्हा तडजोड? की—

नव्याचा शोध?

मग नुकतेच हाती आलेय— ते सुख—

स्वत:चं मन, स्वत:चा चेहरा आणि—

स्वत:चं जग शोधेपर्यंत प्रचंड दमछाक झाली. आत्ता कुठे रुजतो आहे— तोवर,

इंजिनीअर साने—

दोन अधिक दोनाचे चार होतात खरे, पण दोनांतून दोन वजा झाले, तर शून्य उरते.

नुकताच ओला बोळा फिरवून पाटी स्वच्छ कोरी केली आहे. त्यावर हे उत्तर असे नेमके काय येईल, याची शाश्वती नाहीच.

नुकताच चंद्र भेटतो आहे. त्याचे स्वागत करायचे की पुन्हा जाड पडद्याच्या आतल्या-

काळोखाला मिठी मारायची—

इंजिनीअर साने—

"मॅडम, तुमच्या सामानासोबत, माझ्या सामानाची यादी टाकता? ते डाळ, मूग, चवळी, आपल्याला नाही बुवा समजत.

भलत्याच वस्तू घरी नेतो आणि आईचा राग!"

या त्याच्या बोलण्यानंतर, आपल्या सामानासोबत, त्याचे सामान अगत्याने त्याच्या घरी पोहोचवताना आनंद वाटला होता. कॉलनीमधल्या नाट्यमहोत्सवात तो आसपास बसलेला दिसला, नाटक रंगले होते. त्याच्या बागेतले चाफ्याचे रोप आपल्या बागेत रुजल्यावर वेगळा आनंद झाला होता.

आपण गुंतत तर नाही चाललो? एल्सा— म्हणते, ते खरे तर नाही?

या आठवणीबरोबर लीनाला, त्याचे परवाचे बोलणे आठवले आणि ती दचकली. फार पूर्वी— बेसावधपणाने ऐकलेला 'सावधान'चा गजर ऐकू आलासा वाटला.

"मॅडम, किती फिक्के रंग वापरता? नेहमी पाहतोय मी गुलाबी, लिंबोळी, मेंदी रंगाच्याच साड्या वापरता. खास प्रसाधन नाही.

तरी पण तुम्ही चार्मिंग दिसता हं,

पण खरं सांगू? स्त्रीने कसं भरगच्च असावं, अंगभर दागिने, केसांत फुलं, जांभळ्या, लाल, हिरव्या, पिवळ्या रंगाच्या साड्या; त्यासोबत नथ, बुगडी, पैठणी, खोपा—

अरे! काय असतील पेशवेकालीन स्त्रिया— त्यांची वर्णनं वाचतानाच प्रत्येक पानावर हीना दरवळत असतो.

तबियत एकदम खूश होते. तशा राहा मॅडम तुम्ही!"

परवा क्लबवरून परत येताना तो भलताच रोमँटिक बनला होता आणि लीना दचकली होती.

'आपल्या फिक्या झालेल्या रंगांत याचे गडद रंग कसे मिसळायचे यानंतर?

आणि तसे मिसळूनही नेमकं कोणतं चित्र उमटेल?

त्या रंगाचं चित्र?

त्यापेक्षा— आपला फिका रंग आणि त्याचा गडद रंग समांतरच चालावा.

दोन विरोधी रंग मिसळण्यापेक्षा— ते स्वतंत्र उमटावेत कॅनव्हासवर. त्यानेच चित्र वेगळेपणाने उठून येईल.'

खाणीवरच्या चौकीदाराने पाचचे टोले दिले. तशी लीना दचकली. डोळे पुसत उठली. चंद्र आता कलत्या दिशेने झुकला होता. चांदणे बागेतून झिरपत होते.

त्या चंद्रप्रकाशात सकाळची कोवळी हवा आपुलकीने मिसळली होती. लीनाने

दीर्घ श्वासाने ती हवा आत घेतली.

प्राजक्ताच्या पानागणिक फुले उमलत होती. स्वत:च्या गंधांचा भार त्या फुलांना सोसवत नव्हता. कोणत्याही क्षणी फुले जमिनीवर टपकणार होती. फुलांनी खचून भरलेला तो प्राजक्त बघून लीनाला प्रश्नाचे उत्तर सापडले.

झाडाच्या फांद्या हाताने धरून लीनाने झाड हलवले. तिने लावलेल्या प्राजक्ताच्या सड्यात ती स्वत:च उभी होती. दवाने भिजलेल्या त्या फुलांचा वर्षाव किती सुखद होता!

ती फुले तिची होती. तो आनंद तिचा होता.

फक्त तिचा. एकटीचा!

त्या फुलांच्या स्पर्शाने मनातला सारा दाह ओसरून गेला होता.

आभाळातला चंद्र कौतुकाने तिला पाहत होता. तो चंद्र कोणत्याही किमतीवर आता हरवायचा नव्हता. किती कष्टांनंतर लीनाला तो पुन्हा भेटला होता?

हरवलेला चंद्र!

◆

आई, तुझं चुकलंच

अनंतरावांना राष्ट्रपती पुरस्कार मिळाल्याचे जाहीर झाले, तशी अभिनंदन करणाऱ्यांची रीघ लागली. त्या एवढ्याशा गावात चैतन्य पसरले. त्या लहानग्या, टुमदार गावच्या हायस्कूलचे हेडमास्तर असणाऱ्या अनंतरावांना उत्कृष्ट शिक्षक म्हणून राष्ट्रपती पुरस्कार जाहीर झाला होता. त्या पुरस्काराला अनंतराव पात्र होते. त्यांनी गावामधल्या लोकांना नेहमीच प्रेमाने वागवले होते. त्यांची मुले ही आपली मुले मानली होती. खेड्यापाड्यातून फिरून त्यांनी विद्यार्थी जमवले होते. अडाणी मुलांना शिक्षणाची गोडी लावली होती. पालकांना शिक्षणाचे महत्त्व पटवून दिले होते. धडपडणारे शिक्षक म्हणून अनंतरावांना सर्व ओळखत होते. म्हणूनच या वार्तेने सारे गाव समाधानात होते. तो सन्मान अनंतरावांचा नव्हता तर गावाचाच सन्मान होता. एका सज्जन नागरिकाचा सन्मान होता.

ती वार्ता समजताच सुमतीला खूप आनंद झाला. आपल्या नवऱ्याच्या प्रामाणिक स्वभावाची तिला माहिती होती. त्याची धडपड ती बघत होती. वेळेला स्वत:ला किंवा मुलांना त्यांनी कमी केले होत; पण कुणा गरीब मुलीला काही कमी पडू दिले नव्हते. त्याची फी, पुस्तके यांचा खर्च आपल्या अपुऱ्या पगारातून केला होता. त्यांची वृत्तीच सेवाभावी होती. या सर्व खडतर धडपडीला शेवटी अर्थ तरी काय होता?

माणसे दिवसेंदिवस बदलत चालली होती. उपकाराची जाणीव कुणाला उरलीच नव्हती. अनेकदा असे अनुभव घेऊनसुद्धा अनंतरावांचा स्वभाव अजिबात बदलत नव्हता.

आई, तुझं चुकलंच । १३३

सुमती काडी काडी जमवून संसार करत होती. तिने या माणसाशी संसार करताना खूप सोसलेले होते. लग्नाच्या दिवसापासून ते आजवर. आता तर तिच्या दोन्ही मुली मोठ्या झाल्या होत्या. विद्यापीठात होस्टेलवर राहून शिक्षण घेत होत्या. मेरिटवर शिक्षण पूर्ण करत होत्या. सुमतीच्या मते हेच तिच्या सर्व कष्टाचे फळ होते. मुली शिकून कर्त्या सवरत्या होण्यासाठी तर इथवरची सारी वणवण झाली होती. आता थोड्याच दिवसांनी त्या दोघी पदवीधर होणार होत्या. अनंतराव ठाकुरांच्या सुशिक्षित मुली यातच सुमतीच्या संसाराची इतिकर्तव्यता होती. शिवाय आज अनंतरावांना मिळालेला हा राष्ट्रपती पुरस्कार. आणखी काय हवे असते माणसाला? सुमतीच्या कल्पनेपेक्षा परमेश्वराने तिला भरपूर दिले होते. सुखाने शिगोशीग भरलेला दिवस परमेश्वराने आज दाखवला होता. सुमती आनंदात होती. गावच्या रवळनाथाला पुन:पुन्हा हात जोडत होती. शरावती आणि अरुंधती तिच्या दोघी मुलीसुद्धा होस्टेलवरून घरी आल्या होत्या, येणाऱ्या-जाणाऱ्यांचे स्वागत करत होत्या. कपबश्यांचा ढिगारा आवरत होत्या. आनंदाने सारे घर भरून गेले होते. फुलांनी, आनंदानी, माणसांनी.

सर्व माणसे भेटून गेली होती. पण अनंतराव मात्र अस्वस्थ होते. इतकी माणसे आली गेली. पण घरची माणसे! घरच्या माणसांची आठवण झाली आणि— एक अपराधी भावना अनंतरावांना टोचायला लागली. चुकलेच होते. घरची माणसे येण्यापूर्वी अनंतरावांनीच त्यांना भेटायला जायला हवे होते.

नोकरीनिमित्त या गावी घर होते; पण खरे घर तर असनोड्याला होते. मूळ घर! जिथे अनंतरावांचा जन्म झाला होता. त्या घरी आता आई आणि बाबा नव्हते. पण आक्का आणि ताई होत्या. पुरस्काराची बातमी समजताच... 'खरंतर स्वत:च जायला हवं. देवाला. आक्का, ताईंना नमस्कार करायला. त्या दोघी वाट बघणार होत्या. त्यांना न भेटताच हे हारतुरे स्वीकारले. चुकलंच आपलं.'

मनाला अपराधीपणा टोचत होता. पण बातमी आली आणि गावाचा आनंद पाणलोटासारखा घरात शिरला. उसंतच नव्हती मिळाली. आता, येत्या शनिवारची सकाळीच शाळा सुटली की जाऊन यायचेच. अनंतरावांनी ठरवले. तेव्हा कुठे जिवाला शांत वाटले.

शनिवारी शाळेनंतर शिक्षकांची मीटिंग होती. जिल्हा शिक्षक संघटनेतर्फे अनंतरावांचा सत्कार व्हायचा होता. येणाऱ्या शनिवारीच तो सत्कार समारंभ आयोजित केला होता. आता मात्र अनंतरावांना कधी गावी जातो असे झाले होते. दोन्ही मुली होस्टेलवर निघून गेल्या. सुमतीसह अनंतराव असनोड्याला निघाले होते. त्यांचे मन आनंदाने भरून गेले होते.

सुमती मात्र असनोड्याच्या बसमध्ये चढल्यापासून गप्प होती. त्या गावी

जाताना नेहमी मनावर दडपणच येई. सुमतीला आठवत होते तसे... त्या गावाची धास्ती मनावर दाटली होती. अगदी उंबरठ्याचे माप ओलांडून गृहप्रवेश केला. तेव्हाच... उंबरठ्यावरचे माप लवंडले, त्याचबरोबर मनही! माजघरात प्रवेश केला आणि चार चौकोनी उभट उग्र चेहरे दिसले. सासू, नणंदा, प्रेमळ सासरे... अशा गोष्टी लग्नापूर्वी मैत्रिणी सांगत; पण या घरातल्या दोन नणंदा. आक्का आणि ताई. आणि सासू-सासरे. आक्का बालविधवा. खानापूरकडच्या सासरघरी महिनाभर नांदली. तोवर नवरा गेला. परत म्हणून ती खानापूरकडे गेलीच नाही आणि ताई... प्रौढ कुमारिका. लग्नाचे वय टळून गेले. तशी शरीराने मोकाट सुटलेली. या दोन मुलींनी सर्व घराचा ताबा घेतला. तसे माई-अण्णा निवांत झाले. माईची चूल सुटली. तासन्तास मग गाव गजालीला माई मोकळ्या झाल्या. नारळाचे पाडप, काजू, भाताचा खंड, हिशेब ताईने उचलला. तसे अण्णा निश्चिंत झाले. वडिलोपार्जित शेती आणि कुळागर, मोसमांत आंबे, फणस, काजू. दर तीन महिन्यांनी नारळाचे पाडप! अण्णांना पोटासाठी कधी काही करावे लागलेच नाही. बिनकष्टाचे सारे उत्पन्न, खंड घरपोच येत होता. ताईने सर्व कारभार हाती घेतला तसे अण्णाही मोकाट झाले. रवळनाथाचा पार, सोसायटी, ऑफिस, ग्रामपंचायत या नसत्या पंचायतीत अण्णा रमून गेले. एकुलता एक अनंता शिकत होता. चांगल्या मार्कांनी पास होत होता. एक पैशाची तोशीस म्हणून पडली नव्हती. दररोज दारावर येणाऱ्या नुस्तेकारनीकडून करबट किंवा सुंगटे घेऊन घरात दिली की त्या वासावर घर चालत असे.

अनंताला गावातल्या शाळेतच कायमस्वरूपाची शिक्षकाची नोकरी लागली. तो दिवस अण्णांना अपूर्वाईचाच वाटला होता. त्यांच्यासारख्या आळशी माणसाला रवळनाथ अलगद सांभाळत होता. आक्का कामसू होती. ताई हुशार होती आणि अनंता स्वभावाने गरीब होता. अण्णांचे साम्राज्य सुखरूप होते. अनंताने पहिला पगार अण्णांच्या हाती ठेवला आणि मग घराला त्या पगाराची सवयच जडली. दरमहा एक तारखेला पगार झाला की, अनंता पगाराचे पाकीट प्रथम देवाच्या ताम्हणासमोर ठेवत असे व नंतर वाकून पाया पडून पाकीट अण्णांच्या हाती ठेवत असे आणि अण्णांच्या हातून ते ताईच्या हाती जात असे. त्यामधले पाच रुपयेसुद्धा कधी अनंताने काढून घेतले नव्हते. कधी चहाला पैसे लागलेच तर ताई देत असे. त्याला खर्च तरी काय होता? गावातच शाळा, शाळेलगतच घर!

पण अनंताचे लग्न झाले, सुमती घरात आली. हेडमास्तर असणाऱ्या मुलाचा पगार, शेतीवाडी सर्व यादी लग्न ठरवताना अण्णांनी वाचली होती. सुमतीने उंबरठा ओलांडला आणि चार उभे चेहरे चौकोनी झाले. आई आधीच घरच्या कामाला हात लावत नव्हती. सुमती घरात येताच आक्काने पण 'साई सुट्यो' म्हणून अंग चोरून

घेतले. माई आणि आक्का दोघींनी सर्व कामाचा रगाडा सुमतीवर टाकला. ताई गुडघ्यावर गुडघे घालून जास्तीच अधिकार गाजवू लागली. अनंताला यात काहीच विशेष वाटत नव्हते. सुमती घरी आल्यावर त्या तिघींनी संसार विश्वासाने सुमतीला दिला, असेच अनंताने समजून घेतले. उलट सुमतीने त्या चौघांना जास्ती जपले पाहिजे, हाच त्यांचा आग्रह होता.

सुमती हतबद्ध झाली. काम करणारे तिचे दोनच हात आणि काम न करता, बसून खाणारे दहा हात! याचे गणित जमता जमेना. पहाटे रवळनाथाच्या चौघड्याला उठूनदेखील कामे उरकेनात. सुमती घरात आली आणि वावरडी बाळंतपणाला म्हणून गेली, ती परत कामावर आलीच नाही. आक्काने पण दुसरी वावरडी शोधली नाही. सुमती होतीच!

अण्णा, माई, आक्का, ताई या चार जळवा सुमतीला चिकटल्या होत्या. त्यांचे ते आठ डोळे सतत आग ओकत. अनंतराव रात्र रात्रभर उपदेश करत. उरलेली सुमती संपून जात असे आणि संपलेली सुमती कामाचा रगाडा उपसत असे. तशात सणवार, व्रते, हळदी-कुंकू सर्व क्रमाने येत असे.

कधी नीटनेटके कपडे घालून हळदी-कुंकवाला जायला निघावे तर आक्का म्हणायची,

''मी पण अश्शीच सजायची हो गौरीसारखी! फुटलं गं माझं नशीब!''

ते ऐकून माई डोळे पुसायच्या. ताईचे डोळे उग्र व्हायचे. कारण तिने इतकेही अनुभवलेले नसायचे, यानंतर तिचे लग्न कधी होणारही नव्हते.

अनंता जेवून शाळेत गेला की, माई, आक्का, ताई जेवायला यायच्या आणि अन्नावरची त्यांची वासना बघून सुमती थक्क व्हायची. जेवणासाठीच त्या जगत होत्या. जेवण भरपूर. तृप्तीने भरल्या पोटांवर माई म्हणायच्या,

''आक्के, तुझ्या हातची डाळमेथी कर गो! या डाळमेथीला चवच नाही. पचपचीत! आळवाच्या फदफद्यासारखी!''

ते ऐकून ताईने खुशीने जेवलेल्या ताटातच हात धुवायची आणि चूळ तोंडात खुळखुळत मागच्या नीरफणसावर टाकायची.

सकाळच्या नाश्त्याचे पोहे जिरवून त्यावर गावगजालींची थप्पी रचून घरी येणाऱ्या अण्णांना वेळकाळाचे बंधन नसे. अण्णा जेवल्याशिवाय सुमती कशी जेवणार? म्हणून तिच्या पोटात अन्न पडायला दुपारचे तीन वाजून जात असत. तोवर या तिघी जणी चहासाठी पाट मांडून बसलेल्या असत.

''खरकट्यात चहा प्यायचे दिवस आले.'' चहा भुरकून पीत ताई म्हणे.

''माझी आक्की स्वयंपाकघरात असताना सगळं कसं वेळेवर आटोपायची. जमीन तरी अशी चकचकीत की तोंड दिसायचं.''

माई रिकामा कप बशीत ठेवायच्या.

"आमच्या खानापुरात."

आक्का कधी काळी गेलेल्या खानापुरातले पुराण लावायच्या.

"सूनबाई चहा."

अण्णा वल्तैरांत कलंडून ओरडायचे.

हा सारा जेवणा-चहाचा बोताळ आटोपून होईस्तोवर अनंतराव शाळेतून घरी येत.

"बघून घे रे तुझी गृहलक्ष्मी, बघ काय ध्यान शोधून आणलंय."

कुणीतरी आल्या आल्या संधान फेकायचे.

सुमती साडी गुडघ्यापर्यंत खोचून केळीखाली भांडी घासत असायची.

"काय गं हा तुझा अवतार? जरा नीटनेटकी राहा?"

अनंतराव उपदेश करून वाचनालयात सटकायचे.

आज राष्ट्रपती पुरस्कार मिळालेल्या अनंतरावांसह त्या गावी निघणाऱ्या सुमतीला सारे आठवत होते. गाडी थांबत थांबत पुढे सरकत होती. मनातल्या कडवट आठवणीसारखीच!

...त्या चौघींनी सुमतीचे रक्त शोषून घेतले होते. स्वतःच्या दोन मुली माहेरी रुतून बसल्या असताना, सुमतीला नवऱ्याचे सुख मिळत होते. शरीरसुख!

असा शब्द माई वारंवार उच्चारायच्या. त्या शब्दाची आणि त्या दुबळ्या शरीरसुखाचीही सुमतीला किळस आली होती. रात्रभर नवऱ्याच्या सहवासात राहणारी सुमती सकाळच्या वेळी खोलीबाहेर येई तेव्हा त्या तिघींच्या नजरेतून अंगार पडत असे. आतमधल्या खोलीमधले रात्रभरचे कोंदट शरीरसुख... आणि त्यानंतर सकाळी उठून ते विकृत डोळे... या सर्वांमधून सुमती जात होती.

आपण जगतोय तरी कशा?

का?

कुणासाठी?

काम करताना असे प्रश्न मनात मोहोळ उठवत असत. पण त्या प्रश्नांच्या उत्तरासाठी सुमतीला फार थांबावे लागले नाही. शरावती व अरुंधती या दोघींचे जन्म पाठोपाठ झाले आणि सुमतीला एक विसावा मिळाला. सारे घर पोरके होते; पण या दोघी तरी तिच्या होत्या. फक्त तिच्या! त्यांना ती त्या घराचे वारे लागू देणार नव्हती. खूप शिकवणार होती. थकलेल्या सुमतीने दीर्घ श्वास घेतला आणि मुलींच्या संगोपनासाठी ती मनापासून झटू लागली, रमू लागली. पण...

पण फक्त प्रेमावर मुले वाढत नाहीत. त्यांना चांगले खाऊपिऊ घालावे लागते. दूध, फळे, टॉनिक यांना पैसे लागतात. चांगल्या कपड्यासाठी खर्च करावा

लागतो.

पण पैसा? पैसा कुठे होता?

आजवर लक्षात नव्हते. गरज वाटली नव्हती.

घरचा सारा पैसा, अनंतरावांचा सर्व पगार ताईच्या हाती जात होता. सुमतीचा एक पैवरही अधिकार नव्हता. अनंतराव कष्ट करत होते. घरची तिजोरी भरत होते. स्वत:च्या मुलींसाठी काही खर्च आला तर ताईकडे हात पसरत होते. सुमतीचा संताप वाढत होता.

"अहो, महिन्याकाठी निदान शंभर रुपये तरी स्वत:साठी ठेवा, मुलं लहान आहेत. खर्च आहे."

"ताईकडे माग. मला त्रास देऊ नकोस."

"ताईकडे?"

मुलांना ग्राइप वॉटर, व्हिटॅमिन, दूध, फळे द्यायची हे ताईच्या हिशेबातच येत नव्हते.

"आम्ही नाही वाढलो पेज-पाण्यावर? नाचणीच्या सत्त्वावर?"

शेवटी धाडस करून अनंतरावांनी एका महिन्यात शंभर रुपयांची नोट सुमतीला दिली.

पगारात एक नोट कमी? ताईने आकांडतांडव केले.

"चार माणसं तुम्ही! या पगारात भागवायचं म्हणजे?" अनंतरावांचा पगार हा त्या चौघांचा घरात राहण्याचा खर्च म्हणून घेतला जात होता? आणि बाकीचे चौघे मात्र वंशपरंपरेने आलेल्या उत्पन्नावर आराम करत होते. सुमती पेटून उठली.

पण...

मुलांना दरमहा दिलेल्या शंभर रुपयांपायी अनंतराव मुकाट्याने शिकवण्या करू लागले होते.

असा कसा हा आपला नवरा?

आता यानंतर या दोन मुलींना कसं वाढवायचं?

शिक्षण कसं करायचं?

...त्या दिवशी दोघी मुली सहलीला जाणार होत्या. सुमतीने पहाटे उठून शिरा, पुरी, भाजी हौसेने करून ठेवली. पण ऐनवेळी आक्का स्वयंपाकघरात आल्या. त्यांनी भांड्यातले सर्व आधीच काढून जेवणाच्या टेबलावर नेऊन ठेवले. अगदी थोडे भांड्याच्या तळाशी उरले होते. त्यामधून मग मुलींचे डबे भरले गेले. कधी मुलांना खायचे करावे तर, आधीच आक्का, ताई डबे भरून खोलीत नेऊन ठेवत. सुमतीला दुखवण्यासाठी त्या दोघी नेहमी संधीच शोधायच्या. पण सुमतीने कधी वाद घातला नाही. कारण त्या वादावर अनंतरावांचा थंडपणा पाणी ओतणार होता.

थंडगार पाणी! आणि त्यानंतर उसळणाऱ्या आगडोंबाची सुमतीला भीती वाटत होती. ती मुकाट सोसत होती. रवळनाथाला साकडे घालत होती आणि या वातावरणातच मुली वाढत होत्या. मोठी शरावती आता बारा वर्षांची झाली होती. घरात आईचा होणारा छळ. आक्का, ताईचा आईवर सूड घेणे. सर्व समजून न समजून घेणारे माई, अण्णा आणि चूपचाप सारे बघणारे अनंतराव!

मुलींना आता सर्व समजत होते. गरीब मुलांच्या फीसाठी धडपडणारे आपले बाबा स्वतःच्या मुलींसाठी काहीच कसे करू शकत नाहीत?

आई एकटीच राबणारी... आणि सारे आराम करणारे!

हा अधिकार त्यांना दिला कोणी?

पगार बाबांचा! त्यावर आत्याचा हक्क का?

आईचा का नाही?

आईने इतके घाबरून का असावे?

असे अनेक प्रश्न शरावती-अरुंधतीच्या मनात येत होते. आक्का-ताईचा राग येई. त्यापेक्षा बाबांचा आणि ते सारे मुकाट सोसणाऱ्या आईचाही!

''सारं रिपेर करण्यापलीकडचं!''

असे आई म्हणायची. पण ते शरावतीला कधीच पटत नव्हते.

अशाच एका सकाळी शरावतीला लवकर शाळेत जायचे होते. पण घरच्या प्रथेनुसार पहिली अंघोळ आक्काची. ती मोरीत घुसली की इतरांचा तासभर खोळंबा! पण त्या दिवशी शरावतीने आधी मोरी गाठली. आक्का दार अडवून उभी होती. तिला हाताने बाजूला सारून शरावतीने आवाज चढवला,

''आत्या, आजपासून मी, बाबा आणि अरू आधी अंघोळी आटोपणार, आम्ही सर्व आवरून घराबाहेर जाऊ. त्यानंतर तुझं आटोपायला लाग. आणि ताई-आत्या, आई बिचारी भरतापात काम करतेय. जरा मदत केलीस तर?''

शरावतीचा हा पवित्रा बघून त्या दोघी प्रथम गडबडल्या. पण लगेच आक्रस्ताळेपणा सुरू केला. अण्णा शतपावली घालू लागले. माईनी बलकाव गाठलं, अनंतराव गारठून गेले आणि सुमती धास्तावून!

त्यानंतरच अण्णांनी मृत्युपत्राद्वारे घर, भाट, कुळागर सर्व आक्का-ताईच्या नावे करून टाकले.

अनंता मिळवता आहे म्हणून...

असा खुलासा त्यात होता.

माई, अण्णा पाठोपाठ या जगातून निघून गेले. कमावत्या अनंताचा पगार ताईकडे जात होता. मृत्युपत्रानुसार त्या दोघी आता मालकिणी होत्या. अनंता आणि त्याची बायको, मुले पैसे देऊन त्या घरात राहणारे पेइंग गेस्ट होते. शिवाय कामाचा

गाडा ओढायला सुमती होती. इतके झाल्यानंतर अनंताला थोडी थोडी जाणीव होऊ लागली होती. पण आक्का-ताईकडे काही बोलण्याइतपत धीर नव्हता. सुमती पूर्ण कोरडी झाली होती. मुलींच्या काळजीने खंतावत होती. या दोन मुलींची शिक्षणे, लग्न सारे कसे पार पडणार होते? पण देवानेच सुमतीचे गाऱ्हाणे ऐकले.

अनंतरावांची बदली गोव्यामधल्या दूर गावी झाली.

शाळा मोठी होती. जवळच कॉलेज होते. राहण्यासाठी टुमदार घर मिळाले, तसे अनंतराव बिऱ्हाड घेऊन त्या गावी आले होते. सुमतीने प्रथमच मोकळा श्वास घेतला. नणंदांच्या विकृत नजरांचा पाठलाग संपला. जीव घेणारा कामाचा रगाडा... घरकामाचा गाडा, सारे असनोड्यालाच राहिले. दोन मुलींसह आपल्या आटोपशीर संसारात सुमती रमून गेली. अनंतरावांचा सारा पगार आता सुमतीच्या हाती येत होता. अनंतराव, मोठी शरावती शिकवण्या करत होती. फावल्या वेळी सुमती लोकांचे पापड, लोणची घालून देऊ लागली. शिवण करू लागली. या कष्टांनी थकायला होत नव्हते. उलट मनाला वेगळी उभारी आली होती. मुलींच्या अंगावर मोजकेच जिन्नस चढले होते. शिकवण्यात दोघी हुशार होत्या. याच वेळी हा राष्ट्रपती पुरस्कार अनंतरावांना मिळाला होता. सुमतीचे मन तृप्तीने, समाधानाने भरून गेले होते. ज्या गावी ती आता निघाली होती त्या गावात तिने काटे वेचले होते; पण जादूची कांडी फिरवावी तशी त्या काट्यांची फुले झाली होती. आजवर सोसलेले सारे कष्ट, मनस्तापाची बकूळ फुले झाली होती. तरी आज असनोड्याला जाताना मनात त्या आठवणी उचमळत होत्याच.

'झालं गेलं गंगेला मिळालं' ती मनात म्हणत होती.

रवळनाथाच्या मंदिरासमोरून बस गेली. रवळनाथाला मनोमन हात जोडून सुमती बसमधून उतरली. अनंतरावही उत्साहाने उतरले.

'आज माई, अण्णा हवे होते.'

या विचाराने उगीचच हळवे झाल्यासारखे त्यांना वाटले. 'माई, अण्णा नाहीत. पण घरी आक्का, ताई आहेत. किती आनंद वाटेल.'

घरी कधी पोहोचू असे अनंतरावांना झाले. तिन्हीसांजेची वेळ होती. माणसे दुकानांच्या फळ्यांवर, रवळनाथाच्या पारावर, ग्रामपंचायतीच्या कट्ट्यावर बसली होती.

''अनंता रे? वाचलां हा पेपरांत, झकांस झाला.''

कुणीतरी हटकले, अनंतरावांना बरे वाटले.

''काय रे अनंता? राष्ट्रपती पदक म्हंजी? नुसते मेडल का कैशपण देणार? विचारुक जाय तूं?'' तिळण्यांच्या बाबूने विचारले.

''किते रे अनंता? बातमी फुटून कितले दिस जाले, आनी तू आज येता? अरे,

देवा बामणाची तरी भीती दवरात रे, आणि बाबड्यो आक्का, ताई? त्येंका आत्ता मेळपाक आयलो? कितें रे... पाप्यान... रीत सोडू नाका रे...''

गावाला आनंद झालाय की असूया बोलतेय? अनंतरावांना समजेना. कसनुसे हसत ते घराकडे निघाले.

ओसरीवरच्या वल्तैरांत आक्का कलंडली होती. ताई बलकावावर बसली होती. कामवाल्या दोघी पोरी पायरीशी उभ्या होत्या. त्या दोघांना येताना बघून ताई लगबगीने उठून आत गेली.

''आयलो गे.''

आक्का म्हणाली. तशी आत गेलेली ताई परत बाहेर आली. हातवारे करत म्हणाली,

''आत्ता आलांस? सगळे सत्कार होऊन झाल्यावर? अरे, गाव हसतेय, प्रथेनुसार आधी रवळनाथाला यायचं पाया पडायला! आमचं काय? आम्ही गेल्यातच जमा! माई-अण्णा गेले आणि आम्ही अशा पोरक्या. ना आई ना बाप ना सासर. भाऊ हा असा! आणि काय गे? तू तरी सांगू नयेस, याला रीतभात? की आभाळाला हात पोहोचले?''

आक्का रडत होती. ताई भांडत होती. अनंतराव समजूत घालत होते. सुमती मुकाट्याने स्वयंपाकघरात गेली. स्वयंपाकघराचे पोतेरे झाले होते. सुमतीने मग कढीभात रांधला. मुकाट जेवणे झाली. राष्ट्रपती पुरस्काराचे स्वागत असे भांडणाने झाले होते. अनंतराव केविलवाणे झाले होते.

''आम्ही दोघी येणार पुढच्या शनिवारच्या सत्काराला.''

त्या दोघींनी अचानक वेगळा पवित्रा घेतला. आजवर अनेकदा बोलावून पण त्या कानोळीला कधी आल्या नव्हत्या. आता नाही कसे म्हणायचे? पण सुमती पूर्ण जाणून होती की, हे येणे निर्भेळ नव्हते.

बदलीच्या गावी गेल्यापासून सुमती सुधारली होती. चेहऱ्यावर तृप्ती स्पष्ट जाणवत होती. तिला बघून त्या दोघींच्या मनात अंगार पेटला होता. घर, भाट, कुळागर सारे हिकमतीने त्या दोघींनी अण्णांकडून उपटले होते; पण तरी ते समाधान आता संपले होते. त्या दोघी या अंधाऱ्या घरातच जगत होत्या आणि यांपैकी काहीच न मिळूनही सुमती सुखात होती. ते सुख तिच्या वागण्यातून जाणवत होते. ती लोकांत मिसळत होती. नवऱ्याच्या सत्कारात सामील होणार होती. अनंताच्या यशाचे सारे श्रेय तिला मिळणार होते. ती सुमती! जिच्यावर या दोघांनी सत्ता गाजवली होती. तिची मोलकरीण करून टाकली होती. तिला संपवायचा प्रयत्न केला होता.

आज तीच सुमती—

स्वत:च्या कष्टांवर घर फुलवणारी सुमती— तिला पाहून आक्का, ताईचा मस्तकशूळ उठला होता. हटवादीपणे अनंताने बोलावण्यापूर्वीच घरी जाणार होत्या. सुमतीला हे सर्व समजत होते. पुन्हा एक आक्रमक वादळ तिच्या दिशेने येत होते. त्याला थोपवणे आता तिच्या हातांत नव्हतेच.

आक्का, ताई कानोळीला येणार म्हणून अनंतरावांना खूपच आनंद झाला होता. त्या दोघींना अनंतरावांखेरीज होतेच कोण? त्यांना घेऊन जाणे, अनंतरावांचे कर्तव्यच होते. नव्हे परमकर्तव्य होते. या कर्तव्यभावनेने अनंतरावांना पछाडले. आणि मग त्यांच्या उत्साहाला एकदम उधाणच आले. टॅक्सी भल्या सकाळी दारासमोर उभी राहिली,

"अनंता रे? आक्का, ताईक वरता रे! बरे करता बाबा! अरे तेंका वरुकच होय. तूच मरे एक एकूटको भाव? आशीर्वाद मिळतलो आवय बापाचो."

"कानोळीकच किते? दिल्लीकच वर दोघाक्!"

निरोप देता देता गाव एक एक ठिणग्या सोडत होते. सुमती धास्तावली होती. उत्साहाच्या भरात होणाऱ्या खर्चाचे अनंतरावांना आता भान उरणार नव्हते आणि त्या दोघी तर वसुलीलाच बाहेर पडल्या होत्या. थोरली शरावती नोकरी करत शिक्षण पूर्ण करत होती. अरुंधती शिकवण्या करत होती. अनंतराव, सुमती कष्ट करत होते. त्या घराला वरती आणण्यासाठी घरामधले आठही हात राबत होते. तेव्हा मुलीच्या अंगावर मोजके नग घालता आले होते. रिकाम्या घरात टी.व्ही., सोफा, कॉट्स, गॅस साऱ्या सुविधा आल्या होत्या. अनंताचा भरगच्च संसार बघून त्या दोघी थक्क झाल्या होत्या. मनातून संताप होता. वरकरणी हसू होतं.

शनिवारी संध्याकाळी शिक्षक संघटनेतर्फे अनंतरावांचा सत्कार होता. दोघी मुली सकाळीच आल्या. घरात आलेल्या आक्का, ताईंना बघून त्यांना आश्चर्यच वाटले. असनोड्याच्या बालपणीची आठवण त्या दोघींनी दिलेले दु:ख, सारे मनात ताजे होतेच! विसरणे शक्यच नव्हते. तरी त्या दोघी आनंदाने घरात वावरत होत्या. आजचा दिवस आनंदाचा होता. हा दिवस बाबांच्या सत्काराचा होता. खरा, पण आईच्या विजयाचाही होता आणि खरा सन्मान तिच्या कष्टांचाच होता. शरावती, अरुंधतीला खूप आनंद झाला होता. बरे झाले, आक्का, ताईंना पण समजून येणार होते. त्यांनी आईला संपवण्याचा प्रयत्न केला होता. पण त्या पराभूत ठरल्या होत्या. शरावती आता मोठी झाली होती. बाबांचा भोळा स्वभाव ती जाणून होती आणि आईची सहनशक्तीही. तसेच आक्का, ताईच्या विकृतीचे कारणही आता तिला समजत होते. आता त्या दोघी आल्या होत्या. किती झाले तरी बाबांच्या बहिणी होत्या. दोन दिवसांच्या पाहुण्या होत्या आणि स्त्रिया होत्या. स्त्रीने स्त्रीला

समजून घ्यायला हवे होते. म्हणून शरावती त्या दोघींशी प्रेमानेच वागत होती.

सत्कार समारंभाच्या हॉलमध्ये सारा गाव जमा झाला होता. सारे शिक्षक, विद्यार्थी, गावचे प्रतिष्ठित लोक, सारा हॉल गच्च भरून गेला होता. अनंतरावांना व्यासपीठावर बोलावण्यात आले, तेव्हा सारा हॉल टाळ्यांच्या आवाजाने गर्जून गेला. अनंतरावांच्या पाठोपाठ सुमतीचे नाव जाहीर करून तिला व्यासपीठावर येण्याची विनंती केली गेली; पण अचानक अनंतरावांनी माइक हातात घेतला व ते म्हणाले,

''माझ्या यशात माझी पत्नी भागीदार आहे हे खरं. तो पत्नीधर्मच आहे; पण त्यापेक्षा माझ्या यशाचं खरं श्रेय आहे माझ्या दोन वडील बहिणींना. व्यासपीठावर त्या दोघींनी यावं अशी मी त्यांना विनंती करतो आहे.''

हे शब्द ऐकताच जाण्यासाठी उभी राहिलेली सुमती खाली बसली आणि आक्का, ताई दिमाखात व्यासपीठावरच्या खुर्चीत विराजमान झाल्या. हॉलमध्ये भाषणे सुरू होती. हारतुरे दिले जात होते. टाळ्या वाजत होत्या. नव्या कोऱ्या साड्या नेसून आक्का, ताई विजयाने हसत होत्या. झाल्या अपमानाने सुमतीचे डोळे भरून येत होते. शरावती, अरुंधती सुन्न झाल्या होत्या. ऐनवेळी बाबाच फिरले होते. आई बिचारी पोरकी झाली होती.

समारंभ संपवून सारे घरी परतले. या तिघी गप्प होत्या आणि त्या दोघी हसत होत्या. उन्मादाने! आयुष्यात प्रथमच सन्मान पाहिला होता. त्या सुंदर सुंदर भाषणाखाली त्यांचे हिडीस वर्तन झाकून गेले होते. अनंतरावांना मात्र आपले काहीतरी चुकतेय असे आता जाणवत होते. चोरटे वाटत होते.

''अनंता, आज तुझ्यामुळे इतका सन्मान मिळाला बरं, आता दिल्लीला घेऊन जा, हरिद्वार, ऋषिकेश फिरवून आण. म्हणजे मरायला मोकळ्या.''

''हो, ना. चला ना! आपण जाऊ.'' अनंतराव होकार भरत होते. ते सारे ऐकणारी शरावती तीरासारखी बाहेरच्या खोलीत आली. त्या तिघांच्या मधे उभी राहून मोठ्याने म्हणाली,

''कोण जातंय दिल्लीला? तुम्ही दोघी? का? आई नाही जाणार? तिचा हक्क आहे तिथवर जाण्याचा, तुमचा नाही.''

''आमचा हक्क नाही? बघ रे अनंता.''

''होय आक्का. बाबांना मधे आणू नका, दिल्लीला सर्व माणसांचा प्रवासखर्च करण्याइतकी आमची परिस्थिती नाहीये. आज जे घर तुम्ही बघता आहात ते सर्व आमच्या कष्टातून उभं झालंय. तुम्ही काय केलंत बाबांसाठी? दोन वेळेचं अन्न! ते तर त्यांच्या वडलांचं होतं. आम्हाला त्या घरात जेवण मिळालं, ते बाबांच्या पगारातून. आपण पोरक्या, अनाथ असा कांगावा करून सारं घरदार, शेतीवाडी

नावावर चढवून घेतलीत. आक्का, तुम्ही खानापूरला परत जायचं होतं? आणि ताई, तुम्ही तर सारी चालून आलेली स्थळं नाकारत गेला. कारण माहेरचा आधार होता.''

सुमती दरवाजाच्या आत उभी होती. रडत होती. तिला हाताला धरून बाहेरच्या खोलीत आणत शरावती म्हणाली,

''आक्का, ही माझी आई, नशिबानेच वाचली तुमच्या सासुरवासातून. रक्त शोषलंत तिचं, या परक्या गावात येऊन या घराचं नंदनवन करणारी माझी आई! का म्हणून तिचा दुस्वास करताय?

बाबांबरोबर दिल्लीला आईच जाणार. दुसरं कुणीच नाही. आणि ताई, मी टॅक्सी सांगितलीय उद्या सकाळी! समारंभ संपला. मिरवूनही झालं. आता उद्या सकाळी असनोड्याला जायचं. हे घर आमचं आहे. फक्त आमचं.''

शरावतीचा चढा आवाज, लालबुंद चेहरा बघून अनंतराव, आक्का, ताई खुर्च्यांवर निश्चल बसले होते. आईला जवळ घेऊन तिचे डोळे पुसून, आईच्या मायेने शरावती म्हणाली,

''फार गरिबासारखी वागलीस तू. या दोघींना यापूर्वीच त्यांची जागा दाखवून द्यायला हवी होतीस. आई, तुझं चुकलंच!''

◆

आसावरी

काचेच्या तावदानातून फटफटीत प्रकाश डोळ्यांवर पडला तशी आसावरीची झोप उडाली. समोरच्या शोकेसवरच्या घड्याळाकडे नजर गेली, साडेसात झाले होते. आज कमालीचा उशीर झाला होता. तिला झोप लागलेली पाहून न उठवता रजनीकांत फिरायला निघून गेले असावेत. आसावरी सावकाश उठली, खिडक्यांचे दरवाजे उघडून टाकले. बोटीच्या डेकसारखी अर्धगोलाकृती बांधणीची खोली, त्याला तीनही बाजूंनी लावलेले काचेचे उंच दरवाजे, त्या दरवाजांना वरपासून जमिनीपर्यंत रुळणारे पांढऱ्या लेसचे पडदे, भिंतीलगतचा प्रशस्त बेड आणि बेडलगतचा अरुंद साइड बोर्ड... इतकेच...

बेडरूमच्या तिन्ही बाजूंना समुद्र पसरला होता. भरतीच्या वेळी रात्री समुद्राच्या लाटा भिंतींना आदळून, फेसाळून मागे परतत. अशा भरतीच्या अनेक वेळा या खोलीतून आसावरी व रजनीकांतांनी पाहिल्या होत्या. अशा वेळी साऱ्या खिडक्या उघडल्या जात. खोलीतले सारे दिवे मालवले जात. एकमेकांचे सान्निध्य अनुभवत, ते दोघे स्तब्ध उभे असत. एकमेकांच्या सोबतीला, सहवासाचा आनंद घेत असत. प्रणयात रंगून जावे असे वय आता उरले नव्हते. ज्या वयात हे सारे मिळाले असते, तर स्वर्गसुख भोगता आले असते. ते वय कधीचेच हरवून गेले होते. त्या वयात प्रचंड भोगवटा वाटणीला आला होता. एक जीवघेणी घुसमट...

एक प्रचंड, आक्रमक वादळ... ते सारे पार करून या सरत्या वयात रजनीकांत आणि आसावरी यांची भेट झाली होती. त्या भेटीनंतर दोघांनी निश्चयाने ती जीवघेणी वावटळ

आसावरी । १४५

पार केली होती. त्या घुसमटीतून सुटका झाली होती आणि त्यानंतर गेली चार वर्षे गोव्यामधल्या निसर्गरम्य अशा समुद्रकिनाऱ्यालगतच्या खेड्यात ते दोघे सुखाने जगत होते. एकमेकांना सुख देण्याची जणू चढाओढच लागली होती. एक क्षण, एक संधीही वाया दवडली जात नव्हती. आधीच त्या दोघांची भेट किती उशिरा झाली होती? रजनीकांतांचे वय आता अठ्ठावन्न होते आणि आसावरीने पन्नाशी ओलांडली होती. गेल्या सहा वर्षांपासूनच परिचय झाला होता.

त्यापूर्वी परिचय होणे शक्यही नव्हते, कसा होणार? रजनीकांत एका इंग्लिश कंपनीत मरिन इंजिनीअर म्हणून नोकरी करत होते, कंपनी पाठवेल तिथे बोटीवरून फिरत होते. सतत परदेशात... किंवा बोटीवरच त्यांचा वावर असे. मूळचे गोव्याचे रजनीकांत, इंग्लिश जीवनाला पार सरावले होते. पन्नाशी उलटत आली होती. बोटीवरून किनारा किनाऱ्याने फिरताना कामवासनेचे जे ओंगळ, विद्रूप दर्शन घडत होते त्याने मनाला घृणा उत्पन्न झाली होती. त्या ओरबाडून घेणाऱ्या नग्न हिंस्त्र प्रवृत्तींनी जीवनाचे सौंदर्यच संपवले होते. नजरेआड करता येणार नाही अशा रितीने पुन:पुन्हा तेच तेच सामोरे आले होते. रजनीकांतांचे कविमन पार संकोचून गेले होते.

रजनीकांतना त्या जीवनाचा उबग आला होता. शांतपणे जीवन जगण्याची इच्छा होती. गोव्यात समुद्रकिनाऱ्यालगतच त्यांचे वडिलोपार्जित भाट होते. तिथल्या नारळी, पोफळी, काजूचे डोंगर खुणावत होते. केव्हाचे. रजनीकांतांना या अंतिम टप्प्यावरच एक सोबत हवी होती. सुखद सोबत! त्या सोबतीत पूर्ण हरवून शेवट गाठायचा होता. सारे जीवन एकाकी घालवले होते. पण अलीकडे

मात्र मनाला एक सहवासाची ओढ लागली होती.

अशा वेळीच...

अशा वेळीच, एका मित्राच्या घरच्या पार्टीत त्यांना आसावरी भेटली होती. एकटी नव्हे, तर या पार्टीत दारूने झिंगलेल्या तिच्या नवऱ्यासोबत...

आसावरी! नव्हे डॉ. आसावरी!

आणि तिचा सुविद्य डॉक्टर पती रमाकांत. त्या जोडप्याला बघताक्षणीच रजनीकांतांनी जे ओळखायचे ते ओळखले होते. उच्च मध्यमवर्गीय असे ते डॉक्टर जोडपे होते. दोघांचीही प्रॅक्टिस भरपूर चालत असणार होती. एखादा बंगला, एखादा हिलस्टेशनवरचा बंगला, परदेश प्रवास, गाडी, नोकरचाकर, रुबाबदार हॉस्पिटल्स, धनाढ्य पेशंट्स... कदाचित प्रेमविवाह! त्या दोघांकडे बघताना प्रथमदर्शनी जे जे अंदाज बांधले होते ते सारे खरेच होते.

रमाकांत! खऱ्या अर्थाने आसावरीचा कांत होता.

पण आसावरी...

तिच्या मागची डॉक्टरची पदवी काढली तर...

खरोखरच आसावरी होती!

भल्या पहाटे छेडली जाणारी... करुण आर्त आसावरी. त्या आसावरीचे सारे व्याकूळ, कोमल भाव, तिच्या डोळ्यांत सांडलेले असत. एक प्रकारची धास्ती, चालण्या-बोलण्यातून जाणवत असे.

'ही इतकी सुविद्य, रूपसंपन्न स्त्री, इतकी करुण का वाटतेय?

तिच्या डोळ्यांत अशी आर्तता का?'

त्या पार्टीमधल्या भेटीने फक्त परिचयच झाला होता. पण परिचयाची आठवण मात्र रजनीकांताची पाठ सोडत नव्हती. ज्या मित्राच्या घरी पार्टी होती त्या मित्राकडून तिचा पत्ता मिळवणे सहज शक्य होते. तसा तो मिळवला. घरी जावं की तिच्या हॉस्पिटलवर? तिला कुठे भेटले, तर ती निवांतपणे भेटेल?

हा विचार करताना रजनीकांतांना स्वत:चेच आश्चर्य वाटत होते. आजवर कमी का स्त्रिया भेटल्या होत्या? गलेलठ्ठ पगाराचा, इंग्लिश बोटीवर काम करणारा. अविवाहित असा इंजिनीअर...

त्याला गटवण्यासाठी थोडे का प्रयत्न झाले होते? पण जे मागे लागून येते, ते रजनीकांतना नको होते. त्यांना एक वेगळीच ओढ होती. कशाची? ते त्यांनाही समजत नव्हते; पण आसावरीला पाहताक्षणीच ती आसावरीची ओढ ठरली होती.

याच सहवासाची ती ओढ होती हे मनोमन पटले होते.

"ओळखलं?"

तिच्या दवाखान्यात प्रवेश करत त्यांनी विचारले होते.

"हो! पण मी आहे, स्त्रीरोगतज्ज्ञ. काही मदत हवीये?"

"घरी कुणी आजारी आहे?"

अशा परिचयातूनच मग भेटी वाढल्या. प्रत्येक भेटीतून आसावरी उलगडत होती. प्रचंड सहनशक्तीने संसार पेलत होती.

डॉ. रमाकांतच्या पाशवी वृत्तींना तोंड देत संसार चालवणे म्हणजे मूर्तिमंत मरणयातना होत्या. आसावरीने ते सारे सोसणे, रजनीकांतना आश्चर्य वाटत होते. ही स्त्री!

सुशिक्षित, स्वावलंबी! पैशांसाठी, आधारासाठी तिला रमाकांतची अजिबात गरज नव्हती. मग तो पाशवी अत्याचार तिने का पत्करला होता? न राहावून त्यांनी आसावरीला विचारले.

"नाही हो, रमाकांतचं वर्तन मात्र असह्य आहे हे खरं पण मी त्याला सोडू शकत नाही. त्याचं कारण विचारू नका."

त्यावर रजनीकांत निरुत्तर झाले होते.

आसावरी अप्राप्य होती. दुसऱ्या कुणाची तरी पत्नी होती. तिला त्यांच्या मदतीची

गरजही नव्हती. या मैत्रीतून काहीच निष्पन्न होणार नव्हते. कदाचित दुःखच!

या विचाराने मग रजनीकांतच थोडे दूर झाले होते. मुंबईत असूनही तिची भेट घेणे टाळत होते. पण मनातून आसावरी हालत नव्हती. आसावरी रागात गायिलेल्या अनेक गायकांच्या गाण्यांच्या कॅसेट्स त्यांनी गोळा केल्या होत्या. त्या ऐकताना आसावरीची आठवण दाट होत असे. या आसावरीने त्यांच्या मनावर एक उदास सावट पाडले होते. त्यानंतर नोकरी सोडून दिली होती. गोव्यामधल्या भाटांमधले हे जुने घर मग नवीन करण्यात त्यांनी मन गुंतवले होते. समुद्रकिनाऱ्यालगतचे ते खेडेगाव, तिथले नारळी-पोफळीचे भाट, काजूचे डोंगर आणि समोर पसरलेला, निर्मनुष्य असा समुद्रकिनारा! तिथले रजनीकांतांचे घर म्हणजे एक देखणे शिल्प होते. स्वतःच्या कल्पनेने त्यांनी ते सजवले होते. कधीतरी कुणीतरी येणार होते खास!

आणि खरेच एका पहाटे आसावरी आली. त्यांचा पत्ता मिळवून, टॅक्सीने गोव्यातल्या त्यांच्या घरी ती पोहोचली, ती वेळ ओल्या पहाटेची होती. अगदी गीतांत असावी तशीच आर्त, करुण आसावरी एका ओढीने आत शिरली आणि रजनीकांतच्या मिठीत बद्ध झाली होती.

"मी आले आहे रजनी परत जाणार नाही, मला आधार हवा आहे."

तिचे अनावरपणे वाहणारे अश्रू पुसत रजनीकांतनी तिला शांत केले. कोणतेच प्रश्न विचारले नाहीत. त्यांना आसावरी हवी होती. तिच्या भूतकाळाशी त्यांना काहीच कर्तव्य नव्हते म्हणूनच त्यांनी भूतकाळापासून तिची कायद्याने सुटका केली होती. तिच्याशी विवाहबद्ध झाले होते. आसावरी उगवत्या पहाटेला रंग भरते, पण या आसावरीने जीवनाच्या संध्याकाळी, रजनीकांतच्या जीवनात वेगळा रंग भरला होता. विलक्षण, शांत तृप्त मनाने ते दोघे या निर्जन जागी जगत होते. आठवड्यातून दोन वेळा आसावरी खेड्यामधल्या स्त्रियांसाठी उघडलेल्या छोट्या दवाखान्यात काम करत असे. एरवी ते दोघे एकमेकांत पूर्ण बुडून गेलेले असत. या संसाराला एक प्रौढ समज होती. एक जाणीव होती.

आतासुद्धा आसावरी खिडकीच्या काचेतून समुद्राकडे पाहत असताना, तिला साऱ्या आठवणी जागवून गेल्या. या गेल्या दोन वर्षांत तिने एक सुखरूपता अनुभवली होती. आपण कुठेतरी सुरक्षित आहोत, या भावनेवरच तर माणसांची उभारी असते, जर असुरक्षिततेची जाणीव सतत कुरतडायला लागली, तर माणूस मग मनोरुग्ण बनतो, हे डॉक्टर म्हणून आसावरी चांगले जाणून होती. म्हणूनच ज्या क्षणी त्या असुरक्षिततेच्या भावनेने आसावरीला घेरले त्या क्षणी सावधपणे तिने रमाकांतचे घर सोडले होते. रजनीकांतच्या घरी ती आली होती. तिने अचूक घर शोधले होते. या घरातच तिला सुखरूप वाटले होते.

गेल्या दोन वर्षांनी तिला मानसिक स्थैर्य दिले होते. एक शांती, समाधान!

रजनीकांत परोपरीने तिला रिझवत होता. जपत होता. फुलवत होता. फुलत होता. भूतकाळ ती विसरत होती. खरेतर पूर्वी झालेला तिचा आणि रमाकांतचा तो प्रेमविवाह होता. आसावरी आणि रमाकांत मेडिकल कॉलेजची रती-मदनाची जोडी होती. कौतुकाचा विषय होता आणि त्यानंतरच्या दारुण अनुभवानंतर... केलेला हा दुसरा विवाह म्हणजे, एक तडजोड होती. खरेतर... पण इथेच ती खऱ्या अर्थाने स्वस्थचित्त बनली होती. आसावरी, रजनीकांतच्या विवाहानंतर तिकडे डॉक्टर रमाकांतने पण त्याच्याबरोबर काम करणाऱ्या परिचारिकेशी विवाह केला होता. ते ऐकताच रजनीकांतनी विचारले होते,

"वाईट वाटलं आसावरी?"

"छे हो, मला कल्पना होती. उलट आणखीन एका स्त्रीचं जीवन वाया गेलं याचं वाईट वाटलं." या प्रकरणाची कल्पना आली आणि माझी सहनशक्तीच संपली. तो दारू प्यायचा. पाशवी वागायचा, माझे नको नको ते हाल करायचा. कुठे कसा वागून जाईल, अंदाजच यायचा नाही. कुठे काय बोलेल, भरवसाच नसायचा, रोग्याला कोणते घातक उपचार करेल, याचं भय वाटायचं."

आसावरी बोलता बोलता थांबली.

"पण असं वागण्याला काही कारण? असेलच ना?"

"आहे ना! ही संपूर्ण मनोरुग्णाची लक्षणं! काही माणसं पाहा, कशी अल्पसंतुष्ट असतात. जे जे मिळतं, तेवढ्यात ती संतुष्ट असतात. हा एक मनुष्यस्वभाव तशीच काही माणसं! त्यांना सर्व मिळालेलं असतं. क्वचित योग्यतेपेक्षा जास्तीच पण तरीही ती माणसं प्रचंड दुःखी असतात."

"कारण?"

"कारण जगातले सर्व दुःख आपल्याच वाट्याला आलंय, अशी त्यांची ठाम समजूत असते. सतत दुःखी, उदास, एकटे असल्याच्या भासातच ती जगत असतात. मनोरुग्णच आणि या दुबळ्या अवस्थेत जर व्यसनात गुरफटली, तर ती माणसं मग त्यामधून बाहेर निघू शकत नाहीत. अल्कोहोलिक बनतात. त्यांचेही प्रकार आहेत."

"अगं माझं सर्व आयुष्य बोटीवर गेलंय. या माणसांना मी चांगलं ओळखतो," रजनीकांत म्हणाले.

"अंहं. ती माणसं वेगळी. मौजेसाठी, वेळ जाण्यासाठी, चैनीसाठी, पिणारी माणसं वेगळी. तुम्ही पाहिलीत ती अशी माणसं बोटीवर आपण नोकरी करत आहोत याची जाणीव असणारी. पण मी जी माणसं पाहिलीत ती अशी उच्च मध्यमवर्गीय पार्टीत सामील होणारी माणसं. सारी तृप्ती असूनही वेगळी झिंग शोधणारी माणसं!

अशा वेळी कुणी मोजकंच बोलतील. कुणी अफाट बोलतील. कुणी एकदम गप्पच होतील. कुणी गातील. कुणी रडतील. कुणी अधिक तरल बनतील. पण

रमाकांत मात्र...''

आसावरीने वाक्य अर्धवट सोडले. रजनीकांतांनी प्रश्न विचारला नाही. आसावरीचा भूतकाळ त्यांना प्रश्न विचारून समजून घ्यायचा नव्हता... तर... ती सांगेल तसा आणि तेव्हाच... समजला, तर हवा होता.

आज कित्येक दिवसांनी, ती बोलत होती.

रमाकांतच्या विवाहाच्या वार्तेने खपली निघाली होती.

रजनीकांत शांतपणे बसले होते. तिला जवळ घेऊन सांत्वन करावे, असे वाटत नव्हते. आसावरी आपसूक छेडली जात होती.

''पार्टीत झिंगलेला रमाकांत घरी नेणं एक दिव्य होतं. घरी येताच त्याचा राग उफाळून यायचा. तो हिंस्र बनायचा. माझ्यावर हात टाकायचा. सिगरेटचे चटके साऱ्या अंगावर द्यायचा. हे माझे काळेभोर केस आवडतात तुम्हाला. त्या केसांना धरून साऱ्या खोलीच्या जमिनीवरून तो ओढत, फरफटत न्यायचा. त्याला माझा राग होता. कारण त्याचं एक रहस्य मी पोटात लपवून ठेवलं होतं. लग्नापूर्वी मला शंका होती. लग्नानंतर खात्रीच झाली होती. रमाकांतला वाटलं होतं की, हे समजताच मी त्याला सोडून निघून जाईन. कुणीही दुसरी स्त्री निघून गेली असती. पण मी गेले नाही. कारण मी आयुष्यात प्रथमच प्रेम केलं होतं. तो रमाकांत... कितीही दोष असले, तरी माझा होता. फक्त माझा. मी निर्धाराने संसार करत होते. पण माणूस पाहा कसा विक्षिप्त असतो?

माझा निर्धार हाच त्याने पराभव मानला. मी त्याच्यावर आरोप केला नव्हता. वाच्यता केली नव्हती. दृष्ट लागेल असा संसार सजवला होता. त्याची, माझी डॉक्टरी जपत होते. लोक म्हणत रती-मदनाची जोडी! तसातसा रमाकांत स्वत:ला पराभूत समजू लागला. एक स्त्री, त्याच्यासमोर सर्वांवर मात करून ताठपणाने आव्हान स्वीकारून उभी होती. तिची काही तक्रारच नव्हती. वागणं चोख होतं आणि ते सहन न होऊनच तो अल्कोहोलिक बनला. त्याला मूल हवं होतं. माझ्या दोषांमुळे ते होत नाही असं तो बिनदिक्कत सांगू लागला. मी एक स्त्रीरोगतज्ज्ञ! हसण्यापलीकडे काय करणार होते? तो असं बोलत होता, कारण तो दुबळा होता. पराभूत होता व तो माणूस मी स्वीकारला होता.''

आसावरीला थांबवत रजनीकांतनी विचारले, ''आसावरी, पण तू हे एकटी का सोसत होतीस? मित्रांना नसू दे, पण आई-वडील, भाऊ-बहीण कुणाला तरी तू हे सांगायला हवं होतंस. कसं सोसलं असशील?''

आसावरी खिन्न हासून म्हणाली,

''अहो, बोटीवरच गेलं तुमचं आयुष्य, त्यामुळे अनुभवलं नसेल. पण आजकाल स्त्रीला माहेर नाही! लौकिक अर्थाने ते घर असेल, त्याच जागी पण घरामधल्या

माणसांचे धागे मात्र कमालीचे सैल झालेले असतात. अशा पोकळ आधाराला जाण्यापेक्षा स्वत:चं घरच ठीक वाटतं. नवं घर शोधण्याचे मनाला संस्कार नसतात. तशात आमचे नाना! कोकणातल्या घरी जाऊन संन्यस्त झालेले, भाऊ कायम परदेश दौऱ्यावर, आता सांगा, जिचे वडील स्थितप्रज्ञ अन् पती असा दुबळा, तिने दु:ख कुठे मांडायचं? तर सोसणं हा एकच पर्याय उरतो ना? पण त्यालाही मर्यादा होतीच. तुम्हाला व मला पार्टीत त्याने प्रथम एकत्र पाहिलं आणि त्याने ओळखायचं ते ओळखलं.''

''काय?''

''मलाही आज आश्चर्य वाटतं तुमच्या पहिल्या भेटीत मला काहीच जाणवलं नाही. पण त्याने ओळखलं. त्यानंतर तो सतत म्हणत राहिला-

तो इंजिनीअर पागल झालाय तुझ्यावर, जात का नाहीस त्याच्याबरोबर? बोटीवरून सारं जग फिरवून आणेल.''

''आश्चर्य आहे.''

रजनीकांत अवाक् होऊन म्हणाले.

''खरंच आश्चर्य होतं. मी लक्ष देत नव्हते, त्या कुचकट बोलण्याकडे. पण त्यानंतर त्याचं वागणं पराकोटीचं हिंस्त्र झालं. आता तो घरी येताना वेत आणत असे, घरी येताना पावलांना जमीन सापडत नसली, तरी आल्याबरोबर तो गजलेची कॅसेट लावत असे. तीच गजल, जी पार्टीत आग्रहाने तुम्ही लावली होती, परबिंदर कौलची.''

कितनी मुद्दत बाद मिली हो
किन सोच में गुम
रहती हो...

''ओ गॉड!''

''मला पण आश्चर्य वाटलं होतं. त्याने ते सारं लक्षात ठेवलं याचं, पण आश्चर्य ओसरायच्या आत त्याने उगारलेला वेत, शरीरावर फुटला होता. एक-दोन आणि अनेकदा... त्याच रात्री त्याने हॉस्पिटलमधली ती परिचारिका घरी आणली होती. तिला घेऊन तो बेडरूममध्ये शिरला आणि मी घर सोडलं. तुमच्या मित्राकडून पत्ता मिळवला आणि इथे आले. रस्ताभर मी विचार करत होते, जे रमाकांतच्या पुरुषी नजरेला जाणवलं, ते मला कसं समजलं नाही?

त्या पार्टीनंतर तुम्ही अनेकदा आलात, आपणहून मैत्रीचा हात पुढे केलात; पण मी टाळलं; तसे अलिप्त झालात आणि मग माझी मीच अस्वस्थ झाले.

हे सारं चूपचाप सोसून, मी काय मिळवलं होतं? उलट रमाकांतचा अहंकार फुलवून, त्याच्यामधला हिंस्त्र पशू मात्र मी जागा केला होता. मी सोसण्याने, तक्रार न करण्याने त्याचा अहंकार जागा झाला. पराभूतपणाची भावना बळावली म्हणून तो सारा राग अशा रितीने व्यक्त होत होता. माझे अस्तित्व हेच त्याचं आव्हान होतं.

मी निघून आले. तुमच्याशी धीटपणे लग्न केलं. सुखात आहोत आपण! हा त्याचा पराभवच! त्यातूनच हे त्याचं दुसरं लग्न! पाहिलंत ना? प्रत्येक वृत्तपत्रांत ही बातमी जाड मथळ्याने आणि फोटोसह. जगाला समजायला हवा ना पराक्रम? आणि खास करून मला समजायला नको?''

रजनीकांतनी फोन खाली ठेवला. त्यानंतर अनेकदा रिंग वाजत होती. आसावरी उशीत मान खुपसून पडली होती. रजनीकांत कॉटवरच बसले होते.

''माझंच चुकलं ना? मी सत्य दडवून ठेवलं... उच्चार केला नाही. पण मी काय सांगणार होते? कुणाला?''

''हे सारं जगाला सांगून मी काय मिळवणार होते?''

तिला थोपटत रजनीकांत म्हणाले,

''विसरून जा, आसावरी

विसरून जा ते सारं.

तो दुबळा आहे. आपलं पुरुषत्व ओरडून सांगावं लागत नाही. कृतीतून व्यक्त करायचं असतं. क्षमा कर त्याला. त्याला सुख वाटतंय ना? ते करू दे. आपणही सुखातच आहोत. खरं सांग, काही कमी आहे आपल्याला?''

आसावरी रडत होती.

रडता रडता हसत होती.

नियतीने तिचे जीवन कुठून कुठवर आणून पोहोचवले होते. धक्के दिले होते पण प्रत्येक वेळी कुणीतरी सावरत होते. धीर देऊन वाट दाखवत होते आणि आज सकाळी टीपॉयवर पडलेल्या वर्तमानपत्रात जाड मथळ्यात बातमी होती 'डॉ. रमाकांत जहागीरदार यांचे दु:खद निधन.'

ते वाचून आसावरी सुन्नपणे बसून राहिली. रजनीकांत काही धावपळ करत होते. फोन वाजत होते. कशाचेही भान आसावरीला नव्हते, ओहोटीने सागराचे पाणी खूप आत गेले होते. किनाऱ्यापासून खूप आत. किनाऱ्यावर रात्रीच्या भरतीच्या ओल्या खुणा ताज्या होत्या. नारळीच्या बागेतून समोरचा अस्ताव्यस्त पसरलेला किनारा... मोकळा वाटत होता.

डॉ. रमाकांतचा मृत्यू झाला होता.

तो आता या जगात उरला नव्हता.

एक यशस्वी डॉक्टर असूनही त्याने शरीराची काळजी घेतली नव्हती. मन मानेल तसे शरीरावर अत्याचार केले होते. त्याचे परिणाम त्याला समजत नसतील का? मग... इतके सुंदर जीवन, त्याने स्वत:हून नासवून टाकलं?

दुर्दैवी! जन्मापासून नियतीचा शाप भोगणारा!

त्याला सारे काही परमेश्वराने भरभरून दिले होते. पण... ज्याचा पुरुषाला गौरव

वाटावा, तेच नेमके काढून घेतले होते.

बिचारा रमाकांत! वारला?

या विचाराने आसावरीच्या डोळ्यांत पाणी तरळले. जगाला काहीच समजले नव्हते. पण...

पण मी त्याची पत्नी... माझ्यापासून कसे लपणार? साऱ्या जगाबरोबर तो प्रेमाने वागला पण... वैर फक्त माझ्याशीच केलं. माझ्यावरचा अधिकार म्हणजे त्याचे मानसिक सौख्य होते.

आता तर... आता तर त्याला मुलगा झालाय...

माय ओन चाइल्ड! ओन चाइल्ड?

किती फसवणूक? जगाची. स्वतःची.

ती विचारात हरवून अशीच बसली असती. तोवर रजनीकांत घाईघाईने आले. ''चल आसावरी, आत्ताच्या विमानाची दोन तिकिटं मिळवली आहेत व दुपारी तीन वाजता अंत्ययात्रा निघणार आहे. या प्लेनने गेलो तर अंत्यदर्शन घेता येईल.''

''आपण मुंबईला जायचं? त्याची खरंच काही गरज नाही.''

''गरज आहे आसावरी. आज नसेल, पण नंतर जन्मभर तुला हळहळ वाटेल. चल.''

''नाही हो, अंत्यदर्शन कसं? जन्मभर या ना त्या रूपात तो मला भेटत राहणारच आहे. किती रूपांत भेटत राहील तोच जाणे.''

''ते नंतर बघू. आत्ता तू चल. तू जाणं जरुरीचं आहे.''

विमानात आसावरी इतकंच म्हणाली,

''खरंच भूतकाळाच्या पडछायेतूनच भविष्यकाळाकडे जावं लागतं ना? माझ्याच घरी जाऊन, परक्यासारखं त्याला पाहून येणं किती अवघड आहे!''

डॉ. रमाकांतच्या घरासमोर गर्दी जमली होती. आसावरीला रजनीकांतसह येताना बघून, सर्वांना आश्चर्याचा धक्का बसला. हॉलमध्ये मध्यभागी चादरीवर रमाकांतचा मृतदेह ठेवला होता. आजूबाजूला माणसे उभी होती. मृतदेहालगतच रमाकांतची पत्नी बसली होती. विमल! आसावरीच्या हॉस्पिटलमधली एक साधी परिचारिका. आसावरीला पाहताच ती उभी राहिली.

''बाई.''

इतके म्हणताच, तिला हुंदका फुटला. दोघी समोरासमोर उभ्या होत्या.

आजूबाजूला आसावरीचा संसार डोळे वटारून पाहत होता. पै पै जमवून... आसावरीने उमेदवारीच्या काळातच हा फ्लॅट खरेदी केला होता. त्यासाठी दागिने गहाण ठेवले होते. त्यानंतर पैसा येत गेला. महागड्या वस्तूंनी घर भरून गेले. पण सुख संपून गेले होते.

याच हॉलमध्ये भविष्यकाळाची भीषणता अनुभवली होती. वेताचे वळ, सिगरेटचे चटके, केसांनी फरफटणे, याच जमिनीवर सारे घडले होते. त्याच जमिनीवर आज रमाकांतचा निष्प्राण देह, पांढऱ्याशुभ्र चादरीत लपेटून ठेवला होता. आसावरीचे डोळे भरून आले. ती खाली बसली. त्याच्या केसांवरून हात फिरवत मनाशी म्हणाली, "तू वाईट नव्हतास रे, आपलं नशीब वाईट होतं. त्याला आपण काय करणार होतो?" सारे बघत होते. भानावर येऊन आसावरी उठली. समोर विमल होती. नियतीने आणखीन एक चकवा दाखवला होता. याच घरात आसावरीने गेली पंचवीस वर्षे संसार केला होता. सुखापेक्षा दु:खच भोगले होते. जीवघेणी घुसमट मूकपणे सोसली होती. उच्चार न करता. पण...

पण आज ती या घरची कुणीच नव्हती. आणि...

समोर उभी असणारी ही विमल. फक्त दोन वर्षांतच संसार...

आज ती या घराची, वैभवाची स्वामिनी होती.

विमल जहागीरदार!

डॉ. रमाकांतची विधवा पत्नी.

दोघींच्या मध्ये होते डॉ. रमाकांतचे निर्जीव कलेवर!

आसावरीने स्वत:ला सावरले. विमलजवळ जाऊन ती म्हणाली,

"तुझा मुलगा नाही दाखवणार?"

विमलपाठोपाठ ती बेडरूममध्ये गेली. आत जाताच विमलने तिचे पाय धरले. रडत ती म्हणाली,

"क्षमा करा बाई. तुमच्यावर अन्याय झाला. चुकलं माझं."

तिला जवळ घेत आसावरी म्हणाली,

"यात तुझी चूक नाहीच. नशीब खेळवतं माणसाला. बरं झालं गेली दोन वर्षं तू होतीस. त्याचे दिवस निघाले. तू पण सोसलं आहेस. जे सोसलंस ते मीच समजू शकते. जे सोसलंस, त्याच्या बदल्यात हे घर, वैभव, हॉस्पिटल्स, बँकेतले त्याचे पैसे तुला मिळतील. अधिकारच आहे तो तुझा. सुखाने राहा. नीट सांभाळ. हे सारं उभारताना, फार राबलो आहोत आम्ही."

बेबी कॉटवर एक वर्षाचे मूल झोपले होते. त्याच्या अंगावरून हात फिरवत त्याचे पांघरूण नीट करत ती म्हणाली,

"इतकंच सांग हे मूल कुणाचं?"

"कुणाचं म्हणजे? आमचंच."

विमल तिची नजर चुकवत म्हणाली. आसावरी हसली.

"विमल, माझ्याकडे बघून सांग? हे मूल तुमचं असेल. पण हे मूल रमाकांतचं आहे? तू मला फसवू शकणार नाहीस. मी त्याच्याबरोबर पंचवीस वर्षं

संसार केला आहे. रमाकांतला मूल होणं शक्यच नव्हतं. हे मी पत्नी म्हणून, डॉक्टर म्हणून चांगलं जाणते. त्याचं शारीरिक दुबळेपण हेच तर साऱ्या अनर्थाचं कारण आहे. खरं सांग? मी त्याचा उच्चारही करणार नाही.''

विमल आसावरीच्या मिठीत स्वत:ला लोटून म्हणाली, ''बाई, साहेब म्हणालेच होते की आसावरीलाच खरं काय ते समजेल. तिला आपण फसवू शकणार नाही. बाई, साहेब देवमाणूस होते. मी वाट चुकलेली पोरकी मुलगी. फसले होते. पण साहेबांनी हात दिला. माझी अवघड परिस्थिती बघून त्यांनी माझ्याशी लग्न केलं. अनुपचा जन्म होईपर्यंत आम्ही अमेरिकेत राहिलो आणि आमचं मूल म्हणून अनुपला घेऊन परतलो. बाई, हे साहेबांनी म्हणूनच केलं. माझं पोरकं जीवन सन्मार्गाला लागलं. माझी योग्यता ती काय?''

विमलचे बोलणे ऐकून आसावरीच्या डोळ्यांतून पाणी वाहत होते. विमल सांगत होती,

''बाई, अनुपच्या जन्मापासून साहेब खूप शांत झाले होते. पिणं सोडलं होतं. बोलणं सोडलं होतं. तुमचं निघून जाणं त्यांच्या मनाला लागलं होतं. त्यांच्या मित्राला फोन करून, तुमची नेहमी चौकशी करायचे. तुम्ही सुखात आहात हे ऐकून समाधान वाटायचं त्यांना.''

''बरं झालं आसावरीला समजून घेणारा माणूस भेटला. मी तिला सुख दिलं नाही. फार सोसलं तिने, असं म्हणायचे बाई. मी अडाणी, गरीब घरातली मुलगी, मला प्रेमबिम समजत नाही. मला जे मिळालं ते देवाचं वरदान आहे. पोरक्या पोराला आपलं नाव देणारे साहेब, माझ्या लेखी देवमाणूसच आहेत. मी त्यांना फार जपलं. भक्तिभावाने सेवा केली पण त्यांचं मरण चुकवता आलं नाही बाई मला...''

विमल रडत होती. रडता रडता विमल अचानक म्हणाली,

''पण खरं सांगू बाई? साहेबांचं खरं प्रेम तुमच्यावर होतं. कॉलेजमध्ये तुम्ही त्यांना प्रथम भेटलात तेव्हा इरकली काठांची साडी नेसला होता ना? साहेबांना ते पण आठवत होतं. तशीच साडी त्यांनी मला आणली पण नेसण्याचा आग्रह कधीच केला नाही.

माझ्याशी त्यांनी केलेलं लग्न म्हणजे दया होती माझ्यावर किंवा तडजोड किंवा आव्हानही, त्यांचं माझ्यावर प्रेम नव्हतंच बाई. गेली दोन वर्षं आम्ही स्वतंत्र बेडरूममध्ये झोपलो. अनुपच्या जन्मापूर्वी आणि जन्मानंतरही. तुम्हा दोघांच्या बेडरूममध्ये मला प्रवेश नव्हता. तिथे साहेब, तुमचं अस्तित्व जपायचे. एकटे बसायचे तासन्‌तास. तुम्हा दोघांचं आवडतं, कुमार गंधर्वांचं गाणं,

'ऋणानुबंधाच्या चुकून पडल्या गाठी'

तेच गाणं साहेब नेहमी लावायचे.''

आसावरीला रडू आवरत नव्हते. ती म्हणाली, ''विमल, माणूस समजणं फार

फार अवघड आहे गं. पण विमल, तू हे सारं का सोसलंस?''

"बाई, हे समजण्यासाठी पोरकेपण अनुभवायला लागेल. मी त्याचे चटके भोगलेत. बेवारशी, पोरकी, अनाथ पोर म्हणून मी वाढले. तसले चटके माझ्या मुलाला मिळायला नको होते. साहेबांनी माझ्या पोरकेपणावर पांघरूण घातलं. त्या पांघरुणालाही मी आणि अनुप सुखरूप झालो. पण बाई, इतकं प्रेम असूनही साहेब तुमच्याशी असं का वागले हो?''

"नशीब एकेकाचं.''

आसावरी उदासपणाने म्हणाली.

"साहेबांचं मरण चुकवू शकले नाही, बाई.''

विमलने हुंदका दिला.

"मरणच नव्हे, तर या जन्मातल्या अनेक घटना आपण चुकवू शकतच नाही. रमाकांत शेवटी शेवटी जसा वागला तसा आधी का नाही वागला? याला उत्तर नाही. त्याने मला चटके दिले आणि तुला जीवन! माझ्या वाटणीला रमाकांत दुबळा, पाशवी वृत्तीचा होता; तर तुला तो देवमाणसाच्या रूपात भेटला. हे आपले आपले अनुभव, आपली नियती, हे दोन्ही रमाकांत खरे आहेत. जाऊ दे विमल. कुणाचा द्वेष करावा, हा माझा स्वभाव नाही. लोक म्हणतील डॉ. आसावरीने इतका चांगला माणूस सोडला. दुसरं लग्न केलं. लोक असंही म्हणतील की, विमलने पाहा? किती लहानवयात विधवा व्रत घेतलंय. डॉ. रमाकांतचा मुलगा वाढवतेय!

पण खरं सांगू विमल? लोकांना कशाचंच सोयरसुतक नसतं. या लोकांत जगतानाच आपली जीवनाची चौकट आपण समजून घ्यायची, नियतीच्या कृतीचे अर्थ लावून आपलं जगणं आपण जगायचं, इतकंच आपण करू शकतो. येते मी. अनुपला जप. मोठा कर. देवदयेने समृद्धी आहे. काही कमी पडलंच तर मी आहे, मोठ्या बहिणीच्या नात्याने, हक्काने हाक मार. मात्र एकच कर; किती अडचण आली तरी फ्लॅट विकू नकोस. या घरातच आमचं मूल वाढवायचं स्वप्न रमाकांतने कधी काळी पाहिलं होतं. तुमचा अनुप याच घरात वाढू दे.'' आसावरी हॉलमध्ये उभ्या असणाऱ्या रजनीकांतना म्हणाली, "चला.''

टॅक्सी विमानतळाच्या दिशेने धावत होती.

घरी येताच आसावरीने खोलीच्या काचेचे दरवाजे उघडून टाकले. समुद्राच्या खाऱ्या वाऱ्याने सारी खोली भरून गेली. समोरचा समुद्र शांत होता. आतल्या आत हलकेच पाणी उमळत होते. सूर्यकिरण चमकत होते. एक वादळ समुद्रापार झाले होते. वाऱ्याने खिडकीचे पांढरे लेसचे पडदे उडत होते. आसावरीचे मन शांत झाले होते. ◆

आकाशझेप

सारं सुरूबन शांत झालं होतं. सुरूबनाचे चार कोपरे व त्या चार कोपऱ्यांमधल्या खोल्यांमधल्या चार लहान गॅलऱ्या— सारं शांत होतं. सुरूबन! सुरूच्या उंच झाडांनी झाकला जाणारा बंगला म्हणून बंगल्याचं नाव सुरूबन. हे सुरूबन वर वर पाहताना, बघताना शांतच होतं. नेहमीच. त्या सुरूबनाच्या चार कोपऱ्याला चार खोल्या व प्रत्येक खोलीला एक छोटी बाल्कनी. खालच्या मजल्यावर दिवाणखाना, स्वयंपाकघर. जेवणासाठी सुरूबनचे चार कोपरे कारणापुरते एकत्र येत. तेवढेच. पण त्या वेळीसुद्धा अदृश्य सुरुंग आतल्या आत धुमसत असत. त्याचा स्फोट होऊ नये म्हणून मग चारही कोपरे लगबगीने आपल्या जागी तटस्थ होत. दुसऱ्या दिवसाची सकाळ उजाडेपर्यंत.

आताही सुरूबनाच्या तीन कोपऱ्यांच्या तीन गॅलऱ्यांतून सुरूबनातील तीन माणसं तटस्थ झाली होती. शिवप्रसाद उर्फ पप्पाजी. रेशमा आणि घरांमधलं म्हातारं खोड दादू. घराचा चौथा कोपरा जिजी उर्फ पद्मा— रशियाला गेल्या होत्या व उद्या सकाळी परत येणार होत्या.

जिजी उद्या येणार म्हणून तार आली आणि सारं सुरूबन एकदम तटस्थ झालं. गेले सहा महिने सुरूची झाडं, बागेतली फळंसुद्धा जिजींच्या गैरहजेरीत मनमोकळी डोलत होती. फुलत होती. सुरूबनच्या मातीत सुरूच्या झाडांनी मुळं धरली तेव्हाच जिजींचा करडा स्वर त्या रोपांनी प्रथम ऐकला. कोवळ्या रोपांनी, त्या करड्या हुकमी आवाजाने श्वास रोखून धरले क्षणभर, त्यानंतर सुरूची सारी रोपं उन्ह, वारा, खत, पाण्याने तरारून

गेली खरी; पण त्या झाडांनाही त्या करड्या दराऱ्याची भीती होतीच. रेशमासारखी!

रेशमा! पप्पाजी-जिजींची एकुलती एक मुलगी! तिला समजायला लागलं ते हेच की तिने रडायचं कधी, झोपायचं कधी, उठायचं कधी, हसायचं किती, खेळायचं कधी, कुणाबरोबर? सारं जिजींनी ठरवायचं असतं. तिने काय शिकायचं ते जिजींनी आधीच ठरवलं होतं. तिने गाणं आवडत असून, नृत्य शिकायचं आणि कविता कधी करायचीच नाही. मुक्ताशी मैत्री करायची नाही. मैत्रिणींना घरी आणायचं नाही. ही सारी फर्मानं जिजींनी सुरूबनावर काटेकोरपणाने लादली होती. पप्पाजी, रेशमा आणि दादू सर्व जणांनी जिजींचं स्वामित्व मानलं होतं. वाद करावा, आपलं अस्तित्व टिकवावं, मनमोकळं वागावं, असं खरंतर प्रत्येकाला वाटत होतं. मनापासून. पप्पाजी! खरंतर त्या घरचे कर्ते पुरुष. जिजींचे पती! त्यांनी का म्हणून पत्नीचं जोखड पत्करावं?

पण लग्न होऊन जिजी घरात आली आणि पप्पाजींच्या भावविश्वालाच तडा गेला. पत्नीबद्दलच्या सर्व अपेक्षा पाण्यात ढेकूळ विरघळावे तशा विरून गेल्या. दोन टोकांच्या दोन प्रवृत्तींच्या माणसांना लग्नगाठीने असं बांधून नियतीने काय साधलं, ते पप्पाजींना समजेना. पण खूप विचार करून समजलं इतकंच की त्यांना सावरायचं आहे. स्वत:ला, सुरूबनला आणि त्या घरात वाढणाऱ्या छोट्या रेशमाला.

त्या दिवसापासून पप्पाजींनी स्वत:ला मिटवून घेतलं. जिजींना विरोध करणं सोडून दिलं. स्वत:च्या कारखान्यात मन गुंतवलं. तत्त्वज्ञानावरच्या पुस्तकांनी कपाटं भरून टाकली आणि जिजींच्या सार्वभौम साम्राज्यातच स्वत:चा कोपरा राखून त्यांनी नव्या जीवनबदलाचा सराव केला. रेशमा आता ग्रॅज्युएट झाली होती. प्रौढ, समंजस झाली होती. तिने खुलावं म्हणून तर पप्पाजी धडपडत होते. पप्पाजी, जिजी आणि दादू. हे सुरूबनाचे तीन कोपरे मनाने एकरूप होते. पण अंतर राखूनच! ते तीन कोपरे एक झाले असते तर—

सुरूबन कोसळलंच नसतं?
घर टिकतं कसं? केव्हा?
जेव्हा घराच्या चारही भिंती जागेवर—
त्या चार भिंती टिकवायच्या असल्या तर
उरलेल्या तीन भिंतींना
चौथ्या भिंतीचं अस्तित्व मान्य करणं भागच होतं.
आपापल्या जागी उभं असणं भागच होतं.
जिजींचं स्वामित्व पत्करणं भाग होतं.
आजवर—
सर्वांनी ते मान्य केलं होतंच!

पण—

मध्ये सहा महिने गेले होते.

आपलं अस्तित्व मुकाट मानणाऱ्या सुरूबनाबाबत जिजी निश्चिंत मनाने रशियाला वुमेन्स कॉन्फरन्सला गेल्या— आणि इतर सेमिनार्सना हजर राहण्यासाठी गेले सहा महिने रशियातच रेंगाळल्या.

जिजी! खरंतर एक हुकूमशहाच! पण वरवरचं आवरण होतं लोकशाहीचं. सुरूबन हे इतरांना लोकशाही पद्धतीचं कुटुंब वाटत होतं.

स्वत:च्या बळावर कारखाना उभारणारे पप्पाजी,

तत्त्वज्ञान विषयाचा अभ्यास करणारे पप्पाजी! आणि समाजकार्य करणाऱ्या जिजी!

त्यांची एकुलती एक सुंदर मुलगी— रेशमा!

अनेक वर्षांपासून सुरूबनात काम करणारा दादू.

सुरूबनासारखी देखणी वास्तू! काय कमी होतं? पण त्या देखण्या वास्तूला एक अदृश्य विळखा होता.

जिजींच्या अधिकार लालसेचा.

जन्मापासूनच.

ही वृत्ती घेऊन वाढणारी, श्रीमंत घरची मुलगी पद्मा. सुरूबनाची जिजी!

एक हुकूमशहा.

नवरा, मुलगी, गाडी इतकंच काय घरामधली प्रत्येक वस्तू जिजींनी आणलेली, जिजींनी मांडलेली व त्या त्या जागेवरच स्तब्ध उभी झालेली; वस्तू, झाडं, माणसंसुद्धा!

जिजी उद्या रशियाहून येणार होत्या, सहा महिन्यांनी! त्यांनी रशियामधलं स्वत:चं मोकळं स्वतंत्र जीवन तऱ्हेतऱ्हेने उपभोगलं होतं. मिरवून घेतलं होतं. मोठेपणा मिळवला.

अ इंडियन वुमन

हॅपीली मॅरिड अ‍ॅन्ड वेल सेटल्ड

वुइथ अ ब्यूटिफुल डॉटर

रशियात जिजींना सर्व मानसन्मान मिळाले होते आणि का मिळू नयेत? महिला मंच, नारी समता केंद्र, सोशल वर्कर्स असोसिएशन, वुमेन्स फेडरेशन कितीतरी भारतीय संस्थांच्या प्रतिनिधी म्हणून त्या रशियात दाखल झाल्या होत्या. सहा महिन्यांत खूप परिचय वाढले होते. त्या आपसूक मिळालेल्या मोठेपणाने जिजी आणखीनच खुलल्या होत्या. जगज्जेत्या सिकंदराच्या आविर्भावात त्या भारतात परत येत होत्या. तिथे त्यांचं हक्काचं सुरूबन होतंच, त्यांनी उभारलेलं.

त्यांचं सार्वभौमत्व मान्य करणारं. जिजींचं साम्राज्य.

सुरूबन!

उद्या जिजी येणार म्हणून सुरूबन मात्र अस्वस्थ होतं. कारण गेल्या सहा महिन्यांत सुरूबन आमूलाग्र बदलून गेलं होतं. जिजींची फर्मानं मुकाट मान्य करणारी आणि जिजींच्या मोठेपणाचा हुकमी एक्का असणारी रेशमा!

त्या रेशमाने आकाशशी लग्न केलं होतं.

आकाशची अम्मी, आकाश व रेशमा इतकेच त्या लग्नाला हजर होते. एक महिन्यापूर्वी लग्न झालं होतं. तरी रेशमा सुरूबनात राहत होती. तिला पळून जायचं नव्हतं तर तिने धैर्याने आपला निर्णय जिजीला सांगायचा होता. हाच आग्रह होता आकाशच्या अम्मीचा! आणि पप्पाजींचाही! आणि सारं सुरूबन त्या स्फोटाच्या जाणिवेने अस्वस्थ होतं. इतके दिवस जिजीला सांगणं ही गोष्ट सोपी वाटत होती. पण ती वेळ समोर येऊ लागली तशी रेशमा अस्वस्थ होत होती.

"इट्टला पांडुरंगा."

जेवणाच्या टेबलाजवळची भांडी आवरत दादू म्हणत होता.

"का दादोबा? आज पांडुरंगाची जास्ती आठवण येतेय?"

"तसं नव्हं जी. हायेच की, रेसमाबायची काळजी. बाईसाब नस्ताना लगीन लावलं खरं. पन् त्येस्नी पटायला नगं? या! उद्या काय खरं न्हवं!" दादू म्हणाला.

"अरे दादू धीर देशील की घाबरवून सोडशील? तिकडे हे पप्पाजी बसलेत मिठाची गुळणी धरून आणि तू म्हणतोस काही खरं नव्हे. मग मी करायचं तरी काय?"

"काय करायचं? धीराने जिजीला सांगायचं आणि आकाशच्या घरी निघून जायचं. अरे, उद्या तर आनंदाचा दिवस!"

"उद्या, जिजीच्या साम्राज्यातून एक घटकराज्य स्वतंत्र होत आहे. मी आणि दादू आहोतच मग या बंदिवासात!" पप्पाजी म्हणाले.

"बंदिवास म्हणे? का स्वीकारलात हो पप्पाजी? जिजी श्रीमंत घरची मुलगी असेल. पण हे घर तुमचं. हे वैभव तुमचं. मग इथे जिजीचं वर्चस्व का?"

"रेशमा, तडजोड होणं अशक्य हे मला समजलं. पण मग हे लग्न मोडणं हाच एक उपाय होता. तो मी करायला हवा होता का? मग तुझं काय झालं असतं? सांग ना? पद्मा तुला तिच्या माहेरी घेऊन गेली असती आणि प्रतिपद्मा तयार केली असती. पटतं ना?"

"खरं आहे पप्पाजी. इथे जिजीच्या करड्या आवाजानी, डोळ्यांनी, हुकमांनी मला बांधून घातलंय हे खरं. पण तुम्हीसुद्धा सतत जवळ होता म्हणूनच मी गात होते. कविता करत होते आणि आकाशपर्यंत पोहोचू शकले ती तुमच्यामुळे.

जाणूनबुजून माझा आनंद नासवणाऱ्या जिजीने पार दुखावलं मला. दुबळं केलं. तिची नजर आठवली किंवा ती समोर आली तरी मी थरथरून जाते. जिजी म्हणजे भीती. तिचं समोर असणं म्हणजे मनस्तापाला आमंत्रण असतं. आता वाटतं आपण हे का सोसलं? काय मिळवलं आपण पप्पाजी?'' रेशमानं विचारलं.

''मी सोसलं तुझ्यासाठी आणि तू माझ्यासाठी. खरं ना? आणि हे सारं या सोसण्यानेच घर टिकलं, रेशमा. पण आता खूप झालं. आता तू यानंतर हे सोसायचं नाहीस. लग्न आधीच झालं हे ठीक झालं. तिने हे लग्न कदापि होऊ दिलं नसतं. पण आता ती काय करणार आहे? तू हे घर सोडलंस तर आता आकाशचं घर आहे. अंहं. तुझं घर आहे हक्काचं.''

''खरंच पप्पाजी. ते घर भेटेपर्यंत मला माहीतच नव्हतं की घर इतकं सुंदर असतं. आई अशी असते.''

हे बोलताना रेशमाच्या नजरेसमोर आकाशचं घर होतं. कड्याच्या निमुळत्या टोकावरचं. लाल कौलांचं घर!

त्यामध्ये राहणाऱ्या अम्मी.

आणि आकाश! रेशमाचा आकाश

तब्बल सात वर्षांनी पुन्हा भेटलेला— आणि आकाशासारखं रेशमाचं जीवन व्यापून गेलेला, आकाश!—

बोलताना रेशमाचे डोळे भरून आले. उद्या जिजी येणार होती. रेशमाचं लग्न जिजी खपवून घेणार नव्हती. त्यानंतर रेशमाला हे घर सोडावं लागणार होतं. त्यानंतर या सुरूबनात कधीच येता येणार नव्हतं. पप्पाजी, दादू यांना भेटता येणार नव्हतं. इथलं काहीच रेशमाला समजणार नव्हतं. रेशमा टेबलावर डोकं ठेवून रडायला लागली. ''आता? खारूताई, झालं का तुमचं रडणं सुरू?'' पप्पाजी तिच्या केसांवरून मायेने हात फिरवत राहिले. आपले डोळे कोरडे करत राहिले. दादू अवघडून उभा राहिला.

''रेशमा! मुलीची पाठवणी अशी करायची नसते समजतं मला. तू आमची एकुलती एक मुलगी! तुझं लग्न कसं व्हायला हवं होतं? पण त्या तशा लग्नात तुला मतच नसतं. तू कुणाशी लग्न करायचं, कधी, हे सारं जिजीने ठरवलं असतं. तू न देताच हा हक्क तिने स्वतःचा मानलाय. नेहमीच! पण तू आता मोठी झालीस. तुला स्वतंत्र मन आहे, मत आहे. हे तिने कधी लक्षात घेतलंच नाही. ते घेतलं असतं, तर हा प्रसंग आला नसता.''

''पप्पाजी!''

रेशमाने त्यांचा हात घट्ट धरला.

''अंहं घाबरायचं नाही. खरं सांगू रेशमा, हे सर्व तूच पद्माला सांगायचं आहेस.

ही शक्ती तुझ्यात आलीच पाहिजे. जिजीच्या भीतीने तुझ्यातला आत्मविश्वास तू गमावला आहेस. इतकं की तू तिच्यासमोर उभं राहून काही बोलूही शकत नाहीस. हे ठीक नाही. यानंतर तुला या जगात जगायचं आहे. मनाचा पूर्ण निर्धार कर. पंखात शक्ती भरून घे. आणि सुरूबन सोड.''

''आणि तुम्ही जा अंकलेसरला.''

''काय करू रेशमा? ही मीटिंग आधीचीच ठरलेली आहे. पद्माची केबल त्यानंतरची, सॉरी.'' पप्पाजी खांदे उडवत म्हणाले.

रेशमा तिच्या खोलीत गेली आणि छोट्या बाल्कनीतल्या आवडत्या खुर्चीवर बसली. काळोखात समोरचं माळरान आणि त्या चढत गेलेल्या माळरानाच्या अगदी टोकाला असणारं ते वडाचं झाड! समोरच्या काळोखातही ते सारं दृश्य तिला स्पष्ट जाणवत होतं.

तिथेच भेटला होता आकाश! जिजींचं फर्मान मोडून, रेशमा त्या माळरानावर गेली होती. त्या दुपारी नुकताच पाऊस पडून गेला होता. समोरचं माळरान हिरव्या गवतानी झाकून गेलं होतं. सुरूबनाच्या सभोवतालची झाडं, पक्षी अंगावरचे ओले थेंब झटकत होते. किती वेळ असं गॅलरीत बसून त्या माळरानाकडे बघायचं? रेशमाला खरंतर ते वडाचं झाड पाहायचं होतं. केव्हापासून! पण दादूने जाऊ दिलंच नव्हतं. जिजींच्या भीतीने! रेशमा आता लहान नव्हती. दहावीत गेली होती.

न राहवून रेशमा त्या संध्याकाळी माळरानावर गेली. ओलंशार गवत, त्यावर तिरप्या उन्हात चमकणारे गवतावरचे पाणी! इतक्या नाजूक गवतपानावर हा थेंब आकाशामधून अचूक कसा पडला असेल? या गवताने तो थेंब कसा झेलला असेल? आणि अजूनी घट्ट धरून ठेवलाय?

रेशमा त्या नवलाकडे कौतुकाने पाहत असतानाच आकाश भेटला होता. त्याने तिला ते वडाचं झाड, त्यापलीकडचं उतरतं माळरान, तिथे फुललेल्या पिवळ्या लिलीज सारं दाखवलं. त्या वडाच्या झाडाजवळ तिला बसवून तिचं चित्र काढलं. रेशमाचं मन आनंदाने भरून गेलं होतं. आठ दिवस सावरीच्या कापसासारखे तरंगत निघून गेले होते. अजूनी तिने त्याला त्याच्याबद्दल काहीच विचारलं नव्हतं. तो तिला भेटलेला पहिला आनंद होता. त्याला नाव विचारायचं?

''आकाश आहे माझं नाव.''

''आकाश?'' ते जगावेगळं नाव रेशमाने प्रथमच ऐकलं होतं. पुढं तो म्हणाला,

''उद्या मी जाणार.''

''जाणार? कुठे?''

''भिलारला.''

"भिलार?"

"हो तिथे माझं घर आहे. अम्मी आहे. इथे माझे मामा राहतात. माझं घर खूप छान आहे. दरीच्या टोकावर, तिथे चारी बाजूंनी ढग घरात शिरतात, पावसात दऱ्यांवरून ओढे कोसळतात. धुक्याने घर झाकून जातं."

"फार आवडतं तुला तुझं घर?"

"हो."

"आता परत कधी येशील?"

"कोण जाणे? तू ये ना?"

"कुठे?"

"भिलारला."

जाताना त्याने काढलेलं चित्र तिला भेट दिलं होतं व भिलारचं आमंत्रण!

त्यानंतर सात वर्षं होऊन गेली. समोरचं माळरान, तो वड तसाच होता. फक्त रेशमा बदलली होती. समंजस आणि अबोल. जिजीने तिला कधी बोलूच दिलं नाही. कॉलेजचं शिक्षण पूर्ण होत आलं होतं. ती पुस्तकं, मुक्ता, पप्पाजी, दादू आणि बाल्कनीतून दिसणारं माळरान— त्या सभोवती जिजीच्या करड्या शिस्तीची शाही फर्मानं! हे रेशमाचं जीवन होतं. बंदिस्त! पण त्यातही एक दिलासा तिने जपला होता.

ते चित्र! आकाशने दिलेलं.

सात वर्षं झाली होती.

त्या चित्राचे रंग सुकले नव्हते, तर त्या चित्राने रेशमाच्या मनात एक रंग भरला होता. तिच्याही नकळत.

त्याचं नाव 'आकाश' होतं. जगावेगळं!

त्याच्या गावाचं नाव भिलार होतं - जगावेगळं!

आणि गेल्या सात वर्षांत, जगावेगळ्या नावाचा अन् गावाचा कुठे ठावठिकाणाच नव्हता.

'जाऊ दे. ज्या गावाला जायचं नाही. त्या गावची वाट कशासाठी शोधायची?'

असं म्हणणारी रेशमा आपसूकच त्याच्या गावी, त्याच्या घरी पोहोचली होती.

जिजी रशियाला गेली आणि सुरूबनाचे बंद दरवाजे, खिडक्या सताड उघड्या झाल्या. घरातल्या बंदिस्त भिंतींनी प्रथमच समोरच्या माळरानावरचा मोकळा वारा अनुभवला. मुक्ताची ये-जा वाढली. पप्पाजी लॉनवर खुर्ची टाकून पुस्तकं वाचू लागले, रेशमाचं शेवटचं वर्ष होतं, अभ्यासाचं. शेवटचा पेपर आटोपून मुक्ता व रेशमा आल्या तेच कॉलेजच्या ट्रीपला जायचं ठरवून. कॉलेजची ट्रीप महाबळेश्वरला जाणार होती. पप्पाजींनी आनंदाने परवानगी दिली होती. वाईचा घाट चढणारी बस

आनंदाने निथळत होती. दरीतून धुक्याचे लोट वर चढत होते. खाली उतरत होते. पाचगणी पार करून गाडी थोडं अंतर आली आणि पंक्चर होऊन मध्येच उभी राहिली. 'भिलार, भिलार—' मुलं पाटी वाचत होती. ते नाव ऐकताच रेशमा दचकली. सर्व जण बसमधून उतरली.

"ते बघितलंस घर?"

मुक्ता एका घराकडे बोट दाखवत म्हणाली. ते घर बघताच रेशमा दचकली. दरीच्या टोकावर एक लाल कौलारू घर होतं. आजूबाजूला दऱ्या होत्या. धुक्याचे लोट त्या घरावर आदळत होते.

'माझं घर दरीच्या टोकावर आहे. ढग आरपार घरातून जातात. धुक्याने घर भरून जातं.' रेशमाला आठवलं. मुक्ताचा हात धरून ती म्हणाली,

"चल."

"अगं, पण कुठे?"

"ते घर पाहून येऊ."

झपाटल्यासारखी रेशमा चालत होती. वाट आपसूक ओळख दाखवत होती. एक वळण घेतलं.

अचानक घर समोर आलं. रस्त्यापासून थोडं आत बोगनवेलींनी झाकलेले गेट उघडून रेशमा आत गेली. मुक्ता बाहेरच थांबली, तिला रेशमाचं साहस बिलकूल मान्य नव्हतं. जाळीचा दरवाजा लोटलेला होता. आत पाऊल टाकलं. त्या लांबट निमुळत्या हॉलच्या सर्व भिंतींवर चित्रं लावली होती आणि मधल्या अरुंद भिंतीवरचं चित्र पाहून रेशमा आश्चर्याने खिळून उभी राहिली. ते माळरान, तो वड, त्या मोडक्या पारावरची मुलगी, तेच ते चित्र होतं. तिने जपलेलं आकाशने मोठं केलेलं!

आकाश—

चित्राखाली लपेटदार सही होती. त्या सहीकडे बघणाऱ्या रेशमाचे डोळे भरून आले होते. दरवाजात उभी असणारी मुक्ता थक्क झाली होती. ते चित्र रेशमाने अनेकदा तिला दाखवलं होतं.

"कोण गं?"

बाजूच्या दरवाजातून एक बाई विचारत होत्या. लहानखुऱ्या, नाजूक चणीच्या, नाजूक चेहऱ्याच्या.

"आम्ही— आम्ही विद्यार्थिनी आहोत. तिकडे बस पंक्चर झालीय. हे घर पाहायला आलोय."

अम्मी हसून म्हणाल्या,

"पण मी तुम्हाला चोर कुठे समजलेय? या आत या. घर पाहायचंय नं?"

अम्मींनी आदरसत्काराची गडबड उडवून दिली. छोट्याशा स्वयंपाकघराला

लागूनच लांबट बाल्कनी होती. तिथे उभं राहिलं की तिन्ही बाजूच्या दऱ्या नजरेत भरत होत्या. उंच खडकांतून पाणी झिरपत दरीत उतरत होतं. धुक्याचे लोट अंगावरूनच जात होते.

''अगं आत या. माझा मुलगाही असाच आहे! छंदिष्ट! असाच उभा राहतो दरीकडे बघत.

आताही असेल भटकत चित्रांच्या शोधात.''

गरम कॉफीचे मग, गरम खायचे बशीत वाढून त्यांच्यासमोर बैठी स्टुलं सरकावत अम्मी बोलत होत्या.

''असं असतं घर, अशी असते आई!''

रेशमा-मुक्ताच्या मनात आलं. मुक्ताला आई नव्हती, रेशमाला आई असून, आईची माया भेटत नव्हती.

''अम्मी—''

बाहेरून आवाज आला. दरवाजाच्या चौकटीत उभा असणारा आकाश आश्चर्याने त्या दोघींना पाहत उभा होता.

''मी मुक्ता आणि ही रेशमा. पुण्याच्या.''

ते नाव ऐकताच आकाशने रेशमाकडे पाहिलं. नजरेत श्रावणामधलं आभाळ उतरून आलं होतं. ओळख कशी विसरली जाणार होती? कुणी काही सांगावं लागलंच नाही. ट्रीपचे चार दिवस सरले तरी रेशमा, मुक्ता आकाशच्या घरीच रेंगाळल्या होत्या. पप्पाजींना फोन करून झाला होता. त्या दोन पाहुण्यांनी अम्मीचं घर भरून टाकलं होतं.

आजवर पाहुणा कोणी आलाच नव्हता. मूळच्या महाराष्ट्रीय अम्मींनी रघुनंदन गिडवानी या सिंधी चित्रकाराशी लग्न केलं होतं. त्याच्या या आडबाजूच्या घरात आनंदाने संसार मांडला होता. रघुनंदन गिडवानी अचानक गेले. मग त्या घरात अम्मी आणि आकाशच राहत होते. पुण्याचं माहेर तुटलं होतं. देशाच्या फाळणीने सासर परदेश झालं होतं. म्हणून अम्मींना या पुणेरी पाहुण्या खूप आवडल्या होत्या. दहा दिवसांनी त्या दोघी बसने पुण्याला आल्या. रेशमाचं मन भिलारलाच!

तिने पप्पाजींकडे मन मोकळं केलं. ते आश्चर्याने ऐकत होते. या कडेकोट बंदिवासात प्रेम अचूक शिरलंच कसं? पप्पांनी मोठ्याने हासून रेशमाला विचारलं, ''पुढं काय?''

''तुम्हीच सांगा पप्पाजी.''

''तुझी जिजी हे कदापि मान्य करणार नाही. सिंधी चित्रकार. दरीच्या टोकावर राहणार? हाऊ सिली ॲन्ड सो रोमँटिक! हा! आता हा तुझा आकाश हाय सोसायटीतला असता, कुणी कारखानदार, उद्योगपती तर मग जात नगण्य! पूर्वी

आणला नव्हता? गजल गाणारा आंतरराष्ट्रीय कीर्तीचा... आझम खान? स्टूपिड!''

''पण आता काय करायचं?''

''काय करायचं? लग्न करायचं. जिजी येण्यापूर्वी. हा निर्णय तू घ्यायचा. ही वाट तू शोधायचीस.''

''सापडेल?''

''आकाश नाही सापडला? अचूक?''

''अम्मी, कसं सांगू, मला पदरात घ्या म्हणून? मुली असं बोलत नाहीत. पण जिजी कदापि मान्यता देणार नाही या लग्नाला. आणि मी या घराखेरीज आता जगू शकणार नाही.''

अम्मीच्या कुशीत मोकळी होत रेशमा म्हणाली. अम्मी समजू शकत होत्या. त्यांच्या वेळीही असंच सारं होतं. पण एक पिढी मोठी झाली तरी असंच असावं? अम्मींना आश्चर्य वाटत होतं.

''आमची जिजी जगावेगळी आहे. आमच्या घरात स्वतंत्र मत नाही कुणालाच.''

''पण विचारून बघू.''

''नाही अम्मी. जिजी जीव घेईल माझा. पण तिच्या मनाविरुद्ध काही खपवून घेणार नाही. कदाचित येतानाच माझं लग्न ठरवूनही येईल.''

''मग असं करू या.'' अम्मी निर्धाराने म्हणाल्या.

''आपण लग्न लावू घरातच. पण तू हे सारं जिजी परत आल्यावर त्यांना सांगूनच इथे यायचं. पळून यायचं नाही. आणि तुझे पप्पाजी?''

''ते येणार नाहीत. पण त्यांना आनंद वाटेल नक्कीच.''

''आकाश? तू काय म्हणतोस?''

''जे तू ठरवशील ते अम्मी!''

डॉक्टर कापडी आणि नेने वकील, आकाशच्या वडिलांचे मित्र. दोघं गावात नव्हते. सुटी काढून सहलीला गेले होते. म्हणून त्या लग्नाला फक्त अम्मी, आकाश व रेशमा, इतकेच. घरच्या घरी अम्मींनी आकाश-रेशमाचं लग्न लावून दिलं होतं. त्यानंतर आकाश-रेशमा सुरूबनात पप्पाजींना, दादूला भेटून पाया पडले होते. पप्पाजी, दादू, मुक्ता, भिलारला जाऊन आले होते. जिजीच्या कडेकोट बंदिवासातून अखेर रेशमाने स्वतःचं जग शोधलं होतं. ते ती न करती तर जिजी तिला अचूकपणे दुसऱ्या पिंजऱ्यात अडकवणार होती. सोनेरी पिंजरा. प्रेस्टिज, स्टेटस, हाय सोसायटीतला पंचतारांकित, वातानुकूलित— सोनेरी पिंजरा— जिजीने मर्जीनुसार बनवलेला रेशमासाठी नव्हे! जिजींच्या आत्मगौरवासाठी!

''एक लक्षात ठेव रेशमा, आजवर हुकूमशहा कधीच टिकलेले नाहीत, सिकंदराने हे जग जिंकून त्याच्या बाबिलोनियात पोहोचेपर्यंत तिकडचं जग उलटून

गेलं होतं. औरंगजेब उत्तर काबीज करून दक्षिणेसाठी इथे ठाण मांडून बसला, तोवर कबर बांधण्याची वेळ आली. तू शिकलेली आहेस. हिटलर, स्टॅलिन, सालाझार-साऱ्या हुकूमशहांना शेवटी पराभव स्वीकारावा लागला, मागे उरल्या त्या त्यांच्या अत्याचाराच्या कथा, पोरस, अंभी, जिझिया गॅस चेंबर्स! फक्त कथा.

माणसांनी चिवटपणाने पूर्ण शक्तिनिशी त्या अजस्र अधिकारशाहीशी लढा दिला. कत्तली झाल्या. गॅस चेंबर्समध्ये घुसमटून मृत्यू आले. निर्वासित व्हावं लागलं, पण शेवटी जय झाला तो माणसाच्या आपलं अस्तित्व टिकवण्याच्या अट्टाहासाचा.

'स्वराज्य हा माझा जन्मसिद्ध हक्क आहे.'

या एका वाक्याने ब्रिटिश राजवट थरथरून गेली. ही तर अलीकडची गोष्ट आहे. मी हा बंदिवास जाणूनबुजून पत्करलाय, तोही मूल्यांच्या जपणुकीसाठीच. पटलं नाही की मोडला संसार, ही आपली भारतीय वृत्ती नाही. तर आपली वृत्ती जपण्याची आहे.

जोडण्याची! पण रेशमा तू यातून निर्धाराने पार व्हायचं आहेस."

अंकलेसरला जाताना पप्पाजी सांगून गेले होते.

विमानतळावर जिजींच्या स्वागताला खूप माणसं आली होती. रेशमाही! विमान धावपट्टीवर उतरलं आणि अधिक तरुण वाटणाऱ्या उत्साही जिजी खाली उतरल्या. त्यांचा आनंद शिगेला पोहोचला होता. विमानतळावर जमलेल्या सर्व माणसांत त्या वेगळ्या होत्या. त्यांची बरोबरी तिथे जमणारे कुणीच करू शकणार नव्हते.

"हाय पद्मा, वेलकम पद्मा, थ्री चिअर्स टू पद्मा."

जिजी अजूनही जणू अंतराळात तरंगत होत्या, रेशमा आली होती. त्या सर्व समुदायात साधेपणाने उठून दिसत होती. एक वेगळं तेज चेहऱ्यावर आलं होतं.

"रेशमा."

जिजींनी तिला सर्वांदेखत मिठीत घेतलं आणि एखादा सर्प दृष्टीला पडल्यावर दचकावं तशा दचकल्या. रेशमाच्या गळ्यात मंगळसूत्र रुळत होतं.

"वॉट? स्टूपिड! पदर नीट घे. झाकून टाक ते."

त्या खेकसल्या. बेचैन झाल्या. पण हसरा मुखवटा सरकवू दिला नाही. अंतराळातून त्या जमिनीवर आदळल्या होत्या. यानंतर जिजींचे मानसन्मान होणार होते. गुलाबांचे हार गळ्यात पडणार होते. विजयाचा मुकुट माथ्यावर चढणार होता आणि त्याच वेळी जिजींच्या साम्राज्याने, सुरूबनाने धक्का दिला होता.

रेशमाने लग्न केलं होतं?

जिजींना न विचारता? खरंतर जिजींनी रशियातच रेशमाचं लग्न नक्की केलं

होतं. रूपेश मलकानी. उद्योगपती बापाचा बेटा. त्या लग्नाने जिजी मोठ्या होणार होत्या.

त्यांचे पती-शिवप्रसाद! एक लहानसा कारखानदार, तत्त्वज्ञानात रमणारा.

हाय सोसायटीत न मिसळणारा.

जिजी नाराज होत्या. पण—

त्यांनी रेशमाच्या सौद्याने ते जग पुन्हा मिळवलं होतं आणि इथे या पोरीने हा घोळ घालून ठेवला होता. जिजींच्या साम्राज्याला सुरुंग लागला होता.

विमानतळावर मिळालेले हार, तुरे, फुलांच्या परड्या सारं गाडीच्या सीटवर होतं. जिजी आणि रेशमा दोघीच गाडीतून घरी चालल्या होत्या. जिजींनी संतापाचे फूत्कार आवरून धरले होते. घरी दादूने मालकिणीच्या स्वागताची तयारी केली होती. जिजींचं कुठेही लक्ष नव्हतं.

"रेशमा, वर ये."

खोलीतूनच त्यांनी हाक मारली. जिजींनी सुरूबनात पाऊल ठेवलं आणि सारं सुरूबन थरथरून गेलं. झाडं, खिडक्यांचे पडदे, त्यावरून झुलणारा वारा सारं स्तब्ध झालं. रेशमाला पण त्या नेहमीच्या भीतीने विळखा घातला. सारं बळ सरून जातंय असं वाटलं, लहानपणापासून जिजींसमोर ती अशीच होत असे, दीनवाणी! रेशमा जिना चढून जिजींच्या खोलीत गेली, दादू अस्वस्थ झाला. पांडुरंगाला आळवू लागला.

शिवप्रसाद दोन महिने टूरवर गेले होते. रेशमा जिजींसमोर बसली होती. भारतात येताक्षणी आपला आनंद नासवणाऱ्या या मुलीचा जिजींना संताप आला होता. तोंडातून शब्द फुटत नव्हता.

"तू लग्न केलंस?"

"हो."

"कुणाशी?"

"आकाश गिडवानी. चित्रकार आहे."

"काय?"

जिजी किंचाळल्या. त्यांच्या मुलीने एका सामान्य चित्रकाराशी लग्न करावं? त्यांना न विचारता?

"कुणी लग्न लावून दिलं तुझं? पप्पाजींनी?"

"नाही. जिजी, त्यांना यात घेऊ नकोस. हे लग्न मी केलं. लग्नाला आकाश, मी व त्याची आई होतो. तू पप्पाजींना दोष देऊ नकोस."

"अस्सं? त्यांना बचावतेस? पण मी पूर्ण जाणते. त्यांचीच फूस आहे ही. माझ्यावर असा सूड उगवला शेवटी आणि आता कुठे गेले? की घाबरले?"

"नाही जिजी. त्यांची टूर आधीच ठरली होती."

"लग्न कुठे झालं?"

"भिलारला."

"मग तू अजूनी इथेच? की सोडली त्याने?"

"तुला सांगण्यासाठी थांबलेय जिजी."

"ओऽह! म्हणजे लग्न लावताना विचारलं नाही आणि आता निरोप घ्यायला थांबलीस? सो ड्रॅमॅटिक! पण लक्षात ठेव रेशमा. मी आहे पद्मा. पद्मा इनामदार. हार मी कधीच पत्करली नाही. तीसुद्धा तुझ्यासारख्या मुलीकडून? ओ.नो. जा तू तुझ्या खोलीत."

"पण जिजी—!"

"नाऊ प्लीज."

जिजींनी खोलीचा दरवाजा बंद करून घेतला. रेशमा थरथरत्या पावलांनी जिना उतरून जेवणघरात आली. दादूने ताटं घेतली होती. कुणीच जेवलं नाही. दादू एका एका खोलीतले दिवे पेटवत होता. जिजी आणि रेशमा आपापल्या खोलीत होत्या.

"छ्या, ह्ये काय घर हाय? इट्टला?"

दादू पुटपुटत होता. एक एक खोलीतला दिवा मिटवत होता. टेबलावरचं अन्न तसंच पडून होतं. सुरूबन काळवंडून गेलं होतं.

आपल्या खोलीच्या बाल्कनीतल्या खुर्चीवर रेशमा बसली होती. जिजीला सांगून झालं होतं. स्फोट उडाला होता. उद्या इथून जायचं होतं. रेशमाला खूप वाईट वाटत होतं. सहा महिन्यांनी जिजी परत आली होती. खरंतर आनंदाचा दिवस! पण वातावरण कसं जीवघेणं बनलं होतं! समोरचं माळरान. तो वड उदास वाटत होता. रेशमा विचारात बसली असतानाच जिजी आत आली. किती वर्षांनी जिजी तिच्या खोलीत आल्या होत्या.

"ये जिजी, ये."

आता जिजी पूर्णपणे सावरल्या होत्या.

रेशमासमोर कॉटवर बसत त्या म्हणाल्या,

"रेशमा, ते लग्न विसरून जा. मी तुझं लग्न ठरवून आलेय."

"जिजी, लग्न विसरायचं? माझं लग्न झालं आहे."

"मूर्ख मुली, लग्न रजिस्टर झालंय? नाही ना? त्या लग्नाला कोण कोण हजर होतं? त्याची आई आणि एक भट ना? फरगेट इट. आय वुइल मॅनेज."

"जिजी—"

"रेशमा, कोण आकाश गिडवानी? सिंधी चित्रकार. दरीच्या टोकावर राहणारा, ही दरी, धुकं सारं चार दिवसांपुरतं ठीक असतं, चित्रात पाहायला सुंदर असतं; पण

पोटाचा आणि स्वार्थाचा प्रश्न आला की, त्याच दरीत जीव द्यावा अगर घ्यावा लागतो. आपण कोण? ते कोण? समाज काय म्हणेल? तुला जग माहिती नाही रेशमा, ही सिंधी माणसं कावेबाज असतात. त्यांनी तुझ्या भाबडेपणाचा फायदा घेतला. तू आमची एकुलती एक मुलगी. माझ्या माहेरच्या आणि इनामदारांच्या संपूर्ण इस्टेटीची वारस. आमच्यानंतर हा सारा पैसा तुला मिळणार. त्याच्या चित्राचं कवडीचं मोल आहे. त्यांनी डाव टाकला आणि तू फसलीस.''

जिजी धूर्तपणे बोलत होत्या.

''नाही जिजी नाही. असा आरोप करू नकोस. ती माणसं गरीब असतील, पण तू म्हणतेस तशी नाहीत.''

''इतका विश्वास?''

रेशमा खाली मान घालून बसली होती.

''तुझा निर्धार कायम आहे?''

काही वेळाने जिजींचा करडा प्रश्न आला,

''होय जिजी.''

रेशमा निर्धाराने म्हणाली.

''मग ऐक रेशमा, तुला इथल्या साऱ्या इस्टेटीवरचा हक्क कायदेशीर रितीने सोडावा लागेल. कबूल?''

''आनंदाने जिजी.''

''लक्षात ठेव, ज्या दिवशी तुझ्या आकाशला ते समजेल, त्याच दिवशी तो तुला घराबाहेर काढेल.'' रेशमा काहीच बोलली नाही. रात्रीच्या शांत वातावरणात जिजीचे शब्द करकरत उमटत होते.

''तर मग या कागदावर सही करावी लागेल, या सहीनंतर तू यामधल्या कोणत्याही गोष्टीवर हक्क लावू शकणार नाहीस. विचार कर. या सहीने तुझा वारसा हक्क तू नाकारत आहेस!''

जिजी कागद समोर ठेवत म्हणाल्या. त्या तयारीत आल्या होत्या.

''पेन दे, जिजी.''

''वाचून बघ?''

रेशमा हसली, त्या कागदाच्या खाली सही करत तिने तो जिजींना परत दिला. जिजी मनातून हसत होत्या.

''जिजी, तू आई आहेस माझी, तू विषाचा पेला दिलास तरी संशय घेणार नाही, जन्मदात्या आईवर संशय? रागवू नकोस जिजी. तुला न विचारता मी लग्न केलं. माझं वागणं गैर आहे. क्षमा कर.''

रेशमा वाकून नमस्कार करणार तोवर जिजी नागिणीसारख्या उभ्या राहिल्या.

"अंहं, इतक्यात तुला जाता येणार नाही. तू सही दिलीस खरी! पण सर्व इस्टेटीला तुझी नावं लागलेली आहेत. ती बदलून होईपर्यंत आणि कायदेशीर रितीने तुझं नाव रद्द होईपर्यंत तू इथून जायचं नाहीस, त्याची भेट घ्यायची नाहीस. पत्र, फोन करायचा नाहीस आणि हे सारं पाळावं लागेल तुला. तोवर सुरूबनाचा रिवाज तुला मोडता येणार नाही."

उभ्या पुऱ्या बांध्याच्या जिजी हातातला कागद नाचवत रेशमासमोर उभ्या होत्या. त्यांचे डोळे आसुरी आनंदाने चमकत होते. त्यांनी पुन्हा साऱ्या घटनांवर मात केली होती. हार त्यांना माहितीच नव्हती. त्यांच्यासमोर रेशमा एवढीशी दिसत होती.

"जिजी याला किती वेळ लागणार?"

"गॉड नोज." खांदे उडवत जिजी म्हणाल्या.

"कदाचित सहा महिने, कायद्याचं काम आहे."

"—पण —पण —जिजी, मला आकाशला एकदा सांगू दे गं. त्याला काय वाटेल?"

रेशमा कशीबशी म्हणाली.

"का? विश्वास नाही त्याचा तुझ्यावर?"

जिजी छद्मी हसत खोलीबाहेर गेल्या. रेशमाने भीतीने डोळे मिटून घेतले. थोड्या वेळाने शांत मनाने ती विचार करू लागली.

"जिजीने आकाशवर आरोप केले होते. तिच्या आणि आकाशच्या प्रेमात पैशाचा, वारसाचा प्रश्नच कधी उद्भवला नव्हता."

"पण जिजी म्हणेल, पळून गेली. ते म्हणू नये, म्हणून तर राहिले इतके दिवस."

"रेशमा, तुझ्या जिजीने सभ्यता ओलांडली आहे. तिचा विचार सोडून दे. सुखी होशील."

जाळीचा दरवाजा लोटून रेशमा घरात गेली, कुणाचीच जाग नव्हती. अम्मीच्या खोलीत अम्मी खाटेवर निजल्या होत्या. दोन अनोळखी माणसं बाजूच्या खुर्च्यांवर बसली होती. बाजूलाच आकाश बसला होता.

"अम्मी."

रेशमाने हाक मारली. कूस वळवून अम्मींनी पाहिलं. रेशमाला पाहून त्यांचा संताप उफाळून आला.

"का आलीस पुन्हा? काही शिल्लक राहिलंय आणखी? अगं, स्वत:हून या घरात आलीस, लग्न लावून द्या म्हणालीस ना? आणि नंतर उलटलीस? श्रीमंताघरची लहरी पोर तू. तुझ्या लहरीने आमची लक्तरं निघाली. नवऱ्याच्या मागं, अब्रूने

जगले. या रानात भाकरतुकडा खात जगले. आणि तू? पोरी धुळीला मिळवलंस. कोर्ट, पोलीस, वॉरंट —सारे भोग मागं लावलेस.''

''कोर्ट?'' रेशमा दचकली.

खुर्चीवर बसलेले डॉ. कापडी अम्मींना सावरत म्हणाले,

''तुम्ही बोलण्याचे श्रम घेऊ नका. सर्व ठीक होईल.''

रेशमाला बाहेरच्या खोलीत नेऊन दुसरे गृहस्थ म्हणाले,

''मी ॲडव्होकेट नेने. रघुनंदनचा मित्र!''

रेशमाने त्यांना वाकून नमस्कार केला. ती म्हणाली,

''मी ऐकलंय तुमचं नाव. का आमच्या लग्नाच्या वेळी अम्मी तुमची खूप आठवण काढत होत्या.''

''लग्नाच्या वेळी? म्हणजे ते लग्न तुला मान्य आहे?''

आश्चर्याने नेनेंनी विचारलं.

''असं का म्हणता वकीलकाका?''

त्यांनी न बोलता एक कागद रेशमासमोर ठेवला. रेशमा आश्चर्याने वाचत होती.

ती रेशमाने आकाशविरुद्ध केलेली लेखी तक्रार होती. आपल्याला फसवून, आडरानात नेऊन आईच्या मदतीने जबरदस्तीने लग्न लावण्यास भाग पाडल्याची आणि ते लग्न नामंजूर असल्याची तक्रार रेशमाने नोंदवली होती.

ते वाचून रेशमा अवाक् झाली.

''वकीलकाका, मी असं करेनच कसं?''

''पण या कागदावरची सही? तुझीच आहे ना?''

क्षणार्धात रेशमाला तो कागद आठवला, तोच कागद त्या रात्री जिजीने समोर ठेवला होता. रेशमाने सही केली होती. न बघता, न वाचता, विषाच्या प्याल्यापेक्षा भयानक परिणाम झाला होता.

त्या तक्रार अर्जावरूनच आकाशला पकड वॉरंट आलं होतं. फार वरच्या पातळीवरून सारी सूत्रं हलवली गेली होती. रेशमाच्या आजाराचं कारण दाखवून जिजींनी तिच्यापर्यंत काहीच पोहोचू दिलं नव्हतं. डॉक्टर कापडी व नेनेंनी आकाशचा जामीन भरला होता. नेनेंनी वकीलपत्र घेतलं होतं. खटला सुरू होणार होता. अम्मी आजारी होत्या. आकाश खचला होता.

ते सर्व ऐकून रेशमा हतबद्ध झाली होती. ती रडत म्हणाली,

''वकीलकाका, न वाचता सही करणं गुन्हा आहे. तो गुन्हा मी केला. पण तो कागद माझ्या आईने समोर ठेवला होता. आईवर विश्वास ठेवणं हा पण गुन्हाच का?

पण त्याची शिक्षा माझ्या माणसांना भोगावी लागली. जिजीने ते आरोपपत्र

समोर ठेवलंय हे मला कसं समजावं?

वकीलकाका, आता मी आलेय. आजच्या आज काही करा ना? मी पुन्हा सही देईन. तक्रार अर्ज मागे घेईन आणि जिजीच्या वैभवाचा वारसा हक्क पण सोडेन. यातून मार्ग काढा लवकर.''

रेशमा मनापासून बोलत होती. नेने हसत म्हणाले,

''तू भेटेपर्यंत मी तुला एक थिल्लर मुलगी समजत होतो; पण तू फार निर्मळ मनाची मुलगी आहेस. पण रेशमा, जग इतकं निर्मळ नाही. स्वार्थ, लालसा, अहंकार, अधिकार ही एक बाजू आहेच जगाची. पण त्याच जगात तू, पप्पाजी, आकाश, अम्मी पण आहेतच. या धारेतून जीवन वाहत असतं. तू काळजी करू नकोस. तू आलीस यात सारं आलं. तुमचं लग्नही रजिस्टर करून घेऊ.

माझ्यावर सोपव सारं. एक-दोन दिवसांतच सारं ठीक करून घेऊ. तुझ्या येण्याने साऱ्या प्रकरणातली हवाच निघून जाईल.''

नेने विश्वासाने म्हणाले. रेशमा समाधानाने दिवाणखाण्यात गेली. आकाश भिंतीवरचे ते निसर्गचित्र पाहत उभा होता. रेशमा शेजारी येऊन उभी राहिली.

''रागावलास आकाश?''

''छे गं, मला पूर्ण विश्वास होता.''

''पण अम्मींना त्रास झाला.''

''पण, यानंतर सुखच सुख आहे. खरं ना?''

रेशमाही चित्र पाहत होती. आज तो पारंपरिक वड किती खुजा वाटत होता!

आकाश— तसंच होतं. अथांग, असीम.

त्या चित्रामधली शाळकरी पोर मात्र आज त्या वडापेक्षा उंच झाली होती.

पंखांत पूर्ण शक्ती भरून तिने—

आकाशझेप घेतली होती.

निळ्याभोर आकाशात.

◆

लेकुरवाळा

दूरवरचे समुद्राचे पाणी तिन्हीसांजेच्या तिरप्या उन्हाने चकाकत होते. सूर्य लवकरच अस्ताला जाणार होता आणि त्यानंतर लगेचच पूर्ण चंद्र आभाळात येणार होता. कोजागरीचा पूर्ण चंद्र! त्याच्या प्रकाशात श्रावण-भादव्याच्या सरींनी ओली सतेज झालेली झाडी, मग अधिकच देखणी दिसणार होती. त्या देखण्या निसर्गसृष्टीत मन रमते न रमते, तोवर आवाज ऐकू येणार होता, "को जागर्ती? को जागर्ती?"

तो आवाज ऐकण्यासाठीच तर ही अनेक वर्षांची साधना मांडली होती. नाहीतरी माणसाच्या वस्तीपासून थोड्या दूर अंतरावर असलेल्या या उंच टेकडीवरच्या त्या वृक्षाचे जीवन तरी कशासाठी होते? दिवसा, रात्री त्या टेकडीवर, मौन पांघरून राहणारा वटवृक्ष या कोजागरीच्या मध्यरात्री अनुभवाला येणाऱ्या क्षणासाठीच जगत होता. आजूबाजूची दाट झाडी चांदण्याने निथळत असावी. चंद्र माथ्यावर उभा असावा आणि या भावसमाधीतच तो अद्‌भुत स्वर ऐकू आला. त्या अद्‌भुत क्षणी बुंध्यापासून ते माथ्यापर्यंत एकरूपता अनुभवता येई. सभोवतालच्या अमूर्त अशा चैतन्याशी एकरूपता! श्वासांतून, पानापानांतून ही एकरूप अवस्था अनुभवण्यासाठीच... तर होती जीवनभराची सारी तपश्चर्या! नाहीतरी वृक्षाच्या जीवनाला अर्थ तरी काय होता? ज्याला सावली द्यावी, फळे द्यावी असे कुणीच नव्हते, आजूबाजूला! म्हणूनच या वृक्षाचे मन माणसांच्या मायाजाळात कधीच गुंतले नव्हते. त्याची तपश्चर्या पूर्ण झाली होती.

आजही पूर्ण चंद्र आभाळात आला होता. हाताच्या अंतरावर उभा राहून वृक्षाकडे नवलाने

पाहत होता, कारण आज वृक्ष नेहमीप्रमाणे नव्हताच. त्याचे मन समाधीत एकाग्र होत नव्हते. मागच्या काही दिवसांत घडलेली ती घटना त्याला या समाधीच्या उत्कट क्षणी आठवत होती. मनाची एकरूपता साधता साधत नव्हती.

थोड्या दिवसांपूर्वीचीच गोष्ट. एक पांढरी मोटार त्या ठिकाणी आली होती. त्यामधून उतरणारे ते कुटुंब, किती छान होती ती माणसे! एक प्रौढ स्त्री, दोन लहान मुले आणि त्या मुलांचे आई-वडील.

'आज ही माणसं इथे कशी?'

वृक्ष नवलाने त्यांचे बोलणे ऐकू लागला.

"जयंत, किती सुरेख आहे ही जागा. आपण इथेच आपलं घर बांधू या. इथून, समुद्र बघ किती सुंदर दिसतोय. इथेच राहायचं आपण."

ती स्त्री उत्साहाने बोलत होती.

"वेडी आहेस का उर्वशी? या आडरानात मुलांना घेऊन तू राहणार आहेस? मी सारखा फिरतीवर जाणारा. मुलांची शाळा. ते सारं एकटी कशी करशील?"

"मी करेन सारं आनंदाने. गाडी आहे. आई आहे सोबतीला."

"आई?" त्याने आईला विचारले.

"माझं काय? तुम्ही जे ठरवाल, तिथे मी आनंदाने राहीन."

"बाबा, बाबा ते पाहा दाढीवालं झाड."

दोन मुले वृक्षाजवळ जात म्हणाली. त्यांच्या हातांच्या स्पर्शाने वृक्ष थरथरून गेला. किती मृदू होता तो स्पर्श! पहाट झुळकेसारखा!

"खरंच आपलं लक्षच नव्हतं या वृक्षाकडे." उर्वशी वृक्षाजवळ आली होती. भारावून त्याच्याकडे बघत होती. जागेवर खिळून उभी होती. डोळे भरून आले होते.

"काय गं उर्वशी? वेड्यासारखं ते झाड काय बघते आहेस?"

"कसं सांगू जयंत तुला? किती पाहिलं तरी माझं समाधान होत नाहीये. जणू या झाडाचे आणि माझे जुने ऋणानुबंध आहेत."

ती भारावून म्हणाली.

"काय मूर्खपणा!"

"बेटा, असे वृक्ष म्हणजे पुराणपुरुषच असतात व असा वृक्ष घरालगत असणं भाग्याचंच. कोणा जन्मीचा साधक असेल कोण जाणे."

आजीचे बोलणे ऐकून वृक्षाचे मन भरून आले. शेवटी त्याची साधना समजून घेणारे कुणीतरी भेटले होते.

"मी तर मुलांसाठी इथे झोकाच बांधेन. या वनराईत आपली मुलं वाढणार याचा मला खरोखर आनंद झालाय."

उर्वशीचे शब्द आनंदाने भिजले होते. "आणि भीती कसली? हा वृक्षच आहे

रक्षणकर्ता! या वास्तूचा पुराणपुरुष!''

आजींनी हात जोडत म्हटले, ते ऐकून वृक्ष मनोमन फुलून गेला. अकारण प्रौढ झाल्यासारखे त्याला वाटू लागले. गाडी निघून गेली, तसे त्याला एकदम उदास, एकटे वाटू लागले. आजच्या कोजागरीच्या मध्यरात्री पण त्याला असेच अस्वस्थ वाटत होते.

ती माणसे पुन्हा का आली नाहीत?

''यावं त्यांनी. त्यांचं घर इथे फुलावं. उर्वशीच्या मुलांनी इथे झोके घ्यावेत. या वृक्षाचे आणि माझे जुने ॠणानुबंध आहेत, असे उर्वशी का म्हणाली असेल?''

''को जागर्ती? को जागर्ती?''

आवाज आला तसा वृक्ष त्याच्या विचारातून जागा झाला. आज काय झालेय आपल्याला? चंद्राप्रमाणेच तो स्वत:ही नवल करत होता, स्वत:चंच!

कितीतरी दिवसांनी ती पांढरी गाडी पुन्हा आली. वृक्षाने त्यांची वाट पाहणे सोडूनच दिले होते. या जंगलात येणार तरी कोण? वृक्षाचे एकटेपण असे त्याला चिकटले असतानाच गाडी पुन्हा आली. आणखीन दोन-तीन गाड्या आल्या. माणसे भराभर उतरली.

''ब्यूटिफुल स्पॉट! सुंदर! पण जयंत, या निर्जन जागी घर बांधायचं, फॅमिली ठेवायची. रिस्क घेतो आहेस.''

''हे सारं, उर्वशीला सांगून बोलून झालं आहे; पण तिचाच हट्ट या ठिकाणी घर बांधण्याचा. माझं काय? मी आता तीन वर्षांच्या टुरवर चाललोय.'' जयंत खांदे उडवत म्हणाला.

''पण हीच जागा?''

''हो. उर्वशीला वाटतं, या जागेचं आणि तिचं नातं आहे. विशेषकरून या वृक्षाशी जुने ॠणानुबंध आहेत!''

''वृक्षाशी नातं?''

साऱ्यांच्या नजरा वृक्षाकडे वळल्या. ते ऐकून वृक्ष पण थरथरून गेला.

आपलं नातं? त्या स्त्रीशी?

कोणत्या जन्माचं?

तो आठवू लागला. पण आठवेना. उर्वशीचा चेहरा पण आठवेना. ती माणसे भराभर मापे घेत होती. नकाशे बनवत होती. माणसाचे घर आकार घेत होते. वृक्ष नवलाने बघत होता. यापूर्वी चिमण्या, साळुंक्यांनी घरटी बांधताना त्याने पाहिले होते. कशी चुटपुटीत बांधली जायची ती घरे! चोचीत काड्या घेऊन त्यांचे नाजूक पाय फांदीवर अलगद टेकत आणि क्षणात चिवचिवत उडूनही जात. पिले मोठी होतात न होतात तोवर उडूनही जात. ना पाश, ना बंध! जन्म देणारी आई पुन्हा कधी

भेटली तर पिलू ओळखतही नसे!

पण माणसाच्या या घराचा केवढा पसारा, गोंधळ-खटाटोप? घर बांधण्याचे मजूर, त्यांच्या झोपड्या, ढणाढणा पेटणाऱ्या चुली, दारू पिऊन कचाकचा भांडणारे ते नवरे, हेल काढून रडणाऱ्या बायका - ही माणसे तिथे आल्यापासून जंगलाची शांतताच नाहीशी झाली होती. मध्यरात्रीच थोडी शांतता, थोडी समाधी अवस्था साधता येत होती.

हळूहळू घर पूर्ण झाले. खूप छान आकाराचे, रंगांचे घर तिथे उभे झाले.

पुढच्या दरवाजासमोर फुलबाग झाली. कारंजाच्या हौदात कमळे फुलली. लाल रंगीत मासे हौदात पोहू लागले. तारेचे कुंपण घरासभोवती आले. कुंपणाच्या आत वृक्ष आला. वृक्षालगत चौथरा आला. तिथे बकूळ, पारिजात फुलले. काम पूर्ण झाले तशी मजूर वस्ती निघून गेली. त्या मातीत याची मुळे घट्ट रुजली होती आणि विचार केला तर माणसाचे मूळही मातीतच रुजलेले होते. मातीचा देह मातीत मिसळणारा, माती होणारा, हेच असेल का आपले आणि उर्वशीचे नाते? मातीतून साधलेले? वृक्ष विचार करत होता.

आणि एके दिवशी पुन्हा पांढरी गाडी आली. पाठोपाठ भला मोठा ट्रक सामानाने भरलेला! वृक्ष आतुर नजरेने पाहत होता. गाडीतून आजी, दोन मुले आणि उर्वशी उतरली. वृक्षाने आज नीट पाहिले. किती सुंदर होती ती स्त्री! नाजूक, लहानगी, उंच, सडपातळ! सलवार-कमीज घालून ती एखाद्या मुलीसारखीच दिसत होती. ते देखणे घर पाहून ती आनंदित झाली. पण घरात न जाता ती प्रथम वृक्षाजवळ आली. तांब्यातल्या पाण्याने तिने त्याचा बुंधा धुतला. हळदी-कुंकवाची बोटे टेकवली. सायीसारख्या मऊ बोटांच्या स्पर्शाने वृक्ष मनोमन शहारून गेला. डोळे मिटून, हात जोडून उर्वशी त्याला नमस्कार करत होती. चेहरा भावनावेगाने फुलला होता. डोळे वाहत होते.

"बाबा, हे घर बांधायला सुरुवात केली आणि माझ्या संसाराला चक्रीवादळाने घेरून टाकलंय. ते वादळ आता फार काळ दूर राहणार नाही. फुटणार आहे हा संसार! म्हणूनच मी या जागी आले. तुला पाहून, मला जाणवलं प्रथमच की, तूच प्रतीक आहेस जगण्याचं. माणसाने तुझ्यासारखं असावं. दाह सोसावा. सावली द्यावी. मौनात दुःख लपवावं. हे सारं बळ तू मला दे. त्या घरात माझी रक्ताची माणसं आहेत. पण खरंतर ती माझी कुणीच नाहीत. सोडून जाणार आहेत ते सर्व जण मला आणि या वास्तूत फक्त तू आणि मी उरणार आहोत. बघशील तू, कारण स्थिर असणार आहोत फक्त तू नि मी आणि इथली माती!"

डोळे मिटून अनावरपणाने ती बोलत होती. उषेसारख्या आरक्त वर्णाची, उर्वशी!

ती राहायला आली आणि वृक्षाचे संन्यस्त जीवनच बदलून गेले. तिच्या संसारात तोच लेकुरवाळा बनला. तिच्या मुलांना झोके घालू लागला. ती चौथऱ्यावर बसली की तिच्यासाठी पानांच्या चवऱ्या ढाळू लागला. त्याच्या पानांवर तकाकी आली. फळांचा खच अंगावरून ओघळू लागला. तिथे खारी नाचू लागल्या.

दुपारचा थोडा वेळच त्याला उसंत मिळे. एरवी तृप्तपणे उर्वशीच्या संसारात तो रमला होता. मुले खेळताना, उर्वशी बागेला पाणी घालताना तो कौतुकाने रमत होता. सांजवातीची पणती बराच वेळ सोबत करून विझून गेली. तरी वृक्ष जागाच राही. त्याच्या विश्वासावरच तर ते छोटे घरकूल निवांत झोपून गेलेले असे. साधनेचे ध्यान आता घरावर खिळून गेले होते.

त्या संध्याकाळी साचलेला बांध फुटावा तशी उर्वशी आजींच्या कुशीत शिरून फुटून रडत होती. तिचे ते रडणे बघून मुले बावरली होती. वृक्ष, चौथरा, घर सुन्न झाले होते. रडण्याचा आवेग ओसरून गेल्यावर आजींनी आपल्या पदराने तिचे डोळे पुसले.

"बोल उर्वशी!"

"कसं सांगू आई? जयंतने उत्तर अमेरिकेमधल्या मार्था क्रॅमरशी लग्न केलं. तो तिथला ग्रीन कार्ड होल्डर झालाय. पुन्हा येणार नाही. मुलांसाठी त्याने बँकेत पैसे भरलेत. माझ्यासाठी हे घर! त्याची जबाबदारी त्याने संपवलीये आई."

आता रडण्याची पाळी आजीची होती आणि वृक्षाचीही!

"असला मुलगा पदरात नसता तर बरं झालं असतं." आजी उद्वेगाने म्हणाल्या.

"पदरात? आई, तो तुमच्या पदरात होताच कधी? नोकरी, लग्न, फिरती, सारं त्याने मर्जीनुरूपच केलं. आता ही मार्था भेटली त्याला. अशी आत्मकेंद्री माणसं कुणाचा मुलगा, नवरा, पिता नसतातच."

"मग?"

"ती स्वत:ची स्वत: फक्त असतात. कोरडी."

दोघी जणी स्तब्ध होत्या. वातावरणासारख्या!

"आई, आपण चौघे जण इथेच राहू. साक्षीला हा वृक्ष! मलाच तुमचा जयंत समजा. एक-दोन वर्षांत मुलं डून स्कूलला जातील. मग आपण दोघी इथे राहू. रडू नका आई."

"आता उर्वशी, तुझं हे अवघड वय. मुलं बघता बघता पाखरागत उडून जातील. मी थकलेलं पान. तू एकटी कशी राहाशील?"

"का? हा वृक्ष आहे ना? सारं बदलेल पण हा स्थिरच असेल आणि प्रेम करायचंच तर स्थिरावरच करावं ना, आई?"

"तू लग्न कर उर्वशी!"

उर्वशीचे भकास हसणे वृक्षाचे काळीज चिरत गेले.

"लग्न? म्हणजे आई, पुन्हा निरर्थकाच्या मागं धावणं?"

त्या रात्री समोरचे घर अशांत होते. सांजपणती विझून गेली, तरी... वृक्ष जळत होता एकटाच!

त्याला हे माणसाचे जग अपरिचित होते. ते किती छान होते? सुखी होता तो! पण आता माणसाच्या घरामधले दुःख त्याच्या पानापानाला जखडले होते. वृक्षाचे जग सोपे आणि सुंदर होते. तिथे वृक्षवेलींना आधार देत होते. त्यांचे भावबंध असे मध्येच निखळत नव्हते, पाखरे विश्वासाने वृक्षांवर घरटी मांडत होती. घरटे मोडले, तरी पुन्हा काडीकाडीने जोडत नव्हते? पाखरांची शीळ कधी बंद होत नव्हती. पानगळीनंतरचे जंगल अधिक सुंदर दिसत होते. पुन्हा धुमारे फुटत होते. ते कोवळे जंगल सुगंधाचे निःश्वास टाकत होते. पण माणूस असा कसा?

इतक्या सुंदर उर्वशीला, मुलांना, आईला जयंत सहज विसरला? आणि ही कोण मार्था? माणसाचे नातेबंध जुळतात कसे? आणि तुटतात तरी का? रात्रभर वृक्ष या विचारांनी जळत होता.

सकाळी मुले, उर्वशी उठली. पण आजी उठल्याच नाहीत. झोपेतच पिकले पान गळून गेले होते.

वृक्षालगतच्या चौथऱ्यापलीकडे आजीची चिता जळत होती. उर्वशीच्या अश्रूंचे कढ पडून पडून संध्याकाळी चितेची राख झाली. त्या रात्री सांजवात लागली नाही. चितेची राखच वृक्षाच्या पारंब्यांवर उडत होती.

वृक्षाने प्रथमच मृत्यू पाहिला होता. माणसाचा मृत्यू, दुःखाने छाती फुटून आलेला मृत्यू!

त्या मृत्यूच्या दर्शनाने वृक्ष आणखीनच वृद्ध झाला. वर्षे पुढे सरकत होती.

पारंब्यांना झोके घेणारी उर्वशीची मुले पंख फुटल्यावर आभाळभर झाली. कुणी वैमानिक, कुणी संशोधक आभाळात दूर उडालेल्या त्या पाखरांनी मग बाहेरच कुठे घरटी बांधली. उर्वशी दिवसेंदिवस एकटी होत चालली. हसणे, बोलणे विसरली होती. तिन्हीसांजेची मात्र चौथऱ्यावर येऊन बसे, दूरवरचा समुद्र एकटक नजरेने बघत. तो वृक्ष स्वतःच आता एक सांजवात बनला होता. रात्रभर उर्वशीची काळजी करताना, तो साधना विसरत चालला होता.

"ममा, या जागेत एकटी राहू नकोस गं! काळजी वाटते. चल ना, आमच्या सोबत! काय आहे या जागेत?"

"या जागेत? माझं सारं जग आहे इथे. जेव्हा मी ही जागा पाहायला आले तेव्हाच ओळखलं की हीच आपली जागा! आणि सोबत म्हणाल, तर हा वृक्ष!"

"काय हा वेडेपणा!" सून नवलाने म्हणाली.

"खरंच वेडेपणा! पण या वृक्षाचं नातं माझ्याशी जे आहे ते मी सांगू शकणार नाही. तो न बोलता माझा इतका विचार करतो की तेवढा कुणीच करणार नाही. तोच मला धीर देतो. बळ देतो."

"आई, हे सर्व मनाचेच खेळ!"

"असतीलही! तशी सारी नातीगोती मनाचे खेळच नव्हेत?

काय अर्थ आहे त्या नात्यांना? पती-पत्नीचं नातं झटक्यात संपतं. मुलांचे लागेबांधे तोडता येतात. मुलं, आई हे नातं गरजेनुसार बदलतं, भाऊ नावाचा वैरी होतो. मित्र खरा क्वचित भेटतो. हे सारेही मनाचेच खेळ नाहीत? पण या वृक्षाचं आणि माझं नातं स्थिर आहे. ना तो बदलला, ना मी बदलणार. म्हणून या नात्याचे संदर्भही स्थिरच आहेत. अस्थिराचं भय वाटतं मला. हे घर, हा वृक्ष आणि मी! आमची मुळं या मातीत घट्ट रुजतील. माझी काळजी करू नका. मी आनंदाने राहीन. याच्या सोबतीने!"

"मम्मा हे बघ, दाढीवालं झाड."

उर्वशीची नातवंडे पारंब्यांना हात लावत म्हणाली. वृक्षाचे लक्ष नव्हते. उर्वशीने मुलांची सोबत नाकारली होती. ती इथेच राहणार होती. त्याचे मन भारावून गेले होते.

पुन्हा एकवार पांढरी गाडी निघून गेली. उर्वशी चौथऱ्यावर बसून दूरवरच्या आसमंताकडे पाहत होती. तिचे रुपेरी केस वाऱ्याने भुरभुरत होते. वृक्षाच्या पारंब्या जमिनीला टेकल्या होत्या. ते घर, चौथरा, वृक्ष आणि उर्वशी! एकमेकांची सोबत होते.

दूरवरचा समुद्र उन्हाने चमकून काळोख पडण्यापूर्वीच, चंद्रबिंब आकाशात उतरले होते. आषाढ-भादव्याच्या सरींनी निसर्ग अजूनी ओलाच होता. वृक्षाच्या माथ्यावर चंद्र उभा होता. नवलाने पाहत होता.

'को जागर्ती? को जागर्ती?"

वर्षानुवर्षीचा परिचित आवाज वृक्षाला आज ऐकू येतच नव्हता. मायाजाळात गुरफटलेला वृक्ष धास्तावून उभा होता. उद्या सकाळी उर्वशीला बागेत आलेली पाहीपर्यंत, त्याची काळजी सरणार नव्हती. कधी नव्हे एवढी, माणसाच्या मृत्यूची त्याला धास्ती वाटत होती.

◆

www.ingramcontent.com/pod-product-compliance
Lightning Source LLC
LaVergne TN
LVHW022359220825
819400LV00033B/898
* 9 7 8 8 1 7 1 6 1 3 2 4 3 *